கலைஞரின் சட்டப் போராட்டங்கள்

ஜெகாதா

Title:
Kalaigarin Satta Porattangal
Jegaatha
ISBN: 978-93-92474-44-6
Title Code : Sathyaa - 37

நூல் தலைப்பு
கலைஞரின்
சட்டப் போராட்டங்கள்

நூல் ஆசிரியர்
ஜெகாதா

முதற்பதிப்பு
டிசம்பர் 2022

விலை : ₹ 230

பக்கம் : 192

Printed in India

Published by

Sathyaa Enterprises
No.137, First Floor,
Choolaimedu,
Chennai - 600 094.
044 - 4507 4203

Email
sathyaabooks@gmail.com

முன்னுரையாக...

அரசியல் களத்தில் வாள் சுழற்றும் அனைவருக்கும் அரிச்சுவடியாக கலைஞரின் வாழ்க்கை ஒரு திறந்த புத்தகமாக திகழ்கிறது.

இரண்டு ஆயுதங்களோடு தான் கருணாநிதி தனது அரசியல் போர்க்களத்தில் நுழைந்தார். ஒன்று நாவன்மை. மற்றொன்று அவரது எழுதுகோல் வன்மை.

சுதந்திர தின விழாவில் தேசியக் கொடியை ஏற்றும் உரிமையை மாநில முதல்வர்களுக்கு வழங்க வேண்டும் என வலியுறுத்தி வெற்றி கண்டவர் கருணாநிதி என்னும் சட்ட போராளி.

கருணாநிதியின் அரசியல் அடிநாதமே சுயமரியாதை தான் என்பதற்கான அடையாளம் அவரது ஆரம்ப வாழ்க்கையிலிருந்து பிரகாசிக்க தொடங்கி விட்டது.

கருணாநிதி தன்னுடைய பேராண்மையை நிரூபிக்க கடைசிவரை போராடியதை தமிழ் மண்ணில் எவரும் மறந்துவிட முடியாது.

போர்க் குணமிக்க சட்ட போராளியாக கருணாநிதி தன் வாழ்நாள் முழுவதும் பல்வேறு சட்டப் போராட்டங்களை ஏந்தியபடியே இணைந்து பணியாற்றியுள்ளார்.

கலைஞர், தான் இறக்கும்போது அண்ணாவின் மடியிலேயே அருகிலேயே ஓய்வெடுக்கும் உரிமையை கோரியிருந்தார். ஆனால் அதிமுக அரசு மறுத்தது.

இதனால் இறந்தும் சட்டப் போராட்டம் நடத்தி தனது அண்ணாவின் அருகிலேயே ஓய்வெடுக்கும் உரிமையை போராடி வென்றார்.

தண்டவாளத்தில் தலை வைத்து கல்லக்குடி பெயர் மாற்ற போராட்டத்தின் துவங்கிய கலைஞரின் சட்டப் போராட்டம், மெரினா கல்லறையில் ஓய்வெடுக்கும் வரை தொடர்ந்துள்ளதை வரலாறு நீண்ட காலம் வியப்புடன் பார்த்துக் கொண்டே இருக்கும் என்பது உறுதி..!

என்றும் அன்புடன்
ஜெகாதா

உள்ளே...

உரிமைப் போரின் உரத்த அரசியல் சாசனம் கலைஞர் கருணாநிதி	7
அனுமதி மறுத்தால் உயிரை மாய்ப்பேன்	11
கருணாநிதியை மதிப்பீடு செய்யும் சட்டப்போராட்டங்கள்	15
சமூக நீதிக் கொள்கையே ஆணிவேர்!	22
மாநிலங்களுக்கான கொடி உரிமை	28
என்றென்றும் தொண்டர்களின் தலைவர்	33
ஐந்து முறை தமிழகத்தை ஆண்ட முதலமைச்சர்	36
திமுகவை வீழ்த்திய எம்.ஜி.ஆர்	43
திருப்பு முனையை ஏற்படுத்திய சென்னை மாநகராட்சி தேர்தல்	49
கலைஞர் அறிமுகப்படுத்திய சட்டங்களும் திட்டங்களும்	61
சமூக அவமதிப்பும் சுயமரியாதை புரட்சியும்	66
அரசியல் சதுரங்கத்தின் ராஜதந்திரி	70

கூட்டணி யுகமும் குற்றச்சாட்டுகளும்	78
தேர்தல்களும் திருப்புமுனைகளும்	81
இரும்புக் கரம் கொண்டு அடக்கிய நெருக்கடி நிலை	93
சுதந்திரத்திற்கு முன்னும் பின்னும் சென்னை மாகாண சட்டமன்ற நடைமுறை	105
சாதிய அடுக்கும் சமூக நீதிப் போராட்டங்களும்	116
மொழிப் போராட்டக்களத்தில் கருணாநிதி	138
ஆட்சியைக் கலைத்து விட்டார்கள்	150
கலைஞரும் தளபதி அன்பில் தர்மலிங்கமும்	159
அன்பகமும் அண்ணா அறிவாலயமும்	173
அனைத்து சாதியினரும் அர்ச்சகர் ஆகலாம்	177
உடன் பிறப்புகளிடமிருந்து விடைபெற்றார்	184
மண்ணுக்குள் அடங்கிய மகத்தான சட்டப் போராட்டம்	190

உரிமைப் போரின் உரத்த அரசியல் சாசனம் கலைஞர் கருணாநிதி

"தமிழ் மக்களுக்குப் பணியாற்ற என் தலையில் இருக்கும் கிரீடத்தை வேண்டுமானால் யாரேனும் பறிக்க முடியும்.

ஆனால், என் கையில் இருக்கும் போர் வாளை யாராலும் பறிக்க முடியாது" என 1969ல் முதன் முறையாக தமிழ் நாட்டின் முதலமைச்சராகப் பொறுப்பேற்றுக் கொண்ட பொது கலைஞர் கருணாநிதி இப்படித்தான் பேசினார்.

அரை நூற்றாண்டுக்கும் மேலான அரசியல் வரலாற்றில் தவிர்க்க முடியாத ஒரு நெருப்பு உச்சரிப்பு கருணாநிதி எனும் பெயர்.

தனது காலம் முழுவதுக்குமான தமிழ கத்தின் எதிர்ப்புக் குரல் கருணாநிதிக்கு

உரிமையானது. தன்னம்பிக்கையின் உந்து சக்தியாக ஒரு இனத்தின் ஒட்டுமொத்த தலைவனாக, போராளியாக, உரிமையாளராக தமிழகத்தில் தன்னை என்றென்றும் நிலை நிறுத்திக் கொண்டவர் கலைஞர்.

'பள்ளியில் சேர்க்காவிட்டால் கமலாலயக் குளத்தில் குதித்து தற்கொலை செய்து கொள்வேன்' என தனது பள்ளிப் பருவத்தில் பள்ளித் தலைமை ஆசிரியரை மிரட்டியது முதல் 94 வயதில் தனது இறுதி மூச்சை நிறுத்திக் கொண்ட தருணத்தில், அவரது உடல் அடக்கத்துக்காக திமுகவினர் நீதிமன்றத்தின் படியேறி போராடி நீதி பெற்றது வரை, கருணாநிதியின் அரசியில் வாழ்வும் தனிமனித வாழ்வும் சட்டப் போராட்டங்களின் ஓயாத சத்தம் நிறைந்தவை என்றால் மிகையில்லை!

பெயருக்கு ஒரு முதலமைச்சராக மட்டுமே இருந்துவிட்டுப் போனவர் அல்ல கருணாநிதி. அனுதினமும் அரசியல் காற்றைச் சுவாசித்து வந்த கருணாநிதிக்கு, பெரியார், அண்ணா உள்ளிட்ட தலைவர்களுடன் நெருக்கமாக பழகும் வாய்ப்புகள் இருந்ததால் புடம் போட்ட தங்கமாக தன்னை அனுதினமும் ஒளிர வைத்துக் கொண்டிருந்தார்.

இந்தியர் அனைவரும் உற்றுப் பார்த்து வியந்து மயங்கும் அளவுக்கு அரசியல் களத்தில் உயர்ந்து சட்டப்பேரவையில் பொன்விழா கண்டவர் கருணாநிதி.

அரசியல் களத்தில் வாள் சுழற்றும் அனைவருக்கும் அரிச்சுவடியாக இவரது வாழ்க்கை திறந்த புத்தகமாக திகழ்கிறது.

திருவாரூர் அருகே உள்ள திருக்குவளையில் முத்துவேல் அஞ்சுகம் தம்பதிக்கு 1924 ஜூன் 3ம் தேதி பிறந்த கருணாநிதி சுயமரியாதை சுடராகவே வளர்ந்து உலகுக்கு ஒளி பரப்பினார்.

மாகாணங்களைத் திரட்டி மொழிப் போராட்டத்தில் பங்கெடுத்தார். துண்டுப் பிரசுரம், சுவரொட்டி என்று அரசியல் அரிச்சுவடி வாசித்தார். மாணவனாக இருந்துகொண்டே மாணவ நேசன் என்ற கையெழுத்துப் பத்திரிக்கையைத் தொடங்கினார். இதுதான் பின்நாளில் முரசொலியாக மாறியது.

பெரியாரின் குடி அரசு இதழில் துணை ஆசிரியராகப் பணியாற்றினார்.

'ஆமைகளைக் காக்க ஓட்டைப் படைத்த இறைவன், சாலை ஓரங்களில் வாழும் ஏழைக்கு ஏன் ஒரு வீட்டைப் படைக்கவில்லை?' என்று புரட்சித் தீயாக கேள்வி எழுப்பினார்.

'வரலாற்றின் முதல் பகுதியை நான் எழுதினேன். பிற்பகுதியை என் தம்பி கருணாநிதி எழுதுவார்' என்றார் அண்ணா.

1967ல் காங்கிரசை வீழ்த்தி ஆட்சியைக் கைப்பற்றியது திமுக. விலைவாசி உயர்வு, மொழிப் போர், ஆட்சிக்கு எதிரான அதிருப்தி என்று எல்லாமுமாகச் சேர்ந்து காங்கிரஸ் ஆட்சியைத் தோற்கடித்திருந்தது.

மக்கள் கோரிக்கைகளை எல்லாம் ஒவ்வொன்றாக நிறைவேற்றிக் கொண்டிருந்த நேரத்தில் முதலமைச்சர் அண்ணாவின் இறப்பு பேரிடியானது.

கட்சியின் மூத்த தலைவர்கள் பலரும் கருணாநிதி பக்கம் இருந்த நிலையில் தற்காலிக முதலமைச்சராக இருந்த நாவலர் நெடுஞ்செழியன் பதவி விலக கருணாநிதி முதல்வரானார்.

கருணாநிதி கட்சித் தலைவரானார். நாவலர் நெடுஞ்செழியன் பொதுச் செயலாளரானார். கருணாநிதி வகித்த பொருளாளர் பதவி எம்.ஜி.ஆரிடம் சென்றது.

அதுநாள் வரை இருந்த காங்கிரஸ் கொள்கையின் நிலைப்பாட்டில் மாற்றம் ஏற்பட்டது. உறவுக்கு கை கொடுப்போம், உரிமைக்கு குரல் கொடுப்போம் என்றார் கலைஞர்.

இதன் பிறகே சுதந்திரத் தினத்தன்று ஆளுநர் தேசியக் கொடியேற்றும் நடைமுறை மாற்றப்பட்டு முதலமைச்சராக இருந்த கருணாநிதியின் முயற்சியால் மாநில முதல்வர்கள் தேசியக் கொடியேற்றும் நடைமுறை அமலுக்கு வந்தது. அனைத்து சாதியினரும் அர்ச்சகர் ஆகலாம் என்ற அர்ச்சகர் சட்டம் கொண்டு வந்து நிறைவேற்றினார் கருணாநிதி.

இந்திரா காங்கிரசுடன் கூட்டணி வைத்து 1971ல் ஆட்சியைத் தக்க வைத்தார் கருணாநிதி. இந்த முறை திமுக வென்ற இடங்கள் 183. அதற்கு முன்பு வரை அத்தனை இடங்கள் எந்தக் ஒரு கட்சியும் பெற்றிருக்கவில்லை. அத்தகைய பிரம்மாண்ட வெற்றி அது.

இந்தக் கால கட்டத்தில் தான் தமிழ்நாட்டில் புரட்சிகர திட்டங்கள் பல செயல்படுத்தப்பட்டன. குறிப்பாக மனிதனை மனிதனே இழுத்துச் செல்லும் கை ரிக்ஷாவை ஒழிக்க கருணாநிதி கைரிக்ஷா ஒழிப்புத்திட்டம் கொண்டு வந்தார்.

நெருக்கடி நிலைக்குப் பிறகு நடைபெற்ற தேர்தலில் அதிமுக வெற்றி பெற்றது. அடுத்த வந்த 13 ஆண்டுகள் அதாவது தாம் இறக்கும் வரை தமிழகத்தின் முதலமைச்சராக இருந்தார் எம்.ஜி.ஆர்.

அத்தருணத்தில் வலுவான எதிர்கட்சித் தலைவராக மக்களின் உரிமைக் குரல் எழுப்பினார். சட்ட மன்றத்தில் ஆளுங்கட்சியின் ஒவ்வொரு அணுவையும் உன்னிப்பாக கவனித்து கேள்வி எழுப்புவது, விமர்சிப்பது சட்டமன்றத்துக்கு உள்ளும் புறமும் போராட்டங்கள் நடத்தி அரசுக்கு அரசியல் அழுத்தம் கொடுப்பது என்று வீரியமிக்க எதிர்கட்சி அரசியலை கையிலெடுத்தார் கருணாநிதி. எம்.ஜி.ஆர் மறைவுக்குப் பிறகு வந்த தேர்தலில் தி.மு.க மீண்டும் அரியணை ஏறியது.

அனுமதி மறுத்தால் உயிரை மாய்ப்பேன்

கஸ்தூரி அய்யங்கார் என்ற அந்த பள்ளித் தலைமை ஆசிரியருக்கு ஒரு அதிர்ச்சியூட்டும் சம்பவமாகத் தானே அது இருக்கும்!

தனக்குப் பள்ளியில் அனுமதி இல்லை என்றால் கமலாலயம் தெப்பக் குளத்தில் விழுந்து உயிரை மாய்த்துக் கொள்வேன் என்று தன்னை மிரட்டிய அந்த சிறுவன் - அவருக்கு ஒரு அதிசயம் தான்.

அந்தச் சிறுவன் கருணாநிதி தன்னை அனுமதிக்காத எந்தச் சட்டத்தையும் உடைத்து உள்ளே செல்ல ஒரே வழி எதிர்த்து நின்று போராடுவது தான் என்பதை எப்படியோ அந்தச் சிறு வயதிலேயே கண்டுகொண்டார். அதை

வெற்றிகரமாக சாதித்து ஐந்தாம் வகுப்புக்குள் அடியெடுத்து வைத்தவர் தன் வாழ்நாள் இறுதி வரையிலும் அந்தப் போர்க்குணத்தை விடவே இல்லை.

திருக்குவளை கிராமம், திருவாரூர் பக்கம் 1924 ஜூன் 3 அன்று முத்துவேல்-அஞ்சுகம் தம்பதியின் மூன்றாவது குழந்தையாகப் பிறந்தவர் தான் தட்சிணாமூர்த்தி என்கிற கருணாநிதி.

இவருக்கு முன்னதாகப் பிறந்த இருவரும் பெண்பிள்ளைகள். பெரியநாயகம், சண்முகசுந்தரம் என்று இருவர். இவர்கள் சண்முக சுந்தரத்தின் புதல்வர்கள் முரசொலி மாறனும் செல்வமும். பெரிய நாயகத்தின் மகன் இயக்குநர் அமிர்தம்.

பெரிய விவசாயக் குடும்பத்தைச் சேர்ந்த முத்துவேல் சிறந்த கவிஞன். பண்டிதரை விட அழகாக கதை சொல்லக்கூடியவர். தந்தையிடமிருந்து தான் ஆரம்பத்தில் நிறையக் கற்றார் கருணாநிதி.

கருணாநிதியின் பள்ளி வாழ்க்கையில் அவரை வசீகரித்த நூல் ‘பானகல் அரசர்’ என்பதாகும். சுமார் 50 பக்கங்களைக் கொண்ட இந்நூலின் செய்திகள் கருணாநிதியை மிகவும் சிந்திக்கத் தூண்டியது.

பிராமணரல்லாதோர்க்கு அரசியல், பணிகளில் இடஒதுக்கீடு, தேவதாசி ஒழிப்புச் சட்டம், கோயில்களைத் தனியாரிடமிருந்து மீட்டது போன்ற ஏராளமான நன்மைகளை செய்திருந்தது நீதிக்கட்சி.

உயர்சாதி ஆதிக்கம் ஓங்கி வளர்ந்திருந்த தஞ்சை மண்ணில் ஒரு வைதீக, ஆனால் பிற்படுத்தப்பட்ட குடும்பத்தில் பிறந்த கருணாநிதியின் மனதில் பானகல் அரசரும், திராவிடர்களின் முதல் இயக்கமும் இறுக அணைத்துக்கொண்டது என்றே கூறலாம்.

அதே சமயத்தில் தலைவர்களைப் பொறுத்தமட்டில் கருணாநிதியின் உள்ளத்தில் நீங்கா இடம் பெற்றிருந்தார்கள் பெரியாரும் அண்ணாவும்.

பெரியார் ஆசிரியராக இருந்த முடியரசு இதழ் பள்ளிப் பாடங்களை விட கருணாநிதியின் சிந்தையில் புகுந்தன.

பட்டுக் கோட்டை அழகிரியின் ஆழமான மேடைப் பேச்சால் கருணாநிதி வசீகரிக்கப்பட்டார்.

அப்போது கருணாநிதிக்கு 14வயது. நண்பர்களுடன் தினம்தோறும் மாலைப் பொழுதுகளில் ‘வாருங்கள் எல்லோரும் போருக்கு சென்றிடுவோம்!’ வந்திருக்கும் இந்திப் பேயை விரட்டித் திரும்பிடுவோம் என்று முழக்கமிட்டு ஊர்வலத்துக்கு தலைமையேற்று நடத்துவது வழக்கம்.

அண்ணாதுரை ஆசிரியராக வலம்வந்த ‘திராவிட நாடு’ இதழில் கருணாநிதி எழுதிய முதல் கட்டுரை 1942ல் வெளிவந்தது.

‘இளமைப் பலி’ எனும் தலைப்பில் அந்தக் கட்டுரையை எழுதிய போது கருணாநிதிக்கு வயது 18.

திருவாரூரில் கட்டுரை ஆசிரியராக கருணாநிதியை சந்தித்த அண்ணா ஆச்சரியப்பட்டார். அனுபவத்துக்கு மீறிய அந்தக் கட்டுரை அமைந் திருந்தது கண்டு பாராட்டியதுடன் கருணாநிதி எழுதுவதை விட்டு படிப்பில் அதிக கவனம் செலுத்த அறிவுரை கூறினார்.

ஆனால், கலை, இலக்கியம், அரசியல் என்று பொது வாழ்க்கையி லேயே அதிக நேரத்தை செலவிட்ட கருணாநிதிக்கு காதலும் வந்தது.

ஆனால், அந்த முதல் காதல் கைகூடவும் இல்லை. சுயமரியாதைக் காரனுக்கு பெண் இல்லை என்றனர் காதலியின் பெற்றோர்.

சீர்திருத்த திருமணத்துக்கு வீட்டில் பார்த்த பெண் வீட்டார் ஒப்புக் கொண்டதையடுத்து 1944ல் கருணாநிதி - பத்மா திருமணம் நடந்தது.

அடுத்த வாரமே 10 நாட்கள் பிரச்சாரத்துக்கு புறப்பட்டுவிட்டார் கருணாநிதி. பத்மாவதிக்கு பிறந்த ஆண் குழந்தை தான் மு.க.முத்து, பத்மா 1948ல் காலமானார்.

செப்டம்பர் 15, 1948ல் தயாளு அம்மாளை கருணாநிதி திருமணம் செய்து கொண்டார். இவர்களின் பிள்ளைகளே அழகிரி, ஸ்டாலின், செல்வி, தமிழரசு. மூன்றாவது மனைவியாகிய ராஜாத்தி அம்மாளுக்கு பிறந்தவர் கனிமொழி.

1948ல் நடந்த திராவிடர் கழக மாநாட்டின் முதல் நாள் கலவரத்தில் முடிந்தது. அதற்குப் பின்னர் நடந்த தாக்குதலில் சுய நினைவு இழந்து, சாக்கடையோரத்தில் தூக்கி வீசப்பாட்ட கருணாநிதியை ஒரு மூதாட்டி

காப்பாற்றியிருந்தார். பெரியாரே அடிபட்ட இடங்களில் மருந்து தடவியது கலைஞரின் நெஞ்சை நெகிழச் செய்தது.

பெரியாரிடத்தில் குடியரசு துணையாசிரியரால் ஓராண்டு பயின்று முடித்த நேரத்தில் ராஜகுமாரி படத்துக்கு எழுத கருணாநிதிக்கு அழைப்பு வந்தது.

படத்தின் நாயகன் எம்.ஜி.ஆர். கருணாநிதி எம்.ஜி.ஆர் என்ற இரு ஆளுமைகளும் திராவிட இயக்கத்தை சினிமா மூலம் பட்டி தொட்டிகளிலெல்லாம் கொண்டு சென்றனர்.

ஆனால் கருணாநிதி எழுதி வெளிவந்த அபிமன்யு (1948) படத்தின் டைட்டில் கார்டில் அவர் பெயர் இடம் பெறவில்லை. இதையடுத்து திருவாரூருக்குத் திரும்பிவிட்டார் கருணாநிதி.

துண்டுத் தாளில் வெளிவந்து கொண்டிருந்த முரசொலி வார இதழாக உருவெடுத்தது.

கருணாநிதியை மதிப்பீடு செய்யும் சட்டப்போராட்டங்கள்

சுதந்திர இந்தியாவில் திராவிடக் கட்சிகள் சார்பில் கடந்த 55 ஆண்டுகளில் தமிழகத்தை நீண்ட காலம் முதல்வராக மட்டுமல்லாமல் எதிர்கட்சித் தலைவராக வும் பணியாற்றியவர் மு. கருணாநிதி.

புதிய சட்டங்களைக் கொண்டு வருவதிலும் தங்களுக்கு உடன்பாடில்லாத சட்டங்களை எதிர்ப்பதிலும் பெரும் பங்காற்றியவர் கலைஞர்.

இந்தியாவில் சுதந்திரத்திற்குப் பின்னர் நாடாளுமன்றத்திலும் சட்டமன்றத்திலும் இயற்றப்பட்ட சட்டங்கள் ஆயிரக் கணக்கில் உண்டு. அப்படி இயற்றப்பட்ட சட்டங்கள் நடைமுறையில் எந்த அளவிற்குப் பயன்பட்டன?

அவற்றைச் செயல்படுத்தும் அதிகார வர்க்கம் எந்த அளவிற்கு சட்டங்களை செயல்படுத்த முற்பட்டன? என்பதை ஆய்வு செய்த பின்பே அச்சட்டத்தின் சாதனை பற்றி முழக்கமிட முடியும்.

பொதுவாக சட்டம் என்பது ஒரு அரசை அல்லது ஆட்சியாளரை மதிப்பிடும் குறியீடாகவே சட்ட வரலாறு பார்க்கிறது.

சமூக நீதி குறித்தும், பெண்ணுரிமை குறித்தும் தொழிலாளர் உரிமை பற்றியும் விவசாயிகளின் நலன் குறித்தும் திராவிடக் கட்சிகள் ஏராளமான சட்டங்களைக் கொண்டு வந்துள்ளன.

தி.மு.கவை ஆட்சி பொறுப்பில் ஏற்றி அடுத்த இரண்டாண்டுகளில் அண்ணா மறைந்து விட்டாலும் அந்தக் குறுகிய காலகட்டத்தில் சரித்திர முக்கியத்துவம் வாய்ந்த சில சட்டங்களை நிறைவேற்றி நல்ல துவக்கத்தை அவர் கொடுத்துச் சென்றார்.

'திருமணம் என்பது வாழ்க்கை ஒப்பந்தம். அதில் சமயச் சடங்குகளைப் புகுத்துவது தவறு' என்று மக்கள் மேடைகளில் பிரச்சாரத்தினை நடத்திவந்த இயக்கம் திராவிட இயக்கம்.

1955 இந்துத் திருமண சட்டப்படி 'மணப்பெண்ணிற்கு மணமகன் தாலி கட்டியிருக்க வேண்டும். அதுவே சட்டப்படியான திருமணம் என்றது.

1968ல் தி.மு.க கொண்டுவந்த இந்து திருமணச் சட்டத்தில் ஒரு புரட்சிகரமான திருத்தத்தைக் கொண்டுவந்தது. அதன் விளைவாக தாலி கட்டாத திருமணங்களும் சமயச் சடங்குகள் இல்லாத திருமணங்களும் சட்டப்படி செல்லும் என்றானது.

சீர்திருத்த திருமணங்களுக்கும் சுயமரியாதைத் திருமணங்களுக்கும் சட்ட அங்கீகாரம் கொடுத்ததோடு திருமணம் எனும் பிணைப்பை சமயச் சார்பிலிருந்து விடுவித்த சட்டம் அது. இந்தியாவிலேயே இப்படிப்பட்ட ஒரு சட்டப்பிரிவு வேறு எந்த மாநிலத்திலும் இன்று வரை இல்லை.

காங்கிரஸ் ஆட்சியானது நிலச் சீர்திருத்தம் தொடர்பாக பேசிவந்தாலும் அதற்கான எந்த நடவடிக்கையும் எடுக்கவில்லை. கடுமையான போராட்டங்களின் விளைவாக 1961ல் தமிழ்நாடு நிலச் சீர்திருத்த (உச்ச வரம்பு நிர்ணயம்) சட்டம் கொண்டுவரப்பட்டது.

ஒரு தனி நபருக்கான நில உச்ச வரம்பாக 30 டாண்டர்டு ஏக்கர் நிலம் நிர்ணயிக்கப்பட்டது. ஆனால் பயன் இல்லை.

1970ல் தி.மு.க அரசு மிகுந்த துணிச்சலோடு உச்ச வரம்பிற்கான அளவை 15 டாண்டர்டு ஏக்கராகக் குறைத்தது. இதன்மூலம் கணிசமான நிலங்கள் கையகப்படுத்தப்பட்டு, விவசாயத் தொழிலாளர்களுக்கும், சிறு விவசாயிகளுக்கும் பகிர்ந்தளிக்கப்பட்டது.

கீழ்வெண்மணியில் 1948ல் பட்டியலின மக்கள் 44 பேர் தீயிட்டுக் கொல்லப்பட்டது ஒரு கொடூர வரலாற்றுச் சம்பவம் ஆகும். இதனைத் தொடர்ந்து அன்றைய முதல்வர் அண்ணா ஓய்வு பெற்ற நீதிபதி கணபதியார் பிள்ளை தலைமையில் ஒரு விசாரணை ஆணையத்தை அமைத்தார்.

'வெண்மணி உள்ளிட்ட கிழக்கு தஞ்சை மாவட்டத்திலுள்ள விவசாயத் தொழிலாளர்களுக்கு நியாயமான கூலி நிர்ணயத்திற்கு அரசு முயற்சிக்க வேண்டும் என்று அவர் கொடுத்த பரிந்துரையின் விளைவாக 1969ல் 'தமிழ்நாடு விவசாயத் தொழிலாளர்கள் நியாமான கூலிச் சட்டம்' நிறைவேற்றப்பட்டது.

இதன் பின்னர் கிழக்குத் தஞ்சை மாவட்டத்திலுள்ள விவசாயத் தொழிலாளர்களுக்கு மற்ற மாவட்டங்களிலுள்ள தொழிலாளர்களை விட அதிகமான கூலி நிர்ணயம் செய்யப்பட்டதோடு பண்ணையார் முறையும் ஒழிக்கப்பட்டது.

1967ல் திமுக அரசு ஆட்சிக்கு வந்தவுடன் பல்வேறு தொழிலாளர் போராட்டங்களைச் சந்திக்க நேரிட்டது. சில இடங்களில் துப்பாக்கிச் சூடு நடத்தப்பட்டது. இதனால் தொழிலாளர் பிரச்சனைகளில் ஓரளவுக்கு கவனம் செலுத்த முற்பட்டதோடு, சில குறிப்பிட்ட தொழிலாளர் சட்ட திருத்தங்களையும் கொண்டுவந்தனர்.

தொழிலாளர்கள் தியாகத்தை நினைவுகூறும் மே தினத்தைக் கொண்டாடும் வகையில் அன்றைக்கு கட்டாய விடுமுறை அளிக்கும் சட்டத் திருத்தம் 1969ல் நிறைவேற்றப்பட்டது. இன்றும் இந்தியாவில் வேறெந்த மாநிலத்திலும் ஊதியத்துடன் கூடிய மே தின விடுமுறை இல்லை.

தொழிலாளர்கள் தங்களது நிர்வாகத்தால் வேலை நீக்கம் செய்யப்படும் போது, அவர்கள் அப்பிரச்சனையைத் தொழிலாளர் நீதிமன்றங்களுக்கு

எடுத்துச் செல்வதற்கு அரசாங்கத்தின் அனுமதி தேவைப்பட்டது. அரசோ பல பணிநீக்க வழக்குகளை தொழிலாளர் நீதிமன்றத்திற்கு அனுப்ப அனுமதி மறுக்கும். 1982ல் ஆவின் தொழிலாளர்கள் 1800 பேர் ஒரே நாளில் பணி நீக்கம் செய்யப்பட்டனர்.

அந்த வழக்கையும் கூட தொழிலாளர் நீதி மன்றத்தின் விசாரணைக்கு அனுமதிக்க அரசு மறுத்துவிட்டது. 1988ல் தொழில் சுகாதாரச் சட்டத்தில் கொண்டுவரப்பட்ட திருத்தம், ஒரு தொழிலாளி வேலை நீக்கம் செய்யப் பட்டால், நேரடியாக தொழிலாளர் நீதிமன்றம் செல்வதற்கான உரிமைக்கு வழிவகுத்தது.

ஒரு தொழிலாளி வேலையை விட்டு தற்காலிகமாக பணிநீக்கம் செய்யப்பட்டால் அவருக்கு வாழ்க்கைப்படி வழங்குவது என்பது முன்னதாக சம்பந்தப்பட்ட நிறுவனத்தின் விருப்பத்தின் அடிப்படையில் அமைந்திருந்தது.

ஒரு சில நிறுவனங்களில் மட்டுமே பாதிச் சம்பளம் கொடுக்கும் வழக்கம் இருந்தது. 1981ல் கொண்டுவரப்பட்ட தமிழ்நாடு சட்டம் இதற்கு முற்றுப்புள்ளி வைத்தது.

தற்காலிகப் பணிநீக்கப்பட்ட தொழிலாளிக்கு முதல் 90 நாட்களுக்குள் 50ரூ ஊதியம், 180 நாட்களுக்குள் 75ரூ ஊதியம், 180 நாட்களுக்கு மிகைப்பட்டால் 100ரூ ஊதியம் கொடுக்க வேண்டும் என்று இச்சட்டம் கூறியது.

தொழிலாளர்கள் அநியாயமாக தொடர்ச்சியாகத் தற்காலிகப் பணி நீக்கத்தில் விதைக்கப்படுவதை இது தடுத்து நிறுத்தியது. இத்தகைய சட்டப் பிரிவு மத்தியத் தொழிலாளர் சட்டப் பிரிவில் கூட இல்லை.

தொழிலாளர்களைத் தொடர்ந்து தற்காலிகப் பணியாளர்களாக வைத்துக் கொள்ளும் நடைமுறை பல தொழில் நிறுவனங்களில் கடைப்பிடிக்கப்பட்டது. தொழிலாளர்களுக்கு பணி நிரந்தர வாய்ப்பைப் புறக்கணிப்பதோடு அவர்களை குறைந்த சம்பளத்தில் வைத்து நிறுவனங்கள் வதைக்கவும் இந்நிலை அவர்களுக்கு உதவியது.

1981ல் கொண்டு வரப்பட்ட தமிழ்நாடு தொழில் நிறுவனங்கள் (தொழிலாளர்களுக்கு நிரந்தரப்பணி அளிக்கும்) சட்டம் ஒரு தொழில்

நிறுவனத்தில் 480 நாட்கள் தொடர்ச்சியாகப் பணியாற்றும் ஒரு தொழிலாளி, தானாகவே நிரந்தரமாக்கப்படுவார் என்று கூறியது.

இத்தகைய சட்டம் இன்று வேறெந்த மாநிலத்திலும் நடைமுறையில் இல்லை. அதேபோல் அமைப்பு ரீதியாக திரட்டப்படாத தொழிலாளர்களுக்கான நலவாரியங்களை அமைக்கும் உடல் உழைக்கும் தொழிலாளர்கள் சட்டத்திருத்தம் 1982ல் கொண்டு வரப்பட்டது.

மற்ற மாநிலங்களில் உள்ளாட்சிக்கான பங்கு தேர்தல்களில் பெண் களுக்கு மூன்றில் ஒரு பங்கு இடங்கள் ஒதுக்கீடு செய்யப்பட்டிருக்கும் நிலையில், தமிழ்நாட்டில் 2016ம் வருடம் உள்ளாட்சிகளுக்கான இடங்களில் 50% இடங்கள் ஒதுக்கப்பட்ட சட்டத்திருத்தம் கொண்டு வந்ததன் மூலம் இப்பிரச்சினையில் இந்தியாவிற்கு வழிகாட்டியாக தமிழகம் மாறியது.

1971ல் இந்து அற நிலையத்துறைச் சட்டம் திருத்தப்பட்டு, எந்தச் சாதிப்பிரிவினராக இருப்பினும் அவர்கள் திருக்கோயில்களின் வழிபாட்டு முறைகளைமுறையாக கற்றுத் தேர்ந்திருப்பின் அவர்களை அர்ச்சகர்களாக நியமிப்பதற்குத் தடையில்லை எனும் சட்டத்திருத்தம் கொண்டு வரப்பட்டது.

துரதிருஷ்ட வசமாக உச்ச நீதிமன்றம் அர்ச்சகர் நியமனத்தில் பரம்பரை உரிமையை ஆகமம் என்ற பெயரில் நிலைநாட்டி 2015ல் இச்சட்டத்திருத்தை ரத்து செய்து விட்டது.

2022ம் ஆண்டு இவ்வழக்கின்இறுதித் தீர்ப்பு வெளியானது. இதில் அனைத்து சாதியினரும் அர்ச்சகராகலாம் என்னும் வழக்கில் அரசு வெளியிட்ட விதிகள் செல்லும் என்று உயர் நீதிமன்றம் அதிரடித்தீர்ப்பு வழங்கியுள்ளது.

அதே வேளை ஆகம விதிப்படியே அர்ச்சகர்கள் நியமிக்கப்பட வேண்டும் என்றும் ஆகம விதிகள் முறையாகப் பின்பற்றபடுகின்றனவா என்பதைக் கண்டறிய ஐந்து பேர் கொண்ட குழு நியமிக்கப்பட வேண்டும் என்று தெரிவித்துள்ளது.

கிராமங்களில் இருந்து ஒதுக்கி காலனிகளில் வைக்கப்பட்டிருந்த பட்டியலின மக்களின் தேவைகளுக்கு அவர்களுக்கான வளர்ச்சித்

திட்டங்களுக்கு அரசுக்கு நிலம் தேவைப்பட்டது. ஆனால் சிறிய அளவு நிலங்களைக் கூட கையகப்படுத்த முடியாமல் நீதிமன்றங்களில் வழக்குகள் தொடுக்கப்பட்டன.

பட்டியலின மக்களுக்கு வீட்டுமனைகள் வழங்குதல், காலனிகளிலிருந்து பிரதான சாலைகளுக்கு செல்வதற்கு இணைப்பு சாலைகள் அமைத்தல், அவர்களுடைய இடிபாடுகளை விரிவுபடுத்துதல் இப்படியான திட்டங்கள் கூட நிலமில்லாமல் முடங்கிக் கிடந்தன.

இவற்றையெல்லாம் களைவதற்காக 1978ல் நிலம் கையகப்படுத்தும் (அரசின் நலத் திட்டங்களுக்கு) சட்டம் நிறைவேற்றப்பட்டது.

இடையில் நீதிமன்றத்தால் ரத்து செய்யப்பட்டு, மேல் முறையீட்டில் மீண்டும் 1995ல் உயிர்பெற்ற சட்டம் இது. விளைவாக பட்டியலின மக்களுக்குத் தேவையான வசதிகள் செய்வதற்கான நிலங்கள் எளிதாகக் கையகப்படுத்தப்பட்டன. நிறைய மேம்பாட்டுப்பணிகள் நடைபெற்றன.

நகர்ப்புறங்களில் குடிசைப்பகுதிகளில் வாழும் மக்களுக்குப் புதிய குடியிருப்புகளை அமைத்துத் தருவதற்கான வாரியம் அமைக்கும் சட்டம் 1971ல் நிறைவேற்றப்பட்டது. அதுதான் தமிழ்நாடு குடிசைப் பகுதிகள் சட்டம். இதன் மூலம் பல்லாயிரக்கணக்கான மக்களுக்கு அடுக்குமாடி குடியிருப்புகள் கட்டித் தரப்பட்டன.

கருணாநிதியின் பள்ளி வாழ்க்கையில் அவரை வசீகரித்த நூல் பனகல் அரசர் என்பதாகும் சுமார் 50 பக்கங்களைக் கொண்ட இந்நூலின் செய்திகள் கருணாநிதியை மிகவும் சிந்திக்கத் தூண்டியது.

பிராமணரல்லாதோர்க்கு அரசியல், பணிகளில் இடஒதுக்கீடு தேவதாசி ஒழிப்புச்சட்டம் கோயில்களைத் தாதியரிடமிருந்து மீட்டது போன்ற ஏராளமான நன்மைகளை செய்திருந்தது நீதிக்கட்சி.

உயர்சாதி ஆதிக்கம் ஓங்கி வளர்ந்திருந்த தஞ்சை மண்ணில் ஒரு வைதீக, ஆனால் பிற்படுத்தப்பட்ட குடும்பத்தில் பிறந்த கருணாநிதியின் மனதில் பனகல் அரசரும், திராவிடர்களின் முதல் இயக்கமும் இறுக அணைத்துக் கொண்டது என்றே கூறலாம்.

அதே சமயத்தில் தலைவர்களைப் பொறுத்தமட்டில் கருணாநிதியின் உள்ளத்தில் நீங்கா இடம் பெற்றிருந்தார்கள் பெரியாரும் அண்ணாவும், பெரியார் ஆசிரியராக இருந்த குடியரசு இதழ் பள்ளிப்பாடங்களை விட கருணாநிதியின் சிந்தையில் புகுந்தன.

பட்டுக்கோட்டை அழகிரியின் ஆழமான மேடைப் பேச்சால் கருணாநிதி வசீகரிக்கப்பட்டார்.

சமூக நீதிக் கொள்கையே ஆணிவேர்!

மூச்சுள்ள வரை கலைஞரின் அனைத்து செயல்பாடுகளுக்கும் வெற்றிகளுக்கும் அவரது சமூக நீதிக் கொள்கையே ஆணிவேராக அமைந்திருந்ததை அரசியல் வரலாறு அறிந்த எவரும் மறுக்க முடியாது.

இரண்டு ஆயுதங்களோடு தான் கருணாநிதி அரசியல் போர்க்களத்தில் நுழைந்தார். ஒன்று அவரது நாவன்மை, மற்றொன்று அவரது எழுதுகோல் வண்ணம்.

பிரிட்டிஷ் இந்தியாவில் பிறந்து, தமிழ்நாட்டை 5 முறை ஆட்சி செய்த கருணாநிதி தாம் போட்டியிட்ட 13 சட்ட மன்றத் தேர்தல்களை ஒன்றில் கூட

தோல்வியடைந்ததில்லை. ஏழு தசாப்தங்கள் பொதுவாழ்வில் பங்களித்த மிகச் சில அரசியல் தலைவர்களில் கருணாநிதிக்கு மிக முக்கியமான இடம் உண்டு.

கருணாநிதிக்கு முன்பு தி.மு.க முன்னணித் தலைவர்களாக இருந்த அண்ணாதுரை, மதியழகன் உள்ளிட்டோர் அப்போதே முதுகலைபட்டம் பெற்றவர்களாக இருந்தனர். ஆனால் பள்ளிப்படிப்பை பாதியில் நிறுத்திய கருணாநிதி அவர்களை விட அதிக நூல்களை எழுதினார். எழுத்து மீதான அவரது தீராக்காதல் அவரை பல உயரங்களுக்கு அழைத்துச் சென்றது.

பதினேழு வயதிலேயே இந்தித் திணிப்புக்கு எதிராக மாணவிகளை ஒன்று திரட்டிய கருணாநிதி தமிழ்நாடு மாணவ மன்றம் என்ற மாணவர் அமைப்பைத் தொடங்கினார்.

கருணாநிதி தனது அரசியல், ஆசானான அண்ணாவை 1940களில் சந்தித்தார். பெரியார் உடன் உண்டான கருத்து வேறுபாட்டால் தி.மு.க எனும் புதிய அரசியல் கட்சியைத் தொடங்கிய போது அண்ணாவுக்கு நெருக்கமான நம்பிக்கை உரிய தளபதியானார்.

கட்சியின் பிரச்சாரக் குழுவின் உறுப்பினராக மட்டுமல்லாது கட்சியின் முக்கிய சக்தியாகவும் திகழ்ந்தார்.

சுதந்திர இந்தியாவில் நடைபெற்ற முதல் தேர்தல் 1952ல் நடைபெற்ற போது, அதில் தி.மு.க. பங்கேற்கவில்லை என்றாலும் தவிர்க்க முடியாத தலைவராகவே கருணாநிதி இருந்தார்.

1967 தேர்தலில் வென்று திமுக ஆட்சிமைத்த போது கருணாநிதி ஏற்கனவே 10 ஆண்டு கால சட்டமன்ற அனுபவம் உள்ளவராக திகழ்ந்தார்.

1969ல் அண்ணா மறைவுக்குப் பிறகு முதலமைச்சராக பொறுப்பேற்ற கருணாநிதி சந்தை மற்றும் சமூக நலன் ஆகியவற்றை ஒருங்கிணைத்த தொலை நோக்கைக் கொண்டிருந்தார்.

தமிழ்நாடு தொழில்துறையில் முன்னேற வேண்டும் என்று அவர் விரும்பினார். ஆனால் அதற்கு சாமானியர்களின் நலனை விலையாக கொடுக்கவில்லை. தேசிய அரசியலுக்கு கணிசமான பங்களிப்பை

வழங்கியிருந்தாலும், தேசிய அரசியலில் தமக்கென ஓர் இடத்தைப் பிடிக்க அவர் எப்போதுமே முயன்றதில்லை.

தமக்கு பிரதமர் ஆவதற்கான சூழல் வந்த போதும் அப்பதவிக்கு பிறரையே அவர் தேர்வு செய்தார். பிரதமர் பதவி குறித்து கேள்வி எழுப்பட்ட போதெல்லாம் 'என் உயரம் எனக்குத் தெரியும்' என்று அவரே பல தருணங்களில் வெளிப்படையாகக் கூறியுள்ளார்.

1969ல் காங்கிரஸ் கட்சி, ஸ்தாபன காங்கிரஸ், இந்திரா காங்கிரஸ் என பிளவுபட்டபோது, தன்வசம் 25 நாடாளுமன்ற உறுப்பினர்களைக் கொண்டிருந்த அவர் இந்திரா காந்தியின் பக்கம் நின்றார்.

அதே ஆண்டு சில மாதங்களுக்கு முன்பு அண்ணாதுரை மறைவுக்குப் பிறகு முதலமைச்சராகப் பதவி ஏற்றுக்கொண்ட கருணாநிதி குறித்து பேசிய இந்திரா அவர் ஒரு மோதல் போக்குடையவர் என்று கேள்விப்பட்டேன்' என்று கூறியிருந்தார். அந்த மோதல் போக்குடையவர்தான் இந்திராவைக் காப்பாற்ற முன் வந்தார்.

ஆட்சியின் அதிகாரப்பூர்வ வேட்பாளருக்கு எதிராக தமது சொந்த வேட்பாளரை 1969 குடியரசுத்தலைவர் தேர்தலில் இந்திரா களமிறக்கினார். அப்போதும் கருணாநிதி இந்திராகாந்திக்கு ஆதரவளித்தார்.

மத்திய அரசு நிலையாக இருக்கவேண்டும் என வலியுறுத்தினாலும், ஒரே இடத்தில் அதிகாரம் குவிக்கப்படுவதை கடுமையாக எதிர்த்தார்.

ராஜீவ் காந்தியிடமிருந்து விலகி வந்தபின் தேசிய முன்னணி அரசை வி.பி.சிங் அமைத்தபோது ஆட்சியமைப்பதில் கருணாநிதி முக்கிய பங்காற்றினார். தமிழக நலன்களுக்கு மிகவும் முக்கியமானதாக இருந்த காவிரி நடுவர் மன்றம் இலங்கையில் இருந்து இந்திய அமைதிப்படையை திரும்ப அழைத்தல் மற்றும் பிற்படுத்தப்பட்ட பிரிவினருக்கு இடஒதுக்கீடு வழங்கிய மண்டல கமிஷன் பரிந்துரைகளை அமல்படுத்துதல் ஆகியவற்றை அப்போது கருணாநிதி உறுதிசெய்தார்.

வி.பி.சிங் விலகிய பின்னும் தேவகௌடா மற்றும் ஐ.ஜே. குஜ்ரால் ஆகியோரை பிரதமராக தேர்வு செய்வதில் முக்கிய பங்காற்றினார்.

மதவாத சக்திகளுக்கு எதிராக போரிடுபவராக மட்டுமே அறியப்பட்ட கருணாநிதி 1999ல் பாரதிய ஜனதாவுடன் கூட்டணி அமைத்து நாட்டையே அதிர்ச்சிக்குள்ளாக்கினார்.

ஆனால் ராமர் கோயில் விவகாரத்தை கையில் எடுக்க மாட்டோம் எனும் உத்திரவாதத்தை பாரதிய ஜனதாவிடம் வாங்கிக் கொண்டார்.

தங்கள் அரசியலில் முக்கிய நோக்கமாக இருக்கும் ஒன்றை செய்ய மாட்டோம் என்று ஒரு தேசியகட்சி மாநிலகட்சி ஒன்றிய உத்திரவாதங்களில் வழக்கத்துக்கு மாறான ஒன்றாகும்.

ராமர் எனும் கடவுள் இருந்ததே இல்லை அது ஒரு புராணக் கதை மட்டுமே என்றும் கூறி கருணாநிதி பாரதிய ஜனதா மற்றும் அதை ஆதரிக்கும் இடது சாரி அமைப்பினரின் கோபத்துக்கு ஆளானார்கள்.

முதலமைச்சர் போன்ற ஓர் உயரிய அரசியல் சாசனப் பொறுப்பில் அமர்ந்து கொண்டு ராமர் குறித்து அவர் அவ்வாறு கூறியிருக்கக்கூடாது என்று எல்.கே. அத்வானி கண்டித்தார். ஆனால் கருணாநிதி தன் கூற்றுக்கு ஆதரவாக நேரு கூறியதைச் சுட்டிக்காட்டினார்.

‘திராவிடர்கள் மீது தங்கள் மேலாதிக்கத்தை செலுத்துவதற்காக இட்டுக்கட்டப்பட்ட கதையே ராமாயாணம் என்று கூறிய ஜவஹர்லால் நேருவையும் விட, ராமரைக் காக்க வருபவர்கள் ஒன்றும் பெரியவர்கள் அல்ல என்று கருணாநிதி அப்போது கூறினார்.

2001ம் ஆண்டு தேசிய ஜனநாயகக் கூட்டணியின் ஒருங்கிணைப்புக் குழு கூட்டத்தில் இருந்து பேசியபோது, தாம் ஏன் அறக்கட்டளையில் சேர்ந்தேன் என்று கருணாநிதி கூறினார்.

வாஜ்பாய் உடனான நட்பில் வெல்வதற்காக இந்திய கம்யூனிஸ்ட், மார்க்சிஸ்ட் கம்யூனிஸ்ட் திரிணாமுல் காங்கிரஸ் போன்ற கட்சிகளில் இருக்கும் நண்பர்களை நான் இழக்க வேண்டி உள்ளது என்றால், அதற்கு காரணம் ஜனநாயகத்தை மீண்டும் நிலைநாட்ட நாங்கள் 1975ல் ஒன்றாகப் போராடிய அவசர நிலை நாட்களில் இருந்தே நாங்கள் நட்பில் உள்ளோம் என்றார் கருணாநிதி

'எனக்கு பாரதிய கட்சியை விட' அதன் தலைமை பொறுப்பில் உள்ளவர்கள் என்பதே முக்கியம்.

பள்ளிப்படிப்பை பாதியில் நிறுத்தியவராக இருந்தாலும் தம் திறமைகள் குறித்து எப்போதுமே அவர் குறைவாக நினைத்ததில்லை. இந்தி மற்றும் ஆங்கிலம் ஆகிய மொழிகளில் அவர் சரளமாக இல்லாதபோதும் தேசியத் தலைவர்களுடன் மிகவும் மிடுக்குடன் நடந்து கொண்டார்.

அவர்கள் அரசியலில் தாக்குப்பிடிக்க தாம் மிகவும் முக்கியம் என்பதை அவர்களுக்கு உணர்த்தினார்.

பாஜகாவுடன் இருந்து விலகியதும் காங்கிரஸ் கட்சியுடன் இணக்கத்துடன் நெருங்கி அமைவதில் முக்கிய பங்காற்றினார்.

சோனியாகாந்தி மற்றும் மன்மோகன் சிங் ஆகியோர் தேசிய முக்கியத்துவம் வாய்ந்த விவகாரங்களில் அறிவுரை வேண்டி அடிக்கடி கருணாநிதியை நாடியுள்ளதாக பலமுறை வெளிப்படையாகத் தெரிவித்து உள்ளனர்.

அவர் அரை நூற்றாண்டு காலமாக பொது வாழ்வில் உள்ளார். அவரது அனுபவமும் அறிவும் நாட்டை நிர்வகிப்பதில் உதவுவது எங்களுக்கு மிகவும் அதிர்ஷ்டவசமானது என்று மன்மோகன்சிங் கூறியுள்ளளார்.

உலகத் தமிழர்களின் தலைவராக போற்றப்பட்டாலும் இலங்கைத் தமிழர்களுக்கு துரோகம் செய்ததாக கருணாநிதி குற்றச்சாட்டுக்கு உள்ளானார்.

2009ல் இலங்கை உள்நாட்டுடப் போரின் இறுதிநாட்களில் அப்பாவி தமிழர்கள் கொல்லப்படுவதை தடுக்க கருணாநிதி எதையும் செய்யவில்லை என்று கருணாநிதி விமர்சிக்கப்பட்டார்.

உண்மையில் போர் நிற்காத போதும் போர் நின்றதாக காங்கிரஸ் தலைவர்கள் தம்மை ஏமாற்றியதாக கருணாநிதி உணர்ந்ததாக திமுக செய்தித் தொடர்பாளர் கூறியதை பலரும் நம்பமறுத்தனர் என்பது உண்மை.

1996 முதல் 2014 வரை அதிமுக தேசிய ஜனநாயக கூட்டணியில் அங்கம் வகித்த 13 மாதங்கள் நீங்கலாக திமுக மத்திய அரசில் அங்கம் வகிக்க கருணாநிதியின் அரசியல் நுட்பம் காரணமாக அமைந்தது.

மாநில அரசுகள் அதிக தன்னாட்சி அதிகாரம் பெறுவதிலும் மத்திய மாநில அரசுகளின் உறவை வரையறுப்பதிலும் கருணாநிதி முக்கியப் பங்காற்றினார். 1969ல் ராஜமன்னார் கமிட்டி அமைத்தது அதில் முக்கியமான ஒன்று.

மாநிலங்களுக்கு இடையேயிலான கவுன்சில் ஒன்றை அமைக்கவும், மத்திய அரசு மாநில அரசைக் கலைக்க அதிகாரம் வழங்கும் இந்திய அரசியல் அமைப்பின் பிரிவு 365ஐ ஒழிக்கவும் அந்தக்கமிட்டி பரிந்துரை செய்தது. மத்திய அரசு அந்த பரிந்துரைகளை ஏற்றுக்கொள்ளாவிட்டாலும் மாநில சுயாட்சியை விட்டுக் கொடுக்காதவராகவே கருணாநிதி விளங்கினார்.

திமுக குறிப்பாக அண்ணா வழி வந்த கருணாநிதி மாநில சுயாட்சிக் கோரிக்கையை ஒரு தேசிய முழக்கமாகவே வளர்த்தெடுத்தவர்.

1950ல் இந்திய அரசியலமைப்புச் சட்டம் காஷ்மீருக்கு வழங்கிய அதிகாரங்களைப் போன்ற அதிகாரங்களையே எல்லா மாநிலங்களுக்கும் கேட்கிறது தமிழகம். அதைத்தான் மாநில சுயாட்சி என்று திமுக குறிப்பிடுகிறது.

சுதந்திர இந்தியாவின் மேல்முனையில் இருக்கும் காஷ்மீருக்கும் கீழ்முனையில் இருக்கும் தமிழ் நாட்டுக்கும் வரலாற்றின் ஆரம்பத்திலிருந்தே அநேக ஒற்றுமைகள் இருந்து வருவதை அடுக்கலாம்.

தனித்த மொழி, தனித்த கலாச்சாரம், தனித்த அடையாளம் மட்டுமல்ல இரு பிராந்தியங்களுமே தனிநாடு கேட்டவை. இன்று உச்சபட்ச மாநில சுயாட்சிக்கான உரத்தகுரலை ஒலிப்பவை.

நமது தேசத்துக்கென்று ஒரு கூட்டாட்சி அமைப்பு இருக்கும் போதிலும் நம்முடைய நாடாளுமன்ற அமைப்பும் அரசு நிர்வாகமும் நடைபெறும் விதத்தைப் பார்க்கும்போது ஒரு விசயம் தெளிவாகப் புலப்படும். அது மத்திய மாநில அரசுகளுக்கான தராசுத்தட்டுகள் இணையாக நிற்கவில்லை என்பதேயாகும்.

மாநிலங்களுக்கான கொடி உரிமை

மாநிலங்களுக்கான உரிமையைப் பறைசாற்றும் வகையில் கர்நாடகத்தில் இன்று 'மாநிலங்களுக்கு கொடி உரிமை' பேசப்படுகிறது. இதனை 52 வருடங்களுக்கு முன்பே 1970ல் பேசியவர் கலைஞர்.

அன்றைக்கு இக்கோரிக்கையைக் கடுமையாக எதிர்ப்பவர்களாக இருந்தவர்கள் ஸ்தாபன காங்கிரஸும், இன்றைய பாஜகாவின் தாயான ஜனசங்கம் என்றாலும் டெல்லியில் 1970 ஆகஸ்ட் 27ல் பத்திரிகையாளர்கள் முன் தமிழக அரசின் கொடி எப்படி இருக்கும் என்று தான் வடிவமைத்த மாதிரியை முதல்வர் கலைஞர் வெளியிட்டார்.

தேசியக்கொடி மேல் பக்கத்திலும், தமிழகத்தின் இலச்சினையான கோபுர முத்திரை வலதுபக்கத்தின் கீழ்முனையிலும் இருக்கும் வகையில் அந்த மாதிரி இருந்தது.

இப்பிரச்சினையில் அச்சமயம் தீர்வு ஏதும் காணப்படவில்லை.

இந்நிலையில் 'சுதந்திர தின விழாவில் தேசியக் கொடியை ஏற்றும் உரிமையை முதல்வர்களுக்கு வழங்க வேண்டும்' என்று வலியுறுத்தத் தொடங்கினார் கலைஞர்.

பிரதமர் இந்திரா இதனை ஏற்றார். இதன் விளைவாகவே மாநில முதல்வர்கள் கொடியேற்றும் உரிமையை இன்று பெற்றிருக்கிறார்கள்.

'திமுக தேசிய இயக்கமாக நிலைக்கும்! இந்தியரின் அரசியல் ஜாதகத்தை இந்த இயக்கம் கணிக்கும்' என்று பேசினார் கலைஞர். அது உண்மை. இந்திய மாநிலங்கள் எதிர்காலத்தில் பெறப்போகும் அப்படியான உரிமைகள் எல்லாவற்றுக்குமான அடித்தளக் கற்களை அமைத்தவர்களின் வரிசையில் கலைஞரின் பெயர் கட்டாயம் இருக்கும்.

தேசிய இனங்களுக்குத் தங்களுக்கான எதிர்காலத்தை தீர்மானித்துக்கொள்வதற்கான சுய நிர்ணய உரிமை வேண்டும் என்ற எண்ணமே திராவிட இயக்கத்தின் 'திராவிட நாடு' முழக்கத்தின் மைய ஆதாரமாக இருந்தது.

இந்திய சுதந்திரத்துக்கு முன்னர் தொடங்கிய இந்தக் கருத்தாக்கம் பின்னரும் நீடித்தது. புதிய ஆட்சியில் இந்தி பேசும் மாநிலங்களின் கையே ஓங்கியிருந்ததும் தென்னிந்தியா தன்னுடைய மாறுபட்ட கலாச்சாரத்துக்கு ஏற்ப அரசியலிலும் தனிப் போக்கை கொண்டிருந்ததும் இதற்கான நியாயங்களாக இருந்தன.

ஆனால், பிரிவினைவாதச் சட்டத்தின் பெயரால் நேரு இப்படியான கோரிக்கைகளையும் அதற்குப் பின்னிருந்த அமைப்புகளையும் முடக்க முற்பட்டபோது, அடுத்த நிலையில் உயிர்பெற்ற முழக்கமே 'மாநில சுயாட்சி'.

சுதந்திரத்துக்கு முன்பிருந்தும் சுதந்திர இந்தியாவின் உருவாக்கத்தின் போதும் மாநிலங்களுக்கு அதிகமான உரிமைகளைக் கோரும்

'மாநிலங்களின் உரிமை' விவாதம் ஏற்கனவே இருந்தது என்றாலும், அண்ணாவின் இந்தக் கோரிக்கை புதுஉத்வேகத்தைக் கொடுத்தது.

மத்தியில் கூட்டாட்சி மாநிலத்தில் சுயாட்சி என்ற கலைஞரின் சொல்லாடல் புதுவடிவைக் கொடுத்தது.

அண்ணாவின் கனவை நிறைவேற்றும் வகையில் தான் பதவியேற்றவுடனேயே 1969 மார்ச் 17ல் டெல்லி பத்திரிகையாளர்களை சந்தித்த கலைஞர், "மத்திய மாநில அரசுகளின் அதிகாரங்கள் குறித்து ஆராய ஒரு குழு அமைக்கப்படும் என்று அறிவித்தார்.

அப்படி ஆராய உருவாக்கப்பட்ட குழுவே நீதிபதி ராஜமன்னார் தலைமையில் ஏ.லட்சுமணசாமி முதலியார், பி.சந்திரா ரெட்டி ஆகியோரை உறுப்பினர்களாகக் கொண்டு உருவாக்கப்பட்ட குழுவாகும்.

பலதரப்பினரிடமும் கருத்துக்களைத் திரட்டிய இக்குழு 383 பக்கங்களைக் கொண்ட தன்னுடைய அறிக்கையை 1971 மே 27ல் அளித்தது.

மத்திய மாநில பிரச்சனைகள் எழுப்பப்படும் போதெல்லாம் தீர்வாக வைக்கப்படும் ஒரு மகா சாசனமாக, அரிய ஆவணமாகப் பேசப்படும் ராஜமன்னார் குழுவின் பரிந்துரைகளில் முக்கியமான அம்சங்கள் சில:

அரசியலமைப்புச் சட்டத்தின் 7வது இணைப்பிலுள்ள அதிகாரப் பட்டியல்களின் பொருளடக்கத்தை மாற்றியமைத்து, மாநிலங்களுக்கும், சட்டமியற்றும் அதிகாரத்தை வழங்க வேண்டும்.

மாநிலங்களுக்கான வருவாயை அதிகப்படுத்த வேண்டும். வரிச்சீர்திருத்தம் வேண்டும்.

மாநில அரசுகளின் ஆலோசனையைப் பெற்றே ஆளுநர் நியமிக்கப்பட வேண்டும். அதேபோல உயர்நீதிமன்ற நீதிபதிகளை நியமிக்கும் போது மாநில அரசு ஆளுநர், உயர் நீதிமன்றத் தலைமை நீதிபதி ஆகியோரின் கருத்துகள் முக்கியமாகக் கருதப்பட வேண்டும்.

நெருக்கடி நிலை அறிவிப்பு தொடர்பாக முடிவெடுக்கும் போது மாநிலங்களவை மன்றத்துடன் கலந்தாலோசித்தே முடிவு எடுக்கப்பட வேண்டும்.

மாநிலங்களவையில் அனைத்து மாநிலங்களுக்கும் சமமான எண்ணிக்கையில் பிரதி நிதித்துவம் வழங்க வேண்டும்.

அரசியலமைப்புச் சட்டத்தில் திருத்தம் செய்ய வேண்டுமென்றால் மூன்றில் இரு பங்கு மாநில சட்ட மன்றங்கள் அதை ஏற்க வேண்டும்.

இப்படி பொது ஒழுங்கு, வணிகம், மொழி, பொது ஊழியங்கள் அது முன்வைத்த பல பரிந்துரைகள் மத்திய மாநில உறவுக்கு ஒரு அருமையான வழிகாட்டியாகவும், பன்மைத்துவத்தை பாதுகாக்கும் வழிமுறையாகவும் இன்றும் பார்க்கப்படுகிறது.

ராஜமன்னார் குழுவின் பரிந்துரைகளை முன்வைத்து இந்திராகாந்தி தலைமையிலான அரசுக்கு அழுத்தம் கொடுத்தார் கலைஞர்.

வட இந்தியாவில் கட்சி வேறுபாடுகளுக்கு அப்பாற்பட்டுக் கடும் அதிர்வுகளை உண்டாக்கினாலும், பிரதமர் இந்திராகாந்தி பரிசீலித்து நடவடிக்கை எடுக்கப்படும் என்று பதில் கடிதம் அனுப்பினார்.

அதற்குப் பின் 1984ல் நீதிபதி சர்ச் காரியா தலைமையில் மத்திய மாநில உரிமைகளை ஆராய குழு அமைத்தார் இந்திராகாந்தி.

தொடர்ந்து மாநில உரிமைகளை முன்னிறுத்தி ஆந்திராவில் என்.டி.ராமராவ், அஸாமில் மகந்தா ஆகியோர் நடத்திய மாநாட்டில் இந்த ராஜமன்னார் குழு அறிக்கை விவாதப் பொருளாக இருந்தது.

காஷ்மீரில் ஃபரூக் அப்துல்லா நடத்திய மாநாட்டில் வெளியுறவு, பாதுகாப்பு, தொலைத்தொடர்பு, நிதி போன்ற துறைகளை மட்டும் மத்திய மாநிலங்களுக்கு வழங்க வேண்டும் என்று தீர்மானம் நிறைவேற்றப்பட்டது.

அதற்குப் பின்னர் மேற்குவங்க முதல்வர் ஜோதிபாசு அரசும், 'ராஜமன்னார் குழுவின் அடிப்படையில் மாநிலங்களுக்கு அதிகாரங்கள் வேண்டும்' என்று மத்திய அரசுக்கு அறிக்கை அனுப்பியது.

கர்நாடக முதல்வர் ராமகிருஷ்ண ஹெக்டே இது குறித்துப் பேச தென் மாநில முதல்வர்கள் மாநாட்டைக் கூட்டினார்.

இலங்கை உள்நாட்டுப் போருக்கு தீர்வு காணும் வகையில், திம்புவில் நடைபெற்ற பேச்சு வார்த்தையின் போதும் கூட ராஜமன்னார் குழுவின்

அறிக்கை அடிப்படையில் விவாதங்கள் நடந்தன.

அதன்பின் வாஜ்பாய் பிரதமராக இருந்தபோது 2002ல் நீதிபதி. வெங்கடாச்சலையா தலைமையிலும் மன்மோகன்சிங் பிரதமராக இருந்தபோது 2010ல் நீதிபதி. பூன்ச் தலைமையிலும் குழு அமைக்கப்பட்டு, மத்திய மாநில உறவுகள் குறித்தான விரிவான அறிக்கை பெறப்பட்டது.

இந்திரா, வாஜ்பாய், மன்மோகன்சிங் எல்லாருடைய இப்படியான நகர்வுகளின் பின்னணியிலும் திமுகவின் அழுத்தம் இருந்தது. கலைஞரின் தொலைநோக்குப் பார்வையும் இதில் பிரதிபலித்தது.

என்றென்றும் தொண்டர்களின் தலைவர்

கருணாநிதி மீது எத்தனை குற்றச்சாட்டுகள் வைத்த போதிலும் அவர் என்றென்றும் தொண்டர்களின் தலைவர் தான்.

உடன்பிறப்புகளின் உயிரினும் மேலானவர்தான் என்பதை தொண்டர்கள் நிரூபித்தனர்.

காவிரி மருத்துவமனை வாசலில் கூடிய திமுக தொண்டர்கள் கண்ணீர் வடித்து பிரார்த்தனைகள் செய்யவில்லை. 'எழுந்து வா தலைவா' என முழக்கமிட்டு தன் தலைவனுக்கு ஆணையிட்டனர்.

கருணாநிதியின் வரலாறு சொல்லப்படும் போதெல்லாம் உடன் பிறப்புகளின் 'எழுந்து வா தலைவா' என்ற முழக்கமும் பதிவு செய்யப்படும்.

அவர் இறந்த பிறகும் போராட்ட வாழ்க்கை முடியவில்லை. அண்ணா சமாதியில் அவருக்கு இடம் கிடைத்தது என்ற நீதிமன்ற உத்தரவு கிடைக்கப் பெற்றதும் ஸ்டாலின் திமுகவின் முன்னணித் தலைவர்களின் கைகளைப் பிடித்து நெகிழ்ந்ததும் கொள்கையும் அன்பும் சரிவிகிதத்தில் கலந்த சரித்திரப் பதிவுகள்!

பல இலக்கியங்கள் படைத்த கருணாநிதி தன் மரணத்தையும் இலக்கியமாக மாற்றிவிட்டு மறைந்தார் என்றால் அதில் மாற்றுக் கருத்து ஏதும் இல்லை.

'அண்ணா! நான் வரும் போது நீ இரவலாகக் கொடுத்த இதயத்தைக் கொண்டு வந்து உன் கால் மலரில் சமர்ப்பிப்பேன்' என்று கருணாநிதி தன் தலைவன் அண்ணாவுக்கு எழுதிய இரங்கற்கவிதை வரிகள் நிஜமாக வேண்டும் என்பதற்காக கருணாநிதியின் உடன்பிறப்புகள் மட்டுமல்ல ஒட்டு மொத்தத் தமிழகமும் வேட்கையில் துடித்ததும், அதற்காக கருணாநிதியின் மைந்தன் காவிரித் தலைவன் மு.க. ஸ்டாலின் நடத்திய சட்டப் போராட்டமும் வெற்றியும் தமிழகம் கண்முன் சுவைத்த ஒரு காப்பியச் சுவையாகும்.

தன் அரசியல் வாழ்க்கையில் நற்பேறுகளை விட கெடுவாய்ப்புகளை அதிகம் சந்தித்தவர் கருணாநிதி. ஒடுக்கப்பட்ட சிறுபான்மைச் சாதி யிலிருந்து வந்த அவர் திமுகவின் தலைவரானதும் தமிழக முதல்வரானதும் சரித்திர சாதனைகள்.

அப்போது அண்ணாவின் தளபதியாக தமிழிலும் ஆங்கிலத்திலும் தேர்ச்சி பெற்ற பலர் இருந்தபோது, கிராமப் புறத்திலிருந்து வந்து பள்ளிப்படிப்பை முடிக்காத கருணாநிதி தலைமைப் பொறுப்பை அடையமுடிந்தது என்றால், அதற்குக் காரணம் அவருடைய களச் செயல்பாடுகளும் தொண்டர்களுடனான நெருக்கமும், தன்னை நிறுவிக் காட்டிய செயற்பாடுகளும் தான்.

ஆனால் தமிழக முதல்வராகி மூன்றே ஆண்டுகளில் அவரது நெடுநாளைய நண்பர் எம்.ஜி.ஆர் அரசியல் எதிரியானார். 13 ஆண்டு காலம் அவரது ஆட்சிக் கட்டிலில் கருணாநிதி வனவாசத்தை அனுபவித்தார்.

எம்.ஜி.ஆர் மறைவுக்குப் பின்பும் அவர் நிதானமாக அரசியல் செய்யும் வாய்ப்பை காலம் வழங்கவில்லை. யாரும் எதிர்பார்க்காத படி ஜெயலலிதா

அரசியல் எதிரியின் இடத்தை நிரப்பினார். பகுத்தறிவுக்கு அப்பாற்பட்ட மூர்க்கமும் வன்மமும் நிறைந்த அரசியல் எதிரியான ஜெயலலிதா, எம்.ஜி.ஆர் கருணாநிதிக்கு வழங்கிய மரியாதையைக் கூட வழங்கத் தயாராக இல்லை. தான் முதல்வராகும் போதெல்லாம் கருணாநிதி கொண்டு வந்த திட்டங்களுக்கு மூடுவிழா நடத்தினார். கருணாநிதியைச் சிறையில் தள்ளுவதை வன்மத்துடன் செய்தார்.

கருணாநிதி பலமுறை முதல்வராக இருந்த போதும் இரண்டு முறை அவர் ஆட்சி கலைக்கப்பட்டது. ஈழப்பிரச்சினைக்காக திமுக கொடுத்த விலைகள் அதிகம்.

இரண்டில் ஒருமுறை ஆட்சி கலைக்கப்பட்டதற்குக் காரணமே ஈழப்பிரச்சினை தான் ராஜீவ்காந்தி கொலையின் போது திமுகவினரின் உடைமைகள் தாக்கப்பட்டன. ஜெயின் கமிஷனில் திமுகவின் மீது குற்றம் சாட்டப்பட்டது.

இத்தனை விலைகளைத் தந்தாலும் திமுக இலங்கையில் நடைபெற்ற இறுதி யுத்தத்தின் போது எடுத்த நிலைப்பாடுகளின் காரணமாக கருணாநிதி வாழ்நாள் தமிழினத் துரோகியாக சிலரால் இன்னும் சித்தரிக்கப்படுகிறார்.

கருணாநிதி ஆட்சிக்காலத்தின் போது எல்லாம் விடுதலைப் புலிகள் ஊடுருவல் சட்டம் ஒழுங்கு கெட்டுவிட்டது. கருணாநிதி ஆட்சியைக் கலைக்க வேண்டும் என்று அறிக்கைகள் கொடுத்து நெருக்கடிகள் கொடுத்த ஜெயலலிதா சட்டமன்றத்தில் தீர்மானம் நிறைவேற்றிய ஜெயலலிதா, 'போர் என்றால் மக்கள் சாகத்தான் செய்வார்கள்' என்று பொன்மொழி உதிர்த்த ஜெயலலிதா சிலரால் ஈழத்தாய் என்று கொண்டாடப்பட்டார்.

அதுதான்! கருணாநிதி வாழ்க்கையில் நற்பேருகளை விட கெடுவாய்ப்புகளை அதிகம் சந்தித்தார். அவருடைய கொள்கைகள் நிலைப்பாடுகள் செயற்பாடுகள் விமர்சனத்திற்கு அப்பாற்பட்டவை அல்ல.

ஆனால் காரணமே இல்லாத வெறுப்பு கருணாநிதியின் மீது திணிக்கப்பட்டது. 13 ஆண்டுகாலம் ஆட்சிப்பொறுப்பில் இல்லாத போது கருணாநிதி போர்க்குணமிக்க எதிர்க்கட்சித் தலைவராக இருந்தார் என்றால் அதற்குக் காரணம் அவருடைய உயிரினும் மேலான உடன்பிறப்புகளும் அவர்களுடனான பிரிக்க முடியாத உறவும் தான்.

ஐந்து முறை தமிழகத்தை ஆண்ட முதலமைச்சர்

இந்திய அரசியலில் ஆளுமை மிக்க அரசியல் வாதியாகவும் ஐந்துமுறை தமிழகத்தை ஆண்ட முதலமைச்சராகவும் பணியாற்றிய சிறப்புக்குரியவர் முத்துவேல் கருணாநிதி ஆவார்.

நாகப்பட்டினம் மாவட்டத்திலுள்ள திருக்குவளை என்னும் கிராமத்தில் 1924 ஜூன் 3ல் இசை வேளாளர் குடும்பத்தைச் சார்ந்த முத்து வேலருக்கும் அஞ்சுகம் அம்மையாருக்கும் மகனாகப் பிறந்தார் கருணாநிதி. இவருக்கு இரு சகோதரிகள் இருந்தனர். திருக்குவளையில் இவர் தமது தொடக்கக் கல்வியை பெற்றார். பின்னர் திருவாரூரிலுள்ள மாவட்ட நாட்டாண்மைக் கழக உயர்நிலைப் பள்ளியில் பள்ளியிறுதி வகுப்பு வரை

பயின்றார். அங்கு இவருக்குத் தமிழாசிரியராய் இருந்தவர் சி.இலக்குவனார். இவர் பள்ளியிறுதித் தேர்வில் தேர்ச்சியடையவில்லை.

கருணாநிதி தமது பள்ளிப் பருவத்தில் நாடகம், கவிதை, இலக்கியம் ஆகியவற்றில் அதிக ஆர்வம் கொண்டிருந்தார்.

தமது வளரிளம் பருவத்தில் வட்டார மாணவர்கள் சிலரின் உதவியுடன் திருவாரூர் தமிழ்நாடு தமிழ் மாணவர் மன்றம் என்னும் இளைஞர் மறுமலர்ச்சி அமைப்பை 7.7.1944 அன்று உருவாக்கினார். இளைஞர்கள் தங்கள் பேச்சாற்றலையும் எழுத்தாற்றலையும் வளர்த்துக் கொள்ள அந்த அமைப்பு உதவியது.

அதன் வழியாக மாணவ நேசன் என்னும் கையெழுத்துப் பத்திரிகையை வெளியிட்டு இளைஞர்களைத் திரட்டினார். சில காலத்துக்குப்பின், அவ்வமைப்பு மாநில அளவிலான அனைத்து மாணவர்களின் கழகம் என்ற அமைப்பாக உருப்பெற்றது.

'முரசொலி' என்னும் துண்டு வெளியீட்டை 1942ம் ஆண்டில் வெளியிட்டார். முரசொலி ஆரம்பித்த முதலாமாண்டு விழாவை அன்பழகன், இரா.நெடுஞ்செழியன், மதியழகன் ஆகியோரை அழைத்து தம் மாணவர் மன்ற அணித் தோழர்களுடன் கொண்டாடினார்.

இடையில் சிலகாலம் அவ்விதழ் தடைப்பட்டது. பின்னர் 1946 முதல் 1948 வரை மாத இதழாக நடத்தினார். ஏறத்தாழ 25 இதழ்கள் வரை வந்து மீண்டும் இதழ் தடைபட்டது. மீண்டும் 1953ல் சென்னையில் மாத இதழாகத் தொடங்கினார். 1960ம் ஆண்டில் அதனை நாளிதழாக மாற்றினார்.

முத்துவேல் கருணாநிதி ஸ்டாலின் 1953ம் ஆண்டு கருணாநிதி - தயாளு அம்மாள் தம்பதியினரின் மூன்றாவது மகனாக சென்னையில் பிறந்தார்.

சோவியத் ஒன்றியத்தின் ஆட்சித் தலைவராக இருந்த ஜோசப் ஸ்டாலின் மறைந்த 4 நாட்களுக்குப் பிறகு பிறந்ததால் அவரது நினைவாக தம் மகனுக்கு ஸ்டாலின் என பெயர் சூட்டினார் கருணாநிதி.

ஸ்டாலின் மெட்ராஸ் கிறிஸ்டியன் கல்லூரி மேல்நிலைப் பள்ளியில் பள்ளிப் படிப்பை முடித்தார். விவேகானந்தா கல்லூரியில் பல்கலைக்

கழகத்திற்கு முந்தைய படிப்பை முடித்தார். 1973ல் சென்னைப் பல்கலைக் கழகத்தின் மாநிலக் கல்லூரியில் வரலாற்றுப் பட்டம் பெற்றார். ஆகஸ்ட் 1, 2009 அன்று அண்ணா பல்கலைக்கழகம் மு.க.ஸ்டாலினுக்கு கௌரவ முனைவர் பட்டம் வழங்கியது.

மு.க. ஸ்டாலின் ஆகஸ்ட் 25, 1975ல் துர்கா என்பவரைத் திருமணம் செய்து கொண்டார். இவர்களுக்கு உதயநிதி ஸ்டாலின் என்ற மகனும் செந்தாமரை என்ற மகளும் உள்ளனர்.

ஸ்டாலின் சென்னை அண்ணா சாலையில் உள்ள சர்ச் பார்க் கான்வென்டில் படிக்க விண்ணப்பித்தபோது அவரது புரட்சிப் பெயரைக் கண்டு அவரைப் பள்ளியில் சேர்த்துக் கொள்ள பள்ளி நிர்வாகம் மறுத்தது. இதனால் சென்னை சேத்துப்பட்டு கிறிஸ்தவக் கல்லூரி மேல்நிலைப் பள்ளியில் சேர்ந்து மேல்நிலை வரை கல்வி பயின்றார்.

தந்தையின் அரசியல் பணிகள் காரணமாகவும், ஸ்டாலினுக்கும் இளம் வயதிலேயே அரசியலில் ஆர்வம் இருந்த காரணத்தாலும் இவர் திமுக உறுப்பினரானார்.

இவர் வசித்து வந்த கோபாலபுரம் பகுதியிலேயே இவர் அரசியல் நடவடிக்கைகளை மேற்கொண்டார். 1967-68 இடைப்பட்ட ஆண்டுகளில் மு.க. ஸ்டாலின் பள்ளி மாணவராகப் படித்துக் கொண்டிருந்தபோது தன் நண்பர்களை இணைத்துக் கொண்டு கோபாலபுரம் இளைஞர் திமுக என்ற அமைப்பினை முடிதிருத்தும் கடையில் ஏற்படுத்தி அதன் மூலம் அரசியல் வாழ்க்கையைத் தொடங்கினார்.

இவ்வமைப்பின் மூலம் அந்தப்பகுதியில் உள்ள மக்களுக்குப் பொதுப்பணிகளையும் சமூகப்பணிகளையும் செய்து வந்தார்.

இதன்பின் படிப்படியாக இளைஞரணி அமைப்பு ரீதியாக 1980ல் மதுரையில் உள்ள ஜான்சிராணி பூங்காவிலே தொடங்கப்பட்டது.

1980ல் திருச்சியிலே 2ம் ஆண்டு விழாவிலே 7பேரை கொண்ட ஓர் அமைப்புக் குழுவில் மு.க. ஸ்டாலின் ஒரு அமைப்பாளராக நியமிக்கப் பட்டார்.

தமிழ்நாடு முழுவதும் அந்த அமைப்புக் குழு சுற்றுப்பயணம் நடத்தி,

மாவட்ட, ஒன்றிய, நகர அளவில் இளைஞரணிக்கென்ற ஓர் அமைப்பு உருவாக்கப்பட்டது.

ஒவ்வொரு ஊரிலும் இளைஞரணியை கட்டியமைத்தார். இதனால் அவருக்கு இளைஞரணி மாநிலச் செயலாளர் பொறுப்பு தரப்பட்டது.

திமுக இளைஞரணி தலைமையகத்திற்காக அன்பகத்தை பெறுவதற்காகத் திமுக இளைஞரணிச் செயலாளராக இருந்த ஸ்டாலின் தமிழகம் முழுவதும் சுற்றுப் பயணத்தை மேற்கொண்டு 11 லட்ச ரூபாய் நிதி திரட்டினார்.

ஸ்டாலின் ஆரம்பத்திலிருந்தே சென்னை ஆயிரம் விளக்குத் தொகுதியில் தான் போட்டியிட்டு வருகிறார். இந்தத் தொகுதியை அண்ணா திமுக கட்சியிடமிருந்து பறித்தவர் ஸ்டாலின்.

நான்கு முறை இங்கு இவர் தேர்ந்தெடுக்கப்பட்டுள்ளார். 1984ம் ஆண்டு முதல் முறையாக இங்கு அவர் போட்டியிட்டார். அந்தத் தேர்தலில் தோல்வியுற்றார் ஸ்டாலின்.

இளைஞரணியின் செயலாளராகத் தீவிரமாக ஈடுபட்டு வந்த நிலையில் அவரைச் சென்னை மாநகராட்சி மேயர் பதவிக்கான வாய்ப்பை அன்றைய முதல்வராக இருந்த மு.கருணாநிதி வழங்கினார்.

ஸ்டாலின் மேயராவதற்கு முன்பு வரை மக்களால் நேரடியாகத் தேர்ந்தெடுக்கப்படும் வகையில் மேயர் பதவி இல்லை. மாநகராட்சி உறுப்பினர்கள் தான் மேயரைத் தேர்ந்தெடுத்தனர்.

ஆனால் முதன் முறையாக 1996ம் ஆண்டு பஞ்சாயத்து ராஜ் சட்டம் திருத்தப்பட்ட பின்னர் நடந்த தேர்தலில் ஸ்டாலின் மக்களால் தேர்ந்தெடுக்கப்பட்ட முதல் மேயர் என்ற பெருமையைப் பெற்றவர்.

2001ம் ஆண்டு 2வது முறையாக அவர் மேயராகத் தேர்ந்தெடுக்கப் பட்டார். இருப்பினும் 2002ம் ஆண்டு அப்போதைய முதல்வர் ஜெ.ஜெயலலிதா சட்டத்திருத்தம் ஒன்றைக் கொண்டு வந்தார்.

ஒரே நபர் இரு அரசுப் பதவிகளில் இருக்க முடியாது என்று அந்தச் சட்டத்திருத்தம் கூறியபடியால் தனது சட்டமன்ற உறுப்பினர் பதவியை

வைத்துக் கொண்டு மேயர் பதவியிலிருந்து விலகினார் ஸ்டாலின். மு.கருணாநிதி தலைமையில் சட்டமன்றத் தேர்தலில் திமுக அணிவெற்றி பெற்று மு.கருணாநிதி ஐந்தாவது முறையாக மு.க. ஸ்டாலின் தமிழகத்தின் உள்ளாட்சித் துறை அமைச்சரானார்.

தமிழக முதல்வராக இருந்த மு.கருணாநிதி 2009ல் முதுகெலும்பு அறுவை சிகிச்சைக்கு உட்படுத்தப்பட்டார். அதுமுதல் அவருக்கு சக்கர நாற்காலி தரப்பட்டது.

அவரது உடல்நிலை காரணமாக அவரது துறைகளில் இருந்து பல துறைகளில் கவனம் செலுத்த முடியவில்லை. எனவே ஸ்டாலினுக்கு சில துறைகள் ஒதுக்கீடு செய்ய முடிவு செய்தார். இவர் உள்ளாட்சி துறை அமைச்சராகவும் இருந்து வந்த காரணத்தால் தமிழ்நாட்டின் முதல் துணை முதலமைச்சராகப் பதவியேற்றார். இவர் அந்த பதவியில் 29 மே 2009 முதல் 15 மே 2011 வரை பதவி வகித்தார்.

அக்டோபர் 2 காமராஜர் மறைந்த அன்று சோகமே உருவாக அப்போதைய முதல்வர் கருணாநிதியும் அவர் அமைச்சரவை சகாக்களும் அவரது உடலை சூழ்ந்து அமர்ந்திருந்தனர்.

அப்போது காங்கிரஸ் கட்சியின் தலைவர்கள், தேனாம்பேட்டை காங்கிரஸ் அலுவலகத்திலேயே காமராஜர் உடலை பொதுமக்கள் பார்வைக்கு வைத்து மற்ற சம்பிரதாயங்களையும் அங்கேயே நடத்த திட்டமிட்டனர்.

முதல்வர் கருணாநிதியின் காதுகளுக்கு இந்தத் தகவல் போனது. கொதித்துவிட்டார் அவர். காமராஜர் ஒரு கட்சியின் தலைவர் மட்டுமல்ல. இந்த தேசத்தின் சொத்து அவரது உடலை ராஜாஜி ஹாலில் வைத்து அரசு முறைப் படி தான் தகனம் செய்ய வேண்டும் என்றார்.

அப்போது குறுக்கிட்ட அதிகாரி ஒருவர் காமராஜர் அப்போது எந்த பொறுப்பிலும் இல்லாததை சுட்டிக்காட்டி, சில சட்ட சம்பிரதாயங்கள் தெரிவித்ததோடு, மத்திய அரசிடம் அனுமதி பெற வேண்டிய சட்ட விதியை எடுத்துச் சொன்னார்.

மீண்டும் கோபத்துடன் குறுக்கிட்ட கருணாநிதி, 'நான் சொன்னதைச் செய்யுங்கள். மேலும் காமராஜரின் உடலை கிண்டியில் உள்ள அரசுக்குச் சொந்தமான ராஜாஜி நினைவகம் அருகில் தான் அடக்கம் செய்ய வேண்டும்.

காமராஜருக்கு இறுதி மரியாதை செய்வதற்கு நாம் யாரிடமும் போய் அனுமதி கேட்க வேண்டிய அவசியமில்லை' என கறாராகக் கூறிவிட்டார்.

காங்கிரஸ் என்ற பேரியக்கத்தின் தூணாக விளங்கிய கர்மவீரர் இப்படி மாற்றுக் கட்சியினராலும் போற்றக் கூடிய வகையில் உயரிய வாழ்க்கை வாழ்ந்த உத்தமர் என்றால் அது உண்மை தானே!

1967ம் ஆண்டில் திமுக ஆட்சியைப் பிடித்த பின்னர் கா.ந.அண்ணாத் துரை தலைமையில் அமைக்கப்பட்ட அமைச்சரவையில் பொதுப் பணித் துறை அமைச்சராக பதவி வகித்தார்.

முதலமைச்சராக

1969 - 1971 - கா.ந.அண்ணாத்துரை மறைவுக்குப் பின் முதல் முறையாக கருணாநிதி முதலமைச்சர்

1971 - 1976 - இரண்டாவது முறையாக

1989 - 1991 - எம்.ஜி.ஆர் மறைவுக்குப் பின் மூன்றாம் முறை ஆட்சி

1996 - 2001 - நான்காம் முறை ஆட்சி

2006 - 2011 - ஐந்தாம் முறை ஆட்சி

என ஐந்து முறை முதலமைச்சராக மு.கருணாநிதி இருந்துள்ளார்.

கலைஞர் கருணாநிதி தாம் போட்டியிட்ட அனைத்து தேர்தல்களிலும் வெற்றி பெற்றுள்ளார். 1957ம் ஆண்டு சுயேச்சையாகவும் மற்ற அனைத்து தேர்தல்களிலும் திமுக வேட்பாளராகவும் போட்டியிட்டார். மேலவை உறுப்பினராக இருந்ததால் 1984ம் ஆண்டு நடந்த தேர்தலில் மட்டும் போட்டியிடவில்லை.

ஆண்டு	தொகுதி	வாக்கு வேறுபாடு	போட்டியிட்டவர்
1957	குளித்தலை	8296	கே.ஏ.தர்மலிங்கம் (காங்கிரஸ்)
1962	தஞ்சாவூர்	1928	பரிசுத்த நாடார் (காங்கிரஸ்)
1967	சைதாப்பேட்டை	20482	எ.ஜி.வினாயகமூர்த்தி (காங்கிரஸ்)
1971	-"-	12511	என்.காமலிங்கம் (காங்கிரஸ்)
1977	அண்ணாநகர்	16438	ஜி.கிருஷ்ணமூர்த்தி (அதிமுக)
1980	-"-	699	எச்.வி.ஹண்டே (அதிமுக)
1989	துறைமுகம்	31991	கே.எ.வகாப் (முஸ்லிம்லீக்)
1991	-"-	890	கே.சுப்பு (காங்கிரஸ்)
1996	சேப்பாக்கம்	35784	நெல்லை கண்ணன் (காங்கிரஸ்)
2001	-"-	4834	தாமோதரன் (காங்கிரஸ்)
2006	-"-	8526	தாவூத்மியான் (சுயேட்சை)
2011	திருவாரூர்	50249	எம்.இராசேந்திரன் (அதிமுக)
2016	திருவாரூர்	68366	பன்னீர்செல்வம் (அதிமுக)

திமுகவை வீழ்த்திய எம்.ஜி.ஆர்

1977ம் ஆண்டு தேர்தலில் வெற்றி பெற்றிருந்த அதிமுக அரசு கவனத்தைக் கவரும் சில நடவடிக்கைகளை மேற் கொண்டது.

திருமலைப் பிள்ளை சாலையில் முன்னாள் முதல் அமைச்சர் காமராஜர் வசித்து வந்த வீடு வாங்கப்பட்டு நினைவில்லம் ஆக்கப்பட்டது.

பெரியாரின் நூற்றாண்டு விழாவை ஒட்டி 1978ம் ஆண்டு அக்டோபர் 19ம் தேதி முதல் தமிழ் எழுத்துச் சீர்திருத்தம் அமல்படுத்தப்பட்டது. அப்போது இட ஒதுக்கீட்டிற்கான க்ரீமிலேயர் முறையை அறிமுகப்படுத்தியிருந்தார்.

எம்.ஜி.ஆர் பிற்படுத்தப்பட்ட மாணவர்கள் இடஒதுக்கீட்டைப் பெற

அவர்கள் பெற்றோரின் வருட வருவாய் ஒன்பதாயிரத்துக்குள் இருக்க வேண்டுமென அறிவிக்கப்பட்டது.

இதற்கு திமுக, திக ஆகியவை கடும் எதிர்ப்பைத் தெரிவித்திருந்தன. இதுபெரிய விவகாரமாகவும் உருவெடுத்து வந்தது.

தமிழ் நாட்டில் மதுவிலக்கு ரத்து செய்யப்பட்டது. 30 வயதுக்குப் மேற்பட்டவர்கள் மது அருந்துவதற்கான உரிமத்தைப் பெற்று மது அருந்தலாம் என அறிவிக்கப்பட்டிருந்தது.

இதற்கு தாசில்தார் அலுவலகத்தில் 25ரூபாய் கட்டணம் செலுத்த வேண்டும். இதற்கிடையில் 1979ல் திமுக, அதிமுக ஆகிய கட்சிகளை இணைப்பதற்கான முயற்சிகள் ஜனதா கட்சித் தலைவரான பிஜிபட்நாயக் தலைமையில் நடைபெற்றன. ஆனால் அதில் வெற்றி கிடைக்கவில்லை. ஜனதா அரசு கவிழ்ந்து விட்ட நிலையில் நாடாளுமன்ற தேர்தல் அறிவிக்கப்பட்டது.

நெருக்கடி நிலை காலகட்டத்தில் இந்திய அளவில் கடுமையான நெருக்கடிகளை கொண்ட கட்சி திமுக தான். ஆனாலும் 1980 நாடாளுமன்றத் தேர்தலில் திமுக இந்திரா காங்கிரசுடன் கூட்டணி அமைக்க முன்வந்தது.

மீண்டும் ஆட்சிக்கு வரவிரும்பிய இந்திரா இந்தக் கூட்டணியை விரும்பினார். இந்தக் கூட்டணியில் இந்திரா காங்கிரஸ் 23 தொகுதிகளிலும் திமுக 16 தொகுதிகளிலும் முஸ்லிம்லீக் ஒரு தொகுதியிலும் போட்டியிட்டன.

அதிமுக கூட்டணியில் அதிமுக 24 தொகுதிகளிலும் ஜனதா 10 தொகுதிகளிலும் இடது சாரிக் கட்சிகள் தலா 3 தொகுதிகளிலும் போட்டியிட்டன.

இந்த நாடாளுமன்றத் தேர்தலில் திமுக கூட்டணி அமோக வெற்றியைப் பெற்றது. இ.காங்கிரஸ் போட்டியிட்ட 23 தொகுதிகளில் 21 தொகுதிகளில் வெற்றி பெற்றது. கூட்டணியில் இருந்து மற்ற கட்சிகள் போட்டியிட்ட தொகுதிகள் அனைத்திலும் வெற்றி பெற்றன. கோபிச்செட்டிபாளையம், சிவகாசி ஆகிய தொகுதிகளில் மட்டுமே அதிமுக வென்றிருந்தது.

1977ல் தான் தமிழ்நாட்டில் சட்டமன்ற தேர்தல் நடத்தியிருந்ததால் அதிமுக அரசு 1982 வரை ஆட்சியில் இருந்திருக்க முடியும்.

ஆனால் பிரதமராகப் பதவியேற்ற இந்திரா நாடாளுமன்றத் தேர்தலில் எந்தெந்த மாநிலங்களில் எல்லாம் ஆளும் கூட்டணி தோல்வியடைந் திருக்கிறதோ அங்கிருந்த மாநில அரசுகளை கலைக்க முடிவு செய்தார்.

முன்பு ஜனதா கட்சி சொன்ன அதே லாஜிக்கை சொன்னார் இந்திரா. அதாவது, மக்களவைத் தேர்தலில் தோற்றுப்போன கட்சி மாநிலத்தை ஆளும் உரிமையை இழந்து விட்டது.

ஆகவே தமிழ்நாட்டுடன் சேர்த்து 9 மாநிலங்களின் ஆட்சி கலைக்கப்பட்டது. 1977ல் ஜனதா கட்சி ஆட்சிக்கு வந்தபோது இதேபோல 9 மாநிலங்களின் ஆட்சி கலைக்கப்பட்டது. 1980ம் ஆண்டு மே மாதம் தேர்தல்கள் நடக்கும் என அறிவிக்கப்பட்டது.

இதையடுத்து கூட்டணிப் பேச்சுவார்த்தைகள் தொடங்கின. அதிமுக கூட்டணியைப் பொறுத்தவரை ஜனதா கட்சி முதலில் 60 இடங்களைக் கேட்டது. பிறகு 46 இடங்களையாவது தரும்படி கோரியது. ஆனால் எம்.ஜி.ஆர் 26 தொகுதிகளை மட்டுமே தர முன் வந்தார். இதனால் இக்கட்சியுடன் கூட்டணி அமையவில்லை.

சி.பி.எம், சி.பி.ஐ, காந்தி காமராஜ் தேசிய காங்கிரஸ், தமிழ்நாடு காமராஜ் காங்கிரஸ், பார்வர்டு பிளாக், கா காங்கிரஸ், மக்கள் கட்சி, தமிழ்நாடு முஸ்லிம் லீக், கிறிஸ்தவ ஜனநாயக முன்னணி, இந்திய குடியரசுக் கட்சி ஆகிய கட்சிகளுடன் கூட்டணி அமைக்கப்பட்டது.

சி.பி.எம், சி.பி.ஐ ஆகிய கட்சிகளுக்கு தலா 16 இடங்கள் ஒதுக்கப்பட்டன. கா.கா.தே.காவுக்கு 12 இடங்களும் காமராஜ் காங்கிரசுக்கு 7 இடங்களும் காமராஜ் காங்கிரசுக்கு இடங்களில் அதிமுக போட்டியிட்டது. அதிமுகவின் சின்னத்தால் சிறிய கட்சிகள் போட்டியிட்டன.

திமுக கூட்டணியைப் பொறுத்தவரை இந்திரா காங்கிரசுடன் கூட்டணி தொடர்ந்தது. ஆனால் இந்த முறை இடங்களைப் பகிர்ந்துகொள்வதில் கடுமையாக இருந்தது அக்கட்சி. தமிழ்நாடு காங்கிரஸ் கமிட்டியின் தலைவராக இருந்த எம்.பி.சுப்ரமணியம் நியமிக்கப்பட்டார். இவர்

கருணாநிதியுடன் மோதல் போக்கு உடையவராக கருதப்பட்டார். ஆகவே தேர்தல் பேச்சுவார்த்தை மிகவும் சிக்கலானதாகவே இருந்தது. இதனால் முதலில் முஸ்லிம்லீக் கட்சியுடன் பேச்சு வார்த்தையை முடித்தது திமுக. எட்டு இடங்கள் அக்கட்சிக்கு ஒதுக்கப்பட்டன.

மீதமிருந்த 226 இடங்களில் திமுகவும் இ.காங்கிரசும் 113 இடங்களில் போட்டி இடுவதென முடிவெடுக்கப்பட்டது.

இந்த 113 இடங்களில் இருகட்சிகளும் தங்கள் கூட்டணியில் உள்ள சிறிய கட்சிகளுக்கு தலா நான்கு இடங்களைக் கொடுத்து விட வேண்டும் என ஏற்பாடு. ஆகவே இருகட்சிகளும் தலா 109 இடங்களில் போட்டி யிட்டன.

பிறகு காங்கிரசும் திமுகவும் தேசிய பார்வர்டு பிளாக், உழைப்பாளர் முன்னணி கட்சி, பசும்பொம் தேவர்கட்சி, சக்திதாசன் குடியரசுக்கட்சி, கிறிஸ்தவ முன்னணி ஆகிய கட்சிகளுக்கு இரண்டு, மூன்று என இடங்கள் ஒதுக்கின.

ஜனதா கட்சி தனித்து 95 தொகுதிகளில் போட்டியிட்டது. திமுகவும் இ.காங்கிரசும் சமமான எண்ணிக்கையில் போட்டியிடுவதால், முதல்வர் யார் என்பதை பிறகு தீர்மானிக்கலாம் என பேச ஆரம்பித்தனர் காங்கிரஸ் தலைவர்கள்.

தமிழ்நாட்டிற்கு வந்த காங்கிரஸ் மத்திய நிதி அமைச்சர் ஆர்.வெங்கட்ராமன், யார் முதலமைச்சர் என்று இப்போது எப்படி சொல்லமுடியும்? சரிசமமாகப் போட்டியிடுகிறோம் யார் கூடுதல் தொகுதிகளில் வெற்றி பெறுகிறார்களோ அந்தக் கட்சி எம்.எல்.ஏக்களுக்கே அந்த உரிமை இருக்கிறது. எனவே தேர்தலுக்கு பிறகு அதுபற்றி முடிவாகும் என்று பேசினார்.

இது திமுகவில் பெரும் சலசலப்பை ஏற்படுத்தியது. கூட்டணிப் பேச்சு வார்த்தையை நிறுத்த முடிவு செய்தது திமுக. முடிவில் மு. கருணாநிதியே முதல்வராக இருப்பார் என இந்திரகாந்தி அறிவித்தார். ஆனாலும் திமுக கூடுதல் இடங்களைப் பெற்றால் மட்டுமே இது சாத்தியம் என்ற எண்ணம் திமுகவுக்கு ஏற்பட்டது.

இது ஒருபுறமிருக்க காங்கிரஸ் கட்சிக்குள் வேட்பாளர்களை முடிவு செய்வதில் பெரும் குழப்பம் ஏற்பட்டது. பல இடங்களில் இரண்டு மூன்று காங்கிரஸ்காரர்கள் வேட்பு மனுக்களை தாக்கல் செய்தனர்.

சில காங்கிரஸ் தலைவர்களுக்கு இடங்கள் கிடைக்காததால் அவர்கள் கட்சியை விட்டு விலகி சுயேட்சையாக தங்கள் தொகுதிகளில் போட்டி யிட்டனர்.

இப்படிப்பட்ட குழப்பங்களுக்கு நடுவில் தேர்தலைச் சந்திக்க தயாரானது திமுக காங்கிரஸ் கூட்டணி.

ஆனால் நாடாளுமன்றத் தேர்தலில் பெரும் தோல்விடைந்தவுட னேயே சில திருத்த நடவடிக்கைகளை மேற்கொண்டார் எம்.ஜி.ஆர். பிற்படுத்தப்பட்டோர் இட ஒதுக்கீட்டிற்கான வருமான வரம்பு நீக்கப்பட்டது. மேலும் பிற்படுத்தப்பட்டோருக்கான இட ஒதுக்கீடு 50 சதவீதமாக உயர்த்தப்பட்டது.

தேர்தல் பிரச்சாரத்தின் போது தனது ஆட்சி அநியாயமாகக் கலைக்கப்பட்டதாக திரும்ப திரும்ப முழங்கினார் எம்.ஜி.ஆர். தாலிக்குத் தங்கம், சிறப்பான நிர்வாகம் ஆகியவற்றை தனது முழக்கங்களாக முன் வைத்தது திமுக.

இடஒதுக்கீடு கொள்கையை மாற்றியதால் திராவிடர் கழகம் எம்.ஜி.ஆருக்கு ஆதரவளிக்க, காங்கிரஸ் கூட்டணியின் காரணமாக திமுகவிற்காக பிரச்சாரம் செய்தார் சிவாஜி கணேசன்.

தமிழ்நாட்டில் வாக்குப் பதிவு இரு கட்டங்களாக நடைபெற்றது. மே 28ம் தேதி 114 தொகுதிகளுக்கும் மே 31ம் தேதி 120 தொகுதிகளுக்கும் வாக்குப்பதிவு நடைபெற்றது. வாக்குகள் ஜூன் 1ம் தேதி எண்ணப்பட்டன.

எதிர்பார்த்தது போலவே அதிமுக தனித்து 129 இடங்களைப் பெற்றது. மார்க்சி ட் கம்யூனி ட் ஆட்சி 11 இடங்களிலும் இந்திய கம்யூ. கட்சி 9 இடங்களிலும், கா.கா தே.கா 6, சிறிய கட்சிகள் 6 இடங்களிலும் வெற்றி பெற்றன.

திமுக கூட்டணி பெரும் தோல்வியை எதிர்கொண்டது. ஒட்டு மொத்தமாகவே இந்தக் கூட்டணிக்கு 69 இடங்களே கிடைத்தன.

திமுக 38 தொகுதிகளிலும், காங்கிரஸ் 31 இடத்திலும் முஸ்லீம் லீக் 1 இடத்திலும் வெற்றி பெற்றன.

மதுரை மேற்கு தொகுதியில் போட்டியிட்ட எம்.ஜி.ஆரை எதிர்த்து பொன்.முத்து ராமலிங்கம் நிறுத்தப்பட்டிருந்தார். அங்கே எம்.ஜி.ஆர். 21 ஆயிரம் வாக்குகள் வித்தியாசத்தில் வெற்றி பெற்றார்.

சென்னை அண்ணாநகர் தொகுதியில் போட்டியிட்ட மு.கருணாநிதி 699 வாக்குகள் வித்தியாசத்தில் வெற்றி பெற்றார்.

அதிமுகவில் சபாநாயகராக இருந்த முனு ஆதி, ப.உ.சண்முகம், நடிகர் இசாரி வேலன் ஆகியோர் தோல்வியடைந்தனர்.

திமுகவைப் பொறுத்த மட்டில் சாதிக் பாட்ஷா நாஞ்சில் மனோகரன் ஆகியோர் தோல்வியடைந்தனர். முதல்வராக தேர்வு செய்யப்பட்ட எம்.ஜி.ஆர் கலைவாணர் அரங்கில் ஜூன் 9ம் தேதி பதவியேற்றார். 17 அமைச்சர்கள் இந்த அமைச்சரவையில் இருந்தனர்.

திருப்பு முனையை ஏற்படுத்திய சென்னை மாநகராட்சி தேர்தல்

1973ம் ஆண்டு திராவிட முன்னேற்றக் கழகம் பெரும்பான்மை உறுப்பினர்களுடன் சென்னை மாநகராட்சி நிர்வாகத்தை நடத்தி வந்த நேரம்.

எங்கோ ஓரிடத்தில் தவறு நடந்து விட்டது என்பதற்காக தமிழக முதல்வரா யிருந்த முத்தமிழறிஞர் கலைஞர் அவர்கள், நடைபெறுவது தன் கட்சி நிர்வாகம் என்றும் பாராமல் 30.11.1973ல் மேற்படி மாநகராட்சி நிர்வாகத்தை கலைத்து நீதிக்கும் நேர்மைக்கும் மகுடம் சூட்டினார்கள்.

இதன் மூலம் அவர்கள் தாம் மனுநீதிச்சோழன் ஆண்ட மண்ணில் தோன்றியவர் என்பதை நிலை நிறுத்தியதை நல்லோர்களும் நடுநிலையானவர்களும்

பாராட்டினார்கள். இது தமிழக வரலாற்றில் இடம் பெற்ற பெருமைமிக்க நிகழ்வாகும்.

1933ம் ஆண்டு முதல் 1973ம் ஆண்டு வரை 43 மேயர்கள் பொறுப்பு வகித்திருக்கிறார்கள். 1933ம் ஆண்டுக்கு முன்பு வரை மாநகராட்சியின் தலைவர் என்று கூறப்பட்ட பதவி 1933க்குப் பின் வணக்கத்திற்குரிய மேயர் என்று அழைக்கப்பட்டது.

30.11.1973ல் மு.கருணாநிதி முதலமைச்சரால் கலைக்கப்பட்ட சென்னை மாநகராட்சிக்கு அதன் பின் 23 ஆண்டுகளில் தேர்தலே நடத்தப்பட வில்லை. மக்கள் பிரதிநிதித்துவ நிர்வாகம் இல்லாத சூழ்நிலை நிலவி வந்தது. மக்கள் தங்கள் கோரிக்கைகளை முன் வைத்து வசதிகளைப் பெற இயலாத நிலையில் நிர்வாக அதிகாரிகளே தாங்கள் நினைத்ததை மட்டும் செய்யும் அவலமான நிலை.

மக்களைப்பற்றி எண்ணிப்பார்க்காத ஒரு ஆட்சி அப்போது நடைபெற்றுக்கொண்டிருந்தது என்பதுதான் அதற்குக் காரணமாகும். இந்நிலையில் ஒருதலைமுறை உருண்டோடி விட்டது. ஆம். 1973ம் ஆண்டுக்குப் பின் 23 வயது வரை வளர்ந்த ஒரு இளைஞனுக்கோ பெண்ணுக்கோ மாநகராட்சி என்றால் என்ன என்ற வரலாறு எதுவுமே தெரியாது போய் விட்ட காலகட்டம்.

1996ம் ஆண்டு ஏப்ரல் மாதம் தமிழகத்திற்கு ஓர் விடிவுகாலம் ஏற்பட்டது. அதுதான் திராவிட முன்னேற்றக் கழகத்தலைவர் முத்தமிழறிஞர் கலைஞர் அவர்கள் தலைமையில் ஏற்பட்ட கழக அரசு ஆகும்.

முத்தமிழறிஞர் கலைஞர் அவர்களின் நல்லாட்சியின் பயனாக சென்னை மாநகர மக்களின் நீண்டகால விருப்பத்தை நிறைவேற்றும் வண்ணம் 1996ம் வருடம் அக்டோபர் மாதம் 12ம் நாள் சென்னை மாநகராட்சி தேர்தல் நடைபெறும் என பிரகடனப்படுத்தப்பட்டது.

அந்நாள் தான் மு.க. ஸ்டாலின் சென்னை மாநகரின் வணக்கத்திற்குரிய மேயராகப் பொறுப்பேற்றுப் பல சாதனைகள் புரிந்து சரித்திரம் படைக்கப்

போகிற திருநாளாக அமைந்தது. சென்னை மாநகர மக்கள் நேரிடையாக வாக்களித்து மேயரைத் தேர்ந்தெடுக்கும் முறையை சட்ட ரீதியாக ஏற்படுத்தி மாநகராட்சி சரித்திரத்தில் மிகப்பெரிய திருப்புமுனையினை ஏற்படுத்தினார்கள்.

சென்னை நகர மக்கள் 155 வார்டு உறுப்பினர்களைத் தேர்ந்தெடுக்கவும், மேயரைத் தேர்ந்தெடுக்கவும் ஆகிய உரிமையை நீண்ட காலத்திற்குப் பின் பெற்றார்கள். மாமன்ற உறுப்பினர்களின் பதவிக்காலமும் மேயரின் பதவிக்காலமும் ஐந்து ஆண்டுகள் என விதிமுறை வகுக்கப்பட்டது.

சென்னை மாநகராட்சித் தேர்தல் 1996ம் ஆண்டு அக்டோபர் மாதம் 12ம் நாள் என அறிவிப்பு வெளியிடப்பட்டு ஏறத்தாழ 10 நாட்கள் பிரச்சாரம் நடைபெற்றது.

புதிய மாநகராட்சி மன்ற உறுப்பினர்களையும் வணக்கத்திற்குரிய மேயரையும் நேரடியாக தேர்ந்தெடுக்கப்போகிறோம் என்ற ஆவல் கலந்த பரபரப்பான சூழ்நிலை மக்கள் மத்தியிலே காணப்பட்டது.

14.10.1996ம் நாளன்று வாக்குகள் எண்ணப்பட்டு தேர்தல் முடிவுகள் அறிவிக்கப்பட்டன.

மு.க. ஸ்டாலின் அவர்கள் 508946 வாக்குகள் பெற்று தனக்கு அடுத்தப்படியாக எதிர்த்துப் போட்டியிட்டவரை விட 272918 வாக்குகள் வித்தியாசத்தில் வாகை சூடி திராவிட முன்னேற்றக் கழகத்தின் சார்பாக பெரும்பான்மை எண்ணிக்கையில் வெற்றி பெற்று 92 உறுப்பினர்களுடன் 25.10. 1996ம் நாள் சென்னை மாநகராட்சியின் நிர்வாக பொறுப்பை ஏற்றார்கள்.

ரிப்பன் மாளிகையே புதுப்பொலிவு பெற்று வணக்கத்துக்குரிய மேயரை வரவேற்க சிவப்புக்கம்பளம் விரித்து விழாக்கோலம் பூண்டது.

மக்களால் தேர்ந்தெடுக்கப்பட்ட முதல் மேயர் என்ற சிறப்பைப் பெற்ற மு.க. ஸ்டாலின் அவர்கள் தமிழின மக்களின் ஒப்பற்ற தலைவர் முத்தமிழறிஞர் கலைஞர் - திருமதி தயாளு அம்மையாரின் திருப்புதல்வர் என்பது நாடு அறிந்த ஒன்றாகும். ஆனால் அந்தப் பெருமையில் மட்டுமே அவரது வளர்ச்சி அமைந்துவிடவில்லை. மாணவப்பருவம் முதற் கொண்டே பொதுத்தொண்டில் அரசியலில் அவர்காட்டிய ஆர்வம் ஈடுபாடு,

மக்களுக்காக மேற்கொண்ட பல்வேறு போராட்டங்களில் அவரது பங்களிப்பு, எல்லாவற்றுக்கும் மேலாக இந்திய நாட்டின் அடக்குமுறைச் சட்டத்தினால் ஓராண்டுகாலச் சிறைவாசம், சித்திரவதைகள் ஆகியவற்றினால் ஏற்பட்ட தியாக முத்திரைகள் என இவை மூலம் தான் இன்று மக்கள் மனத்தில் நிலையான ஒரு இடத்தையும் பெற்று, இலட்சக்கணக்கான இளைஞர்களிடையே எழுச்சி மிக்க ஒரு தலைவராகவும் விளங்கிக்கொண்டிருக்கிறார்!

1996ம் ஆண்டு அக்டோபர் மாதம் 25ம் நாள் வணக்கத்திகுரிய மேயரும் மாமன்ற உறுப்பினர்களும் பதவியேற்ற நிகழ்ச்சியின் போது தமிழ் சமுதாயத்தின் தலைவர் தமிழக முதல்வராக இருந்த முத்தமிழறிஞர்.

இதுவரை மாநகராட்சி மன்ற உறுப்பினர்கள் வாக்களித்துத்தான் மேயர்கள் தேர்ந்தெடுக்கப்பட்டிருக்கிறார்கள். இப்போது தான் முதன் முறையாக மக்களே நேரடியாக வாக்களித்து நான் மேயராக பொறுப் பேற்பதில் பூரிப்படைகிறேன்.

பேரறிஞர் அண்ணா அவர்களே மாநகராட்சி உறுப்பினராகப் போட்டியிட்டதும் திமுக கழகம் முதன் முதலாக ஆட்சிப்பொறுப்பேற்ற இடம் சென்னை மாநகராட்சிதான் என்பதும் வரலாற்றுச் சிறப்புக்குரிய தாகும்.

சுமார் 50 லட்சம் மக்கள்தொகையை கொண்ட சென்னை மாநகர மக்களின் அடிப்படை வசதிகளைச் செய்ய வேண்டியது மாநகராட்சியின் கடமையாகும்.

பொதுமக்களின் வசதிகளைப் பெரியஅளவில் திட்டமிடுவதற்கு மாநகராட்சியின் நிதி வசதியைப் பெருக்குவது தவிர்க்க முடியாதது.

நிதியாதாரத்தைப் பெருக்க வரிகளை உயர்த்துவது மட்டுமல்ல, உயர்த்தப்பட்டிருக்கின்ற வரிகள் முழுமையாக வசூலிக்கப்பட்டு முறையாக செலவிடப்படுகிறதா? இழப்புகள் இன்றி ஒதுக்கப்பட்ட தொகை ஒழுங்காக மேம்பாட்டின் திட்டங்களுக்குப் போய்ச் சேர்ந்திருக்கிறதா! என்பதைக் கண்காணிப்பதன் மூலமாகவும் நிதி ஆதாரத்தைப் பெருக்கலாம்.

மாநகராட்சியிலேயே வலிமையான எதிர்க்கட்சி இல்லையென்றாலும் கூட நடுநிலை ஏடுகள், எங்கள் பணிகள் எந்த வகையில் அமைய வேண்டும்

என்று அவ்வப்போது தெரிவிக்கின்ற ஆலோசனைகளை ஏற்று நடப்போம்.

நானும் என்னுடன் தேர்ந்தெடுக்கப்பட்டுள்ள மாநகராட்சி மன்ற உறுப்பினர்களும், மக்களுக்கு தொடர்ந்து பணியாற்ற கடமைப்பட்டு இருக்கிறோம்.

சென்னையைச் சிங்காரச் சென்னையாக மாற்றுவோம் என்று ஏற்கனவே மக்களுக்கு வாக்குறுதி அளித்துள்ளோம். எந்த ஒரு திட்டத்தையும் செவ்வனே செயல்படுத்த பொது மக்களின் ஈடுபாடும் ஒத்துழைப்பும் நிரம்பத்தேவை. மாநகராட்சி தீட்டுகின்ற திட்டங்களுக்கு மக்களின் ஆதரவு மிக மிக அவசியம் என்கிற வேண்டுகோளையும் வைக்கின்றேன்.

அதே போன்று சேவை நிறுவனங்கள் குடியிருப்போர் நலச்சங்கங்கள், நகர முன்னேற்றத்தில் நாட்டம் கொண்ட வணிக நிறுவனங்கள் மற்றும் பொது அமைப்புகள் ஆகிய அனைத்து தரப்பு மக்களின் ஆதரவையும் ஆலோசனைகளையும் வழங்க வேண்டுகிறேன்.

இதே மாநகராட்சி மன்றத்தில் தவறு பெற்றது என்று தெரிந்தவுடன், எந்தக் கட்சி ஆளும் பொறுப்பிலே இருக்கின்றது என்பதைப் பற்றிக் கவலைப்படாமல், கட்சிப் பாகுபாடுஇன்றி மாநகராட்சி மன்றத்தையே கலைத்து நடவடிக்கை எடுத்தவர்தான் இப்போதும் தமிழகத்திலே ஆட்சி பொறுப்பிலே இருக்கிறார் என்பதை நாங்கள் நன்கு அறிவோம்.

தவறு நடைபெறுமேயானால் தன் மகன்தானே மேயர் என்று கூடப் பார்க்காமல் நடவடிக்கை எடுக்கக் கூடியவர்தான் என் தந்தை என்பதையும் நான் நன்கு அறிவேன். காரணம் அவர் திருவாரூரைச் சேர்ந்தவர் கன்றின் மேல் தேரையோட்டிக் கொன்றவன் தன் மகன்தான் என்பது தெரிந்தும் மகனையே தேர்க்காலில் இட்டுக் கொன்ற மனுநீதிச் சோழன் ஆண்டதும் திருவாரூர்தான்.

சென்னை மாநகரத் தந்தை என்று சொல்வதைவிட இந்த மாநகரத்தின் முதல் சேவகனாக இருப்பதையே விரும்புகிறேன். சென்னை மாநகரின் முதல் குடிமகன் என்பதை விட மாநகர மக்களின் முதல் ஊழியனாகப் பணியாற்றுவதிலே பெருமைப்படுகிறேன். வணக்கத்திற்குரிய மேயர் என்று அழைக்கப்படுதவற்குப் பதிலாக அனைவரையும் வணங்கக் கூடியவன்

என்ற வகையிலே எனது செயல்பாடுகள் அமையும் என்று உறுதி கூறுகிறேன்.

இந்த மாநகராட்சி மேயராகத் தேர்ந்தெடுக்கப்பட்டுள்ள நான் எனக்கு வாக்களித்த மக்களுக்காக மட்டுமல்லாமல் எனக்கு வாக்களிக்காத மக்களுக்காவும் உழைத்து அவர்களின் மதிப்பையும் பெறக்கூடிய அளவிற்குப் பாடுபடுவேன்.

என்னைத் தேர்ந்தெடுத்த மக்கள் தாங்கள் தவறு செய்து விட்டோம் என்று வருந்தாத அளவிற்கும், வாக்களிக்காத மக்கள் அவனுக்கு வாக்களிக்கத் தவறிவிட்டோமே என்று நினைக்கக்கூடிய அளவிற்கும் என்னுடைய பணிகள் அமையும் என்று கூறி இந்த அரிய வாய்ப்பினை வழங்கிய அனைத்து தரப்பு மக்களுக்கும் நன்றிகூறி விடைபெறுகிறேன்.

சென்னை மாநகர மக்கள் எவ்வளவு தெளிவுடன் இருக்கிறார்கள் என்பதற்கும் ஸ்டாலினுடைய உரையே உதாரணமாக அமைந்தது.

சென்னை நகர மக்களுக்காக பணியாற்ற வேண்டிய பயணம் அன்று முதல் தொடங்கியது.

மு.க. ஸ்டாலின் அவர்கள் மேயராகப் பொறுப்பேற்ற நாளிலிருந்து மூன்றுமாத காலம் வரை ஒரு பெரும் சவாலைச் சந்திக்க நேர்ந்தது. அம்மாதங்களில் ஏற்பட்ட மழை, வெள்ளம் சென்னை நகர மக்களை மிகுந்த பாதிப்புக்குள்ளாக்கியது.

பெரும் இன்னலுக்கும் துன்பத்திற்கும் ஆளான தாழ்வான ஒவ்வொரு பகுதிக்கும் மேயர் அவர்கள் நேரிடையாகச் சென்று பார்வையிட்டார்கள். பாதிக்கப்பட்ட மக்களுக்கு ஆறுதல் கூறினார்கள்.

தங்கு தடையின்றி உறைவிடமும் உணவும் கிடைக்க, வெள்ள நிவாரண உணவு மையங்களின் செயல்பாடு முழுவீச்சில் முடுக்கி விடப்பட்டது. இடம் இன்றித் தவித்த மக்கள் தங்குவதற்கு இவரது உத்தரவை ஏற்று பள்ளிக் கட்டிடங்கள் அடைக்கலம் தந்தன.

இத்தகைய போர்க்கால நடவடிக்கைகளைப் பத்திரிகைகளும் பொது மக்களும் பாராட்டியதை எவரும் மறந்திருக்க முடியாது.

மு.க. ஸ்டாலின் மேயராகப் பொறுப்பேற்றவுடன் நகரின் தூய்மைக்கும்

சுகாதாரத்திற்கும் அடிப்படையான துப்புரவுப் பணிகள் தான் என்பதை நன்கு கவனித்து மேலை நாடுகள் போன்று நவீன யுத்திகளைக் கையாளும் நடவடிக்கைகளில் முனைப்புக்காட்டினார்.

உலகநாடுகள் பலவற்றிலும் துப்புரவுப் பணியினை மேற்கொண்டு வரும் பிரான்சு நாட்டினை சார்ந்த சிக்கல் பூரில் அமைந்துள்ள ஓனிக் என்ற நிறுவனத்திற்கு ஒப்பந்தம் அளிக்கப்பட்டது.

இந்தியாவிலேயே முதன் முறையாக நவீனமுறையில் பிரத்தியேகமான வாகனங்கள், இயந்திரங்கள் பயன்படுத்தி குப்பைகள் அகற்றும் பணி மேற்கொண்டிருப்பது சென்னை மாநகராட்சியில் தான் என்கிற பாராட்டு முத்திரை குத்தப்பட்டது.

துப்புரவுப் பணியாளர் நலன் கருதி பாலிஸ்டர் சீருடை, மாதந்தோறும் தேநீர்ப்படி, சுழற்சிமுறையில் வார விடுமுறை, தொழிலாளர் தினமான மே தினத்தன்று பணிபுரிபவர்களுக்கு ஈடு செய்யும் விடுப்பு, 'மேயர் மருத்துவ நலத்திட்டம்' என்ற பெயரில் துப்புரவுத் தொழிலாளர்களுக்கு இலவச கண் மற்றும் உடல் பரிசோதனைத் திட்டம் அமல்படுத்தப்பட்டது.

மு.க. ஸ்டாலின் சென்னை மேயராக பொறுப்பேற்ற காலத்தில் சென்னை மாநகராட்சி பெற்ற சாதனைப் பட்டியல் மிக நீளமானது மேயர் பெற்ற விருதுகளும் பட்டங்களும் சாதனைப் பட்டியலை விட நீளமானது.

1997ம் ஆண்டு ஜூலை மாதம் இறுதியில் நியூயார்க் நகரில் உலக ஐக்கிய நாடுகளின் வளர்ச்சித் திட்ட மேயர்கள் மாநாட்டில் இந்திய நாட்டின் சார்பாக கலந்துகொள்ள வேண்டுமென அந்த அமைப்பு மையத்தின் அழைப்பின் பேரில் அமெரிக்காவுக்கும் ஆகஸ்டு மாதம் முதல் வாரத்தில் உலக சமாதான மேயர் மாநாட்டின் அழைப்பின் பேரில் ஜப்பானுக்கும் திரு.மு.க. ஸ்டாலின்அவர்கள் சென்னை மாநகர மேயராக சென்று வந்த நிகழ்வுகள் இந்திய அளவிலும் உலக அளவிலும் மேலும் அவருக்கு புகழை ஈட்டித் தந்தது.

மேயர்கள் மாநாட்டுக்குச் சென்று திரும்பிய பின் தமது வெளிநாட்டுப் பயணம் குறித்துப் படைத்த 'பயணச் சிறகுகள்' என்ற நூலில் தனது தாயகத்தைப் பற்றி சென்னை மாநகரைப் பற்றி அவர் கொண்டிருந்த எண்ணங்களையும் பறந்த மனோபாவத்தையும் சிறகடித்துப் பறக்க விட்டிருப்பதை மு.க.ஸ்டாலினுடைய எழுத்து வரிகளிலேயே பார்ப்போம்.

நான் வெளிநாடுகளில் பார்க்கின்ற தெரிந்து கொள்கின்ற ஒவ்வொரு நவீன செயல்பாடுகளையும் சென்னை மாநகருக்கு பயனளிக்குமாறு கொண்டு வந்து சேர்க்கின்ற பெரும் பொறுப்பு எனக்கு இருப்பதை, பயணம் மேற்கொள்ளும் முன்பாகவே நான் உணர்ந்திருந்தேன்.

"மேலை நாடுகளிலே நான் கண்ட வளங்களையெல்லாம் என் தாயகத்தில் காண வேண்டும் என்ற பேரவாவோடு திரும்பியுள்ளேன். அங்கேயுள்ள பெரிய பாலங்களைக் காணும் போது சென்னை மாநகரத்திலே என் எளிய முயற்சியால் கண்டுள்ள பெரிய பாலங்களோடு ஒப்பிட்டுக்கொண்டேன்.

அங்கே பளபளப்பான சாலைகளைக் கண்ட போது சென்னை மாநகரிலே அதுபோன்ற சாலைகளைக் காண எத்தனை கோடி தேவைப்படும்? அவைகளைப் பெறுவது எப்படி? நம்மால் முடிந்ததைச் செய்து மக்கள் மகிழ்ச்சியோடு அதனைப் பயன்படுத்திக்கொள்ளும் வாய்ப்பினை உருவாக்க நாம் மேலும் பணியாற்ற மக்களுக்காக உழைக்க இந்தப் பயணம் பெரிதும் பயன்பட்டது..."

மு.க. ஸ்டாலின் அவர்களின் உள்மனதில் தோன்றி நிற்கும் இத்தகைய உன்னதமான உணர்வுகளை, எண்ணங்களைத் தனது நூலில் உலவவிட்டிருப்பதைப் பாராட்டிச் சான்றோர் பெருமக்களிடமிருந்து பாராட்டுகள் குவிந்தன.

கவியரசர் வைரமுத்து கூறும்போது... ".... ஒரு தனிமனிதனின் பயணத்தால் அவன் மட்டுமே பயன்பெறுகிறான். ஆனால் தலைமைப் பண்பு கொண்ட ஒருவனின் பயணத்தால் ஒரு சமுதாயமே பயன்பெறுகிறது.

சென்னை மாநகரத்தின் வணக்கத்திற்குரிய மேயர் என் அருமைச் சகோதரர் திரு.மு.க. ஸ்டாலின் அவர்கள் தம் வெளிநாட்டுப் பயணம் குறித்துப் படைத்திருக்கின்ற இந்தப் பயணச் சிறகுகள் என்ற நூல், அவரது பரந்த பார்வைக்கும் உயர்ந்த லட்சியத்திற்கும் கட்டியங் கூறும் பட்டயம் என்பேன்.

பள்ளியறை ஆள வேண்டிய வயதில் சிறையறை ஆண்டதாலும், கனவுகளை எண்ண வேண்டிய வயதில் காயங்களை எண்ணியதாலும், துணிவு-பணிவு-கனிவு கொண்ட ஆற்றல் மலராகக் காலம் அவரைக்

கனிய வைத்திருக்கிறது. வெளிநாட்டுப் பயணங்கள், தாய் மண்ணை மேம்படுத்த வேண்டும் என்ற சபதத்தை அவருக்குள் விதைத்திருக்கின்றன. அவர் கட்சியும் வெற்றி பெற வாழ்த்துகிறேன் என்று பாராட்டினார்.

உலகளாவிய இத்தத்துவத்தின் அடிப்படையில் உள்ளாட்சி மன்ற அதிகாரங்கள் குறித்து அனைத்துலக கருத்தரங்கம் 2002ம் ஆண்டு மே திங்கள் 6,7 ஆகிய இருநாட்கள் பிரேசில் நாட்டுத் 'தலைநகர்' ரியோடி ஜெனீரோவில் நடைபெற்றது.

இக்கருத்தரங்க மாநாட்டில் அமெரிக்கா, ஸ்பெயின், இந்தியா, நைஜீரியா ஆகிய நாடுகளைச் சார்ந்த மாநகராட்சி மேயர்கள் நிர்வாகச் செயலாளர்கள் மாநகராட்சி மன்றக் கூட்டமைப்புகளின் தலைவர்கள் கலந்து கொண்டனர்.

ஆசியாவில் இருந்து ஒரே பிரதிநிதியாக சென்னை மாநகர மேயர் திரு.மு.க. ஸ்டாலின் அவர்களை இந்திய அரசு தேர்ந்தெடுத்து மாநாட்டிற்கு அனுப்பி வைத்த நிகழ்வில் மு.க. ஸ்டாலின் நிகழ்த்திய பேருரைச் சிறப்பு சென்னை மாநகராட்சி சரித்திரத்தில் மேலும் ஒரு புகழ்மாலை ஆகிவிட்டது.

30.4.20011 தேதியிட்ட இந்தியாடுடே இதழ் மு.க.ஸ்டாலினைப் பாராட்டி கட்டுரை வெளியிட்டது.

"தியாகி . . . மேயர் ... முதலமைச்சர்? மிசா காலத்தில் ஓராண்டுக் காலம் சிறைவாசம் அனுபவித்து பல சித்தரவதைகளுக்கு ஆளான தன் மூலம் தியாகி என்ற நிலையை அடைந்த திரு.மு.க. ஸ்டாலின் 1989ல் நடைபெற்ற சட்டமன்றத் தேர்தலில் வெற்றி பெற்றார்.

கழகத்தினர் அவரைத் தளபதி என்று அழைக்கத் தொடங்கினர். பின் 1996ல் நடைபெற்ற சென்னை மாநகராட்சியின் மேயர்.

தேர்தலில் 4.37 லட்சம் மக்களால் மேயராகத் தேர்ந்தெடுக்கப்பட்டார். ஐந்தாண்டுக் காலம் மேயராக இருந்த போது அவரது சிங்காரச் சென்னை முயற்சி பல்வேறு திட்டங்கள் மூலமாகவும் புதிய வடிவம் பெற்று இந்திய அளவில் தலை சிறந்த மேயர் என்னும் விருதைப் பெற்றுத் தந்தது.

மேலும். திரு.மு.க. ஸ்டாலின் அவர்களின் செயல் திறனையும், திமுக வட்டாரத்தின் கருத்துக்களையும் எண்ணிப்பார்க்கும் போது அவர்தான்

திமுகவில் அடுத்து வழிநடத்தும் தலைமைக்கு முடிவானதாகத் தெரிகிறது.

'தி இந்தியா டுடே' பத்திரிகையில் வந்துள்ள இத்தகவல்கள் உண்மை நிலையை உள்ளது உள்ளவாறு காண்பிக்கும் கண்ணாடி போன்று பலரின் கவனத்தை ஈர்த்தது.

2001ம் ஆண்டு மே மாதம் தமிழகத்தில் ஓர் ஆட்சி மாற்றம் ஏற்பட்டது. அதன் தாக்கம் நீண்ட காலத்திற்குப் பிறகு தமிழகத்தில் ஜனநாயகக் காற்றை சுவாசித்துக் கொண்டிருந்த உள்ளாட்சி அமைப்புகளுக்கு எதிர்மறை விளைவுகளை ஏற்படுத்தியது.

மக்கள் பிரதிநிதித்துவம் - ஜனநாயக மரபுகள் - உரிமைகள் கோரிக்கைகள் யாவும் வெற்றுக் கூச்சலாக்கி இலை உதிர அமைத்தன. ஜனநாயகம் மெல்ல மெல்ல அஸ்தமனத்தை நோக்கி நகர ஆரம்பித்தது.

நிகழ்ந்துவிட்ட ஆட்சி மாற்றத்தின் கொடும்வாளுக்கு சென்னை மாநகராட்சி தான் முதல் களப்பலியாக மஞ்சள் குளிப்பாட்டி மாலை யிடப்பட்டது.

அரசை ஆள்வதற்கு மெஜாரிட்டியோடு அதிமுக! சென்னை மாநகராட்சி நிர்வாகத்தில் மேயர் தலைமையில் மெஜாரிட்டியுடன் திமுக இப்படி ஐந்துமாத காலம் ஒரு அசாதரணமான சூழல் நிலவியது.

திரு.மு.க. ஸ்டாலின் மேயராகத் தேர்ந்தெடுக்கப்பட்டு ஐந்தாண்டு காலத்தில் சென்னை நகரில் செயல்படுத்திய பல்வேறு மக்கள் நலப் பணிகளெல்லாம் ஒரு சிலர் கண்களுக்கு உறுத்தலாகப்பட்டது.

ஊரே மெச்சிப் பாராட்டுவதை இனித் தொடர்ந்து அனுமதிக்கக் கூடாது என "கங்கணம்" கட்டி விடப்பட்ட ஒரு பூசாரி மாநகராட்சியின் புதிய ஆணையராகப் பணி நியமனம் செய்யப்பட்டார்.

மேயர் பதவியிலிருந்து திரு. மு.க. ஸ்டாலின் அவர்களை அகற்றுவதற்கு அவரிடம் அளிக்கப்பட்ட பல்வேறு அஸ்திரங்களை ஒவ்வொன்றாகப் பிரயோகிக்க ஆரம்பித்தார்.

மாநகராட்சியின் பெரிய அதிகாரிகள் அதிரடியாகப் பணி மாற்றம் செய்யப்பட்டனர். மேயரின் உத்தரவுக்கு கீழ்ப்படியாதிருக்க அறிவுறுத்தப் பட்ட அதிகாரிகள் அந்தப் பதவிகளில் அமர்த்தப்பட்டனர்.

ஆணையராகப் பொறுப்பேற்ற சில நாட்களுக்குள்ளாகவே மேலிடத்து உத்தரவுப்படி மாநகராட்சியைக் கலைக்க பரிந்துரை செய்து, மேயருக்கே தெரியாமல் அந்தப் பரிந்துரை அரசுக்கு அனுப்பப்பட்டது. அரசுக்கு அனுப்பப்படும் எத்தகைய கடிதமும் மேயர் பார்வைக்கு வைத்து அவர் மூலமாகத்தான் அனுப்பிட வேண்டும் என்று இருக்கிற சட்டவிதியே அதில் மீறப்பட்டது.

ஆணையர் 29.6.2001 தேதியிட்ட தனது கடிதத்தில் மாநகராட்சியைக் கலைக்கக் கோரும் பரிந்துரையை அரசுக்கு அனுப்பி வைத்து, 29.6.2001 தேதியிட்ட அதே நாளில் அரசுக்கடிதம், சட்டப்பிரிவு 44ஏ யைச் சுட்டிக்காட்டி அதில் வலுவில்லாத காரணங்களை வலியத் தேடிப்பிடித்து மாநகராட்சியை ஏன் கலைக்கக்கூடாது என மேயரிடம் தன்னிலை விளக்கம் கோரும் கடிதமும் அனுப்பப்பட்டது.

கடைசிக் கட்டமாக மு.க. ஸ்டாலின் அவர்களைக் குறிவைத்து அவர் வகித்து வந்த மேயர் பதவியிலிருந்தும் அகற்றுவதற்கு இறுதி அஸ்திரமாக பிரயோகிக்கப்பட்டது தான் 'ஒருவருக்கு ஒரு பதவி' எனும் புதிய சட்டமாகும்.

சென்னை மாநகர முனிசிபல் கார்ப்பரேஷன் சட்டம் (1919)ல் 52A புதிய சட்டப் பிரிவாக கொண்டு வரப்பட்டு, இச்சட்டத்தின்படி சட்டமன்ற உறுப்பினராகவோ, பாராளுமன்ற உறுப்பினராகவே பதவியிலிருக்கும் ஒருவர் மற்றும் ஒரு பதவியான உள்ளாட்சி அமைப்புகளில் அதாவது, மாநகராட்சி நகரப்பஞ்சாயத்து போன்றவற்றில் மேயராகவோ, துணை மேயராகவோ, தலைவராகவோ, உறுப்பினராகவோ இருந்தால் அவர் வகுத்துவரும் இருபதவிகளில் ஒரு பதவியைத் துறந்துவிட வேண்டும்.

இல்லையெனில் இயற்றப்பட்ட சட்ட விவரம் குறித்து வெளியிடப் பட்ட அரசு இதழ் 4.6.2002 தேதியிலிருந்து பதினைந்து தினங்களுக்குள் அவர் வகிக்கும் இரு பதவிகளில் ஒருபதவி தானாகவே காலாவதியாகி விடும் என்பதுதான் இப்புதிய சட்டப்பிரிவின் சாராம்சமாகும்.

பதினான்கு சட்டமன்ற தொகுதிகளும் மூன்று பாராளுமன்ற தொகுதிகளும் உள்ளடங்கிய சுமார் 50 லட்சம் மக்கள்தொகை கொண்ட சென்னை மாநகரின் மக்களால் நேரடியாகத் தேர்ந்தெடுக்கப்பட்ட

பிரதிநிதியாக இருப்பவர் மேயர். இப்புதிய சட்டத்தின் மூலம் இம்மாபெரும் மக்கள் பிரதிநிதித்துவ ஜனநாயகம் தடுக்கப்படுவதைக் குறித்து பொதுநல வழக்காக ஒரு சிலர் நீதிமன்றங்களையும் நாடினர்.

வழக்குகளின் முடிவுகள் பல்வேறு வகைளில் ஆராயப்பட்டு அறிவிக்கப்பட்டாலும் திரு.மு.க. ஸ்டாலின்அவர்கள் அதனை ஏற்றுக் கொண்டு 18.6.2002ல் மேயர் பதவியிலிருந்து விலகினார்கள்.

ஆம் இப்பதவி விலகளுக்காகவே எதிர்பார்த்து காத்திருந்தோரின் வெறிபிடித்த பசிக்கு விலை உயர்ந்த தீனி இறுதியாகக் கிடைத்துவிட்டது.

மக்களால் தேர்ந்தெடுக்கப்பட்டட மேயரின் அதிகாரங்களும் பதவியும் இடையில் இப்படி பறிக்கப்படுவது எவ்விதத்திலும் நியாயமில்லை என பத்திரிகைகளும் ஆன்றோர் பெருமக்களும் தங்களது நடுநிலையான எண்ணங்களை அவ்வப்போது வெளிப்படுத்தினார்கள்.

முதலில் மாநகராட்சி கலைப்பு முயற்சி - அதனைத் தொடர்ந்து மேயருக்கு அதிகாரிகள் ஒத்துழைப்பு அளிக்காத நிலைப்பெற்ற புகாருக்கு களங்கம் கற்பிக்க வழக்கு - கைது போன்ற நடவடிக்கைகள். மேயர் தேர்தலில் மீண்டும் வெற்றி பெறக்கூடாது எனும் சூழ்ச்சி - மரபை மீறி நடைபெற்ற காரியங்கள் - மேயரின் அதிகாரங்களும் உரிமைகளும் பறித்த நடவடிக்கை - இறுதியாக மேயரைப் பதவியிலிருந்து விலகச் செய்த நடவடிக்கை ஆக இப்படி அடுக்கடுக்கான சோதனைகளையும், தொல்லைகளையும் ஆட்சியாளிகள் ஏற்படுத்திக் கொண்டிருந்த நேரங்களில் திரு.மு.க. ஸ்டாலின் அவர்களின் முகத்தில் எவ்விதமான சலனமோ, சஞ்சலத்திற்கான சிறிய அறிகுறியோ இல்லாமல் இயல்பாகவே காணப்பட்ட தன்மை. அருகிலிருந்து கவனித்தவர்களை ஆச்சர்யப்பட வைத்தது.

ஸ்டாலின் எதிர்கொண்டு தாங்கிக் கொண்ட சோதனைகள் அத்தனையும் அவரது நெஞ்சுரத்திற்கு, எதிர்கால பொது வாழ்விற்கு அமைந்த வலுவான அடித்தளமாக மட்டுமல்லாமல், எதையும் தாங்கும் இதயம் வேண்டும் என்றுகூறி அண்ணாவின் சித்தாந்த வழியில் நடைபயில்கிறார் ஸ்டாலின் என்பதற்கு உதாரணமாகவே பார்க்கலாம்!

கலைஞர் அறிமுகப்படுத்திய சட்டங்களும் திட்டங்களும்

காலம் கடந்தும் அனைவரின் வாழ்விலும் நீங்காத இடம் பெற்றிருக்கும் கலைஞர் கருணாநிதி தமிழர்களுக்கும் தமிழுக்கும் அளித்த பெருங்கொடைகள் ஏராளம்.

மு.கருணாநிதி அறிமுகப்படுத்திய திட்டங்கள் காலத்தை வென்று நிற்பதற்கு அவர் தீட்டிய திட்டங்களின் சிறப்பே சாட்சியாகும்.

கலைஞர் அறிமுகப்படுத்திய திட்டங்கள்

தமிழ்நாடு குடிசை மாற்று வாரியம் மற்றும் தமிழ்நாடு குடிநீர் வடிகால் வாரியம் உருவாக்கப்பட்டது.

கை ரிக்ஷாவின் பயன்பாடு ஒழிக்கப் பட்டு சைக்கிள் ரிக்ஷா அளிக்கப்பட்டது. ஒரு மனிதனை மற்றொரு மனிதன் ரிக்ஷாவில் வைத்து தள்ளிச் செல்லும் முறையை ஒழித்தார்.

சின்னஞ்சிறு கிராமங்களுக்கும் கூட சாலை வசதிகள் உருவாக்கப்பட்டது. தனியார் வசம் சிக்கியிருந்த போக்குவரத்துத் துறை அரசுடைமை ஆக்கப்பட்டது.

சிப்காட் தொழில் வளாகங்கள் உருவாக்கப்பட்டது.

சிட்கோ தொழில் வளாகங்கள் கொண்டு வரப்பட்டது.

மாநிலத்தின் பல்வேறு இடங்களில் தொழில் நுட்ப பூங்காக்கள் உருவாக்கப்பட்டது.

சேலத்தில் உருக்காலை கொண்டுவரப்பட்டது.

தமிழக கிராமங்கள் அனைத்திற்கும் மின்சார வசதி உருவாக்கப் பட்டது.

14600 கோடி ரூபாய் மதிப்பிலான சென்னை மெட்ரோ திட்டம் கலைஞர் கருணாநிதியால் கொண்டு வரப்பட்டதாகும்.

108 ஆம்புலன் சேவைகள் அறிமுகப்படுத்தப்பட்டது.

அரசு ஊழியர் குடும்ப நலத்திட்டம் உருவாக்கப்பட்டது.

தமிழக காவல் துறையினருக்கு ஆணையம் அமைக்கப்பட்டது.

மே 1ம் தேதி ஊதியத்துடன் கூடிய அரசு விடுமுறை அறிவிக்கப் பட்டது.

விவசாயிகளுக்கு இலவச மின்சாரம் உருவாக்கப்பட்டது.

உழவர் சந்தைகள் அமைக்கப்பட்டு விளைபொருட்கள் இடைத் தரகர்கள் இல்லாமல் வாடிக்கையாளர்களுக்கு கிடைக்க ஏற்பாடு செய்யப் பட்டது.

விவசாயிகளுக்காக 7000 கோடி ரூபாய் கடனை தள்ளுபடி செய்து அறிவித்தது.

கிராமப்புற வளர்ச்சிக்கான நமக்கு நாமே திட்டம் உருவாக்கப்பட்டது.

கிராமப்புற மேம்பாட்டிற்கான அண்ணா மறுமலர்ச்சித் திட்டங்கள் அறிமுகப்படுத்தப்பட்டது.

திமுக கட்சியின் மூத்த பெண் தலைவர் மூவலூர் ராமாமிர்தம் அவர்களின் நினைவாக ஏழைப்பெண்களுக்கு திருமண உதவித்திட்டம்.

கைம்பெண்களின் மறுமணத்தை ஊக்குவிக்கும் விதமாக கைம்பெண் மறுமண உதவித்திட்டம் ஆகியவற்றை கொண்டு வந்தார்.

அரசு வேலை வாய்ப்புகளில் பெண்களுக்கு 30% இட ஒதுக்கீடு அளிக்கப்பட்டது.

சொத்தில் பெண்களுக்கு சம உரிமை சட்டம் நிறைவேற்றப்பட்டது.

33% பெண்களுக்கான இட ஒதுக்கீடு அளிக்கப்பட்டு மிகவும் வெற்றிகரமாக உள்ளாட்சித் தேர்தல்கள் நடத்தப்பட்டது.

கர்ப்பிணிப் பெண்களுக்கு மாதம் ஆயிரம் ரூபாய் நிதி உதவி அளிக்கப்பட்டது.

ஏழைப்பெண்களுக்கு இலவச எரிவாயு இணைப்புடன் கூடிய எரிவாயு அடுப்புகள் வழங்கப்பட்டது.

மனோன்மணியம் சுந்தரம் பிள்ளை அவர்களின் பாடலை தமிழ்தாய் வாழ்த்தாக அறிவித்து 1970களில் இருந்து அனைத்து பொது நிகழ்ச்சி களிலும் பாடப்பட்டது.

ஆளுநர்கள் இல்லாமல் குடியரசு தினம் மற்றும் சுதந்திர தினம் போன்ற நாட்களில் மாநில முதல்வர்கள் கொடியேற்ற வழிவகை செய்யப்பட்டது.

தமிழ் படித்தவர்களுக்கு அரசு வேலைகளில் முன்னுரிமை அளிக்கும் வகையில் 20% இட ஒதுக்கீடு வழங்கியவர் கருணாநிதி.

அனைத்து சாதியினரும் அர்ச்சகராகலாம் என்ற அறிவிப்பினை வெளியிட்டார் கலைஞர்..

பிற்பட்டவர்களுக்கு 31% தாழ்த்தப்பட்ட மக்களுக்கு 18 சதவீதம் இட ஒதுக்கீடு வழங்கப்பட்டது.

அனைத்து சமூகத்தினரும் சேர்ந்து வாழும் வகையில் சமத்துவபுரங்கள் தமிழகமெங்கும் உருவாக்கப்பட்டன.

இஸ்லாமிய சமூகத்தினருக்கு 3.5% இட ஒதுக்கீட்டினை அளித்தார்.

உருது பேசும் இஸ்லாமியர்களை பிற்படுத்தப்பட்டவர்கள் பட்டியலில் இணைத்தார்.

ஆதி திராவிட மக்களுக்கு இலவச வீடுகள் கட்டித்தரப்பட்டது.

கலப்புத் திருமணங்கள் பெருமளவில் ஊக்குவிக்கப்பட்டது. கலப்புத்திருமணம் செய்து கொள்பவர்களுக்கு ஊக்கத்தொகை தந்து கௌரவம் செய்தது திமுக அரசு.

பொறியாளர் பட்டப்படிப்பிற்கு நடைமுறையில் இருந்த நுழைவுத் தேர்வினை ரத்து செய்தது.

மாணவர்களுக்கு இலவச பஸ் பாஸ் வழங்கப்பட்டது.

மதிய சத்துணவில் இரண்டு முட்டை தந்து சிறப்பு ஆணை வெளியிடப்பட்டது.

நெல்லையில் மனோன்மணியம் பல்கலைக்கழகம் தொடங்கி சேலத்தில் பெரியார் பல்கலைக் கழகம் சென்னையில் எம்.ஜி.ஆர் மருத்துவப் பல்கலைக் கழகங்கள் கட்டப்பட்டது.

ஒகேனக்கல் கூட்டுக் குடிநீர் திட்டம் கொண்டுவரப்பட்டது.

தென்கிழக்கு ஆசியாவின் மிகப்பெரிய நூலகமான அண்ணா நூற்றாண்டு நினைவு நூலகத்தினை நிறுவியவர் கலைஞர் கருணாநிதி.

பிச்சைக்காரர்கள் மற்றும் தொழுநோயாளிகளுக்கான மறுவாழ்வு மையங்கள் கொண்டு வரப்பட்டது.

ஊனமுற்றோர் மறுவாழ்வுத் திட்டத்தினை கொண்டு வந்தார்.

மருத்துவக் காப்பீட்டுத்திட்டம் அல்லது கலைஞர் காப்பீட்டுத்திட்டம் கொண்டு வரப்பட்டது.

மக்களுக்கு இலவச கண் மருத்துவ முகாம்கள் நடத்தப்பட்டு பின்னர்

இலவச கண் கண்ணாடிகள் வழங்கப்பட்டது.

அரவாணிகள் என்று அழைக்கப்பட்ட மூன்றாம் பாலினத்தினவர்களை திருநங்கைகள் திருநம்பிகள் என்று பெயர்சூட்டி அவர்களுக்கான தனி நலவாரியம் அமைக்கப்பட்டது.

நாட்டுப்புறக் கலைஞர்களுக்கான நல வாரியத்தினையும் அமைத்துக் கொடுத்தது திமுக தலைமை.

மொழிப் போராட்டத்தில் பங்கேற்ற வீரர்களுக்கு ஓய்வூதியம் அளிக்கப்பட்டது.

சுதந்திரப் போராட்ட தியாகிகளுக்கான ஓய்வூதியத்தை உயர்த்தி அறிவித்தது.

ஏழை மக்களுக்கு இலவச வேஷ்டி சேலைகள் கலைஞர் ஆட்சியில் தான் வழங்கப்பட்டது.

நேரடி நெல் கொள்முதல் மையங்கள் அமைக்கப்பட்டது.

இஸ்லாமியர்களுக்கான உருது அகாடமி உருவாக்கப்பட்டது.

சென்னையில் போக்குவரத்து நெரிசலைக் கட்டுப்படுத்த 23 மேம்பாலங்கள் கட்டப்பட்டது.

ஒப்பந்த பணியாளர்கள் மற்றும் போக்குவரத்து துறை ஊழியர்களுக்கு ஓய்வூதியத் திட்டங்கள் அறிமுகப்படுத்தப்பட்டன.

420 பேரூராட்சிகள் உருவாக்கப்பட்டது.

ராமநாதபுரம் - பரமக்குடி கூட்டுக் குடிநீர் திட்டம் கொண்டுவரப்பட்டது.

மதுரையில் உயர்நீதிமன்ற கிளை நிறுவப்பட்டது.

ராஜராஜன் ஆயிரமாவது ஆண்டு விழா வெகுவிமர்சையாக கொண்டாடப்பட்டது.

சமூக அவமதிப்பும் சுயமரியாதை புரட்சியும்

இலவச வண்ண தொலைக்காட்சிப் பெட்டி வழங்கப்பட்டது.

கருணாநிதி அரசியலின் அடிநாதமே சுயமரியாதை தான் என்பதற்கான அடையாளங்கள் அவரது ஆரம்ப வாழ்க்கையிலிருந்தே பிரகாசிக்கத் தொடங்கிவிட்டன.

கருணாநிதியை அவருடைய தந்தை முத்துவேள் உள்ளூர் பள்ளிக் கூடத்தில் சேர்த்து 'வித்யா ரம்பம் நிகழ்ச்சியை விமர்சையாகக் கொண்டாடினார். இசையிலும் தன் மகன் சிறந்து விளங்க வேண்டுமென விரும்பினார்.

அந்த இசைப் பயிற்சிக் காலம் தான் கருணாநிதிக்கு சமூக இழிவுகள் எவை என்று அடையாடம் காட்டின.

சமூகத்தில் சாதி அடிப்படையில் வர்ணாசிரம அடுக்குகள் இருப்பதும் கருணாநிதிக்கு புரிந்தது. இசை வகுப்புகள் ஆலயங்களில் தான் நடக்கும் இடையில் துண்டு மட்டும் கட்டிக் கொள்ள வேண்டும். மேலுக்குதுண்டு அணியக்கூடாது என்று அவருக்கு அறிவுறுத்தப்பட்டது. தோளில் துண்டு போடக்கூடாது. காலுக்கு செருப்பு அணியக் கூடாது என்றும் கட்டுப்பாடுகள் விதிக்கப்பட்டன.

'இசை வகுப்புகள் தான் உண்மையில் எனக்கு அரசியல் வகுப்புகளாக இருந்தன. சாதிகளின் படிநிலைகளில் மேலே இருந்த சிலர், பெரும்பாலான மக்களைத் தாழ்ந்தவர்களாகவும், தங்களை உயர்ந்தவர்களாகவும் கருதிக் கொண்டு, குரூரமான மகிழ்ச்சியோடு மட்டம் தட்டுவதைப் பார்த்தேன். பெரும்பாலான மக்களை தாம் இழிவாக நடத்துகிறோம் என்ற உணர்வு கூட அவர்களுக்கு இல்லை' என்று கருணாநிதி நினைவு கூறியுள்ளார்.

கண்ணியத்துடன் நடத்தப்படாத இடத்தில் அவரால் தொடர்ந்து இசை படிக்க முடியவில்லை.

அங்கே கற்றுத்தரப்பட்ட பாடல்கள் முத்தியடைவது குறித்தும் இறுதியாகத் தெரிந்து கொள்ளவேண்டிய உண்மைகள் பற்றியும் தான் இருந்தன.

ஆனால் மக்களுடைய சமூக நிலையோ அவர்களுடைய சாதிவர்க்க அடிப்படையிலேயே தீர்மானிக்கப்படுவதாக இருந்தது.

யார் எங்கே அமர்வது என்ன விதமான பாடல்களைப் பாடுவது, எந்த இடத்தில் யார் பாடவேண்டும் என்பதெல்லாம் சாதி அடிப்படையிலேயே தீர்மானிக்கப்பட்டன.

"நான் பிறந்த இடத்தில் மேல்தட்டு மக்களில் நல்ல மனம் கொண்டவர்கள் இல்லாமல் இல்லை. ஆனால் அவர்களுடைய செயல்கள் சீழ்பிடித்த புண்ணுக்கு புனுகுதடவுவதைப் போலத்தான் இருந்தன.

சமூகப் புறக்கணிப்பு அவமதிப்பு என்றால் என்ன என்று அவர்களுக்கு தெரியாது. அவமதிப்புக்குள்ளானவர் தான் புரையோடிய இந்தப் புண்ணுக்கு அறுவை சிகிச்சை தான் தீர்வு என்று சிந்திக்க முடியும். திருக்குவளையில் பயின்ற அந்த மூன்று ஆண்டுகளில் இந்தச் சிந்தனைதான் எனக்கு ஏற்பட்டது என்று பதிவு செய்துள்ளார் கருணாநிதி.

மகனின் உணர்வுகளைப் புரிந்து கொண்ட முத்துவேள், இசையில் அவர் பெற்ற பயிற்சியை முடித்துக்கொள்ள சம்மதித்தார். அதற்கு ஈடுபடுத்தச் செல்லும் போது ஏராளமான கதைகளையும் பாடல்களையும் சொல்லிக் கொடுத்தார். அப்பாவிடமிருந்து கேட்டுக்கொண்ட புராண தொன்ம கதைகளே பின்னாளில் முழு நேர அரசியல்வாதியாக மாறும் போது கைக்கொடுத்தன.

பிராமணர் அல்லாதார் இயக்கத்தின் விரிவான பரப்பெல்லையை ஊன்றிப் பின்பற்றினால் தான் கருணாநிதியின் வாழ்க்கையையும் போராட்டங்களையும் சாதனைகளையும் அவருக்கிருந்த வரம்புகளையும் தோல்விகளையும் புரிந்து கொள்ள முடியும்.

பிராமணர் அல்லாதார் இயக்கம், பிராமணர்களின் கல்வி, செல்வம், அந்த து ஆகியவற்றைப் பார்த்து பொறாமையால் உருவானது அல்ல. மிகுந்த கவனத்தோடு உருவாக்கப்பட்ட அரசியல் இயக்கம்.

அண்ணா, இரா.நெடுஞ்செழியன், க.அன்பழகன், கே.ஏ. மதியழகன் போன்ற திமுகவின் முன்னணித் தலைவர்களைப் போல பல்கலைக்கழகத்தில் பயின்றவர் அல்ல கருணாநிதி. ஆனால், தான் பேச வேண்டிய பொருளையும் அதற்கான மொழியையும் நன்கு கையாண்டு புலமையைக் காட்ட வேண்டிய நிலையில் இருந்தவர்.

சுய மரியாதை என்ற உணர்வில் அவருக்கிருந்த உறுதி காரணமாகவே சொந்தமாக 'முரசொலி' பத்திரிகையை நடத்தினார்.

இதேபோல கருணாநிதியின் உயிர் மூச்சு போல அமைந்தது சமூக நீதி விவகாரம். சாதிஅடிப்படையிலான இட ஒதுக்கீட்டுடன் நின்றுவிடாமல் சமூக நீதிக்காக செய்ய வேண்டிய பணிகளை அவர்தொடர்ந்து வலியுறுத்தி வந்தார்.

மாநில உணர்வு என்பது மாநிலங்களுக்கு அதிக அதிகாரம் கோரும் உத்தி. அதைக் குறுகிய வாதம் என்று கருதுவது தவறு, நியாயமானதும் பறிக்க முடியாததுமான உரிமைகளைக் கேட்பது தனிநாடு கோரிக்கையோ, பிரிவினை கோரிக்கையோ அல்ல. மத்திய அரசுடன் பொருத்தக்கூடிய கூட்டாட்சி அமைப்பின் மையக்கருத்து தான் இந்த உரிமைகளும்

கோரிக்கைகளும் சுருக்கமாகச் சொன்னால் மாநிலத்தில் சுயாட்சி, மத்தியில் கூட்டாட்சி நிலவ வேண்டும் என்று தெளிவுபடுத்தியவர் கருணாநிதி.

கருணாநிதியுடைய சமூகநீதிக் கொள்கையின் ஒரு அம்சம்தான் தமிழகத்தின் அனைத்து வீடுகளுக்கும் மின் இணைப்பு, அனைத்துக் கிராமங்களுக்கும் சாலைகள் மற்றும் பேருந்துப் போக்குவரத்து வசதி என்ற திட்டங்களாகும்.

தமிழகத்தில் 1969லேயே கிராமப்புறங்களில் 100ரூ மின் இணைப்புகள் வழங்கத் தீவிரம் காட்டினார் கருணாநிதி. இந்த இலக்கை அடைந்ததில் தமிழகம் தான் முதலிடம் வகித்தது.

"நகர்ப்புற - கிராமப்புற வேறுபாட்டை சுட்டிக்காட்ட மின் இணைப்பு நல்ல உதாரணம். அனைத்து வகை ஏற்றத்தாழ்வுகளையும் போக்குவதில் எங்களுக்கிருக்கும் உறுதி காரணமாக அனைத்து கிராமங்களுக்கும் மின் இணைப்பு வழங்குவது எங்களுடைய முன்னுரிமைக் கடமையாக இருக்கிறது என்று குறிப்பிட்டார் கருணாநிதி.

அரசியல் சதுரங்கத்தின் ராஜதந்திரி

தேசிய அரசியல் சதுரங்கத்தில் தவிர்க்கவே முடியாதவராகத் திகழ்ந்த ராஜதந்திரி கருணாநிதி. வாய்ப்பு - உழைப்பு இரண்டுமே சேர்ந்துதான் அவருக்கு மேடை அமைத்துக் கொடுத்தன.

கருணாநிதி இதுநாள் வரைக் கட்டிக்காத்த திராவிட இயக்கத்தின் மூல உணர்வுகள் மீது எந்த மாசும் படியாமலும் கடல் கொள்ளையர்களால் அவை கைப்பற்றப்படாமலும் திராவிட இயக்கம் அதன் இளைய தலைமுறையால் கரை சேர்க்கப்பட வேண்டும். இயக்கத்தின் நிறுவனர்கள் விரும்பியபடி இந்தியக் கூட்டாட்சி என்ற துறைமுகத்தை அது சென்றடைய வேண்டும்.

பெரியாரிடமிருந்து அண்ணா சுவீகரித்துக் கொண்ட திராவிட இயக்கம் கொள்கைப்படி மத்திய அரசு என்பது மைய அரசுதானே தவிர உச்ச அரசு அல்ல. அண்ணாவின் கூட்டாட்சிக் கொள்கை என்பது ஒரு தேசிய கனவு.

அண்ணாவின் மரணம் திராவிட இயக்கத்தைத் தாண்டியும் ஒரு பேரிழப்பு என்றாலும் கருணாநிதியின் அரசியல் அண்ணாவின் அரசியலை அடியொற்றியதாக அமைந்தது.

ஏழைகளுக்கு ஆதரவான, விவசாயிகளுக்கு ஆதரவான, சாமானிய மக்களுக்கு ஆதரவான, சாதியத்துக்கும் மதவாதத்துக்கும் எதிரான கொள்கைகளின் வழியே ஆட்சியதிகாரத்தை அணுகுவது அந்த அரசியல்.

தமிழ் நாட்டில் திமுக, அதிமுக இரண்டும் மாறிமாறி ஆண்டு வருவதால் தொடர்ந்து ஆட்சி பீடத்திலேயே இருக்கிறது திராவிட இயக்கம்.

மாநிலக் கட்சிகள் இணைந்து ஒரு வலுவான தேசியக் கூட்டணியை உருவாக்க வேண்டும் என்ற தேசியக் கனவு திமுகவிடம் எப்போதும் உண்டு. கூட்டணி ஆட்சியின் மூலமாக உண்மையான கூட்டாட்சி முறைக்கு இந்நாட்டை அழைத்துச் செல்லும் கனவு அது.

டெல்லியில் 1970ல் நடைபெற்ற தேசிய வளர்ச்சிக் குழுக் கூட்டத்தில் கலைஞர் மாநில சுயாட்சி குறித்துப் பேசியது தொடர்பாக மறுநாள் இந்து தான் டைம் இப்படி எழுதியிருந்தது.

கூட்டாட்சிக்கும் கூட்டணியாட்சிக்கும் உள்ள வேறுபாட்டுக்கு ஒரு புதிய விளக்கத்தைக் கொடுத்திருக்கிறார் கலைஞர்.

லெனின் சோவியத் ஒன்றியத்தை பல்வேறு சமமான தேசிய சோவியத் குடியரசுகளின் அரசியல் ஒன்றியமாகவே பார்த்தார். அண்ணா வழியில் வந்த கலைஞரும் அப்படியே பார்த்தார்.

மாநிலங்கள் சமமான கூட்டாளிகளாகக் கருதப்படும் வரையிலும் அரசியலமைப்புச் சட்டத்தில் மாற்றம் வேண்டும் என்பது திமுகவின் தொடர் முழக்கங்களில் ஒன்று.

ஒருபுறம் கூட்டாட்சிச் சூழலை உருவாக்க அரசியலமைப்புச் சட்டப்படியான மாற்றங்களுக்குத் தொடர்ந்து திமுக முயற்சித்து வந்தாலும்

மறுபுறம் மத்திய அரசில் மாநிலக்கட்சிகளும் பிரதான பங்குவகிக்கும் கூட்டணி அரசை அமைப்பதன் மூலம் மாநிலங்களுக்கான முக்கியத்துவத்தை பெறும் முயற்சிகளிலும் அது இறங்கியது.

1971லிலேயே காங்கிரஸுடனான கூட்டணி மூலம் தேசிய அரசியலில் திமுக அடியெடுத்து வைத்து விட்டாலும் 1988 செப்டம்பர் 17 அன்று கலைஞர் முன்னின்று உருவாக்கிய தேசிய முன்னணி, அகில இந்திய அரசியல் அளவில் ஒரு முக்கியமான முன்னெடுப்பாகும்.

காங்கிரஸ், பாஜகவுக்கு மாற்றான முக்கியமான ஒரு முயற்சி இது. ஏழு கட்சிகள் சேர்ந்து அமைத்த இக்கூட்டணி, விரைவில் வி.பி.சிங் தலைமையில் ஆட்சியும் அமைத்தது.

போதிய எண்ணிக்கை பலமின்மை, ஒற்றுமையின்மை ஆகியவற்றோடு வி.பி.சிங் முன்னெடுத்த வரலாற்று நடவடிக்கையான பிற்படுத்தப்பட்டோருக்கான இட ஒதுக்கீடு சேர்ந்து அவருடைய ஆட்சியை 11 மாதங்களிலேயே முடிவுக்கு கொண்டு வந்தன.

அடுத்து 1996ல் ஐக்கிய முன்னணியை கட்டுவதில் பெரும்பங்கு வகித்தார் கலைஞர். இக்கூட்டணியும் ஆட்சியில் அமர்ந்தது.

தேவகௌடா, குஜ்ரால் என்று இரு பிரதமர்களைத் தேர்ந்தெடுப்பதில் முக்கய பங்காற்றினார் கலைஞர். ஆனாலும் ஒற்றுமையின்மை இரு ஆண்டுகளுக்குள் ஆட்சியையும் இக்கூட்டணியையும் குலைத்தது.

இதற்குப் பின் நிலையான ஆட்சி எனும் தேசிய நலனைக் கொண்டு பாஜக தலைமையிலான தேசிய ஜனநாயக் கூட்டணியிலும் பின்னர் காங்கிரஸ் தலைமையிலான ஐக்கிய முற்போக்கு கூட்டணியிலும் இடம் பெற்றது திமுக.

தமிழக முதலமைச்சர் எம்.ஜி.ஆருக்கு திடீரென உடல் நலக்குறைவு ஏற்பட்ட நிலையில் 1984ம் ஆண்டு அக்டோபர் 5ம்தேதியன்று சென்னை அப்பல்லோ மருத்துவமனையில் சேர்க்கப்பட்டார்.

முதலில் ஆஸ்துமா தொந்தரவினால் அவருக்கு மூச்சுத் திணறல் ஏற்பட்டிருப்பதாகச் சொல்லப்பட்டது. விரைவிலேயே அவருக்கு சிறுநீரக செயலிழப்பு ஏற்பட்டிருப்பது கண்டறியப்பட்டது.

மூளையில் ரத்தம் உறைந்ததால் அவருக்கு வலது புற கைகால்களும் செயலிழந்தன. இதையடுத்து அவரை அமெரிக்காவுக்கு அழைத்துச் சென்று சிகிச்சையளிக்க முடிவு செய்யப்பட்டது.

இந்த நிலையில் நாடு முழுவதையும் அதிரவைக்கும் ஒரு சம்பவம் நடைபெற்றது. அக்டோபர் 31ம் தேதியன்று பிரதமர் இந்திராகாந்தி அவருடைய பாதுகாவலர்களாலேயே சுட்டுக்கொல்லப்பட்டார். உடனடியாக அவரது மகன் ராஜீவ்காந்தி பிரதமராகப் பொறுப்பேற்றார்.

அதன்பிறகு நவம்பர் 5ம் தேதியன்று எம்.ஜி.ஆர் தனி விமானம் மூலம் அமெரிக்கா கொண்டு செல்லப்பட்டார்.

இதற்கிடையில் இந்திராவின் மரணத்திற்குப்பிறகு பிரதமராகப் பதவியேற்றிருந்த ராஜிவ்காந்தி தேர்தலை சந்தித்து தன் பலத்தை நிரூபிக்க விரும்பினார். இதையடுத்து நாடாளுமன்றம் கலைக்கப்படுதாக நவம்பர் 13ம் தேதி அறிவிப்பு வெளியானது.

இந்தச் சூழலில் மாநில அரசையும் கலைத்துவிட்டு தேர்தலைச் சந்திக்கலாம் என அதிமுக தலைவர்கள் விரும்பினார்கள். அந்தத் தருணத்தில் முதலமைச்சர் பொறுப்பினை ஏற்று செயல்பட்டு வந்த நெடுஞ்செழியன் பிரதமரைச் சந்தித்துப் பேசினார். இதற்கு ராஜிவ் ஒப்புதல் அளித்தார்.

இதன் பிறகு தமிழக சட்டப்பேரவை கலைப்பதற்கான தீர்மானம் நிறைவேற்றப்பட்டது. நவம்பர் 15ம் தேதியன்று ஆளுநர் இதற்கான அறிவிப்பை வெளியிட்டார். ஆனால் திமுக இதற்குக் கடும் எதிர்ப்பை தெரிவித்தது.

முதலமைச்சரின் அறிவுரை இல்லாமல் ஆளுநார் இம்மாதிரி முடிவெடுத்தது தவறான முன்னுதாரணம் என்றது திமுக. ஆனால் விரைவிலேயே தமிழகத்திற்கான தேர்தல் தேதிகள் அறிவிக்கப்பட்டன. டிசம்பர் 24ம் தேதி ஒரே கட்டமாக தேர்தல் நடக்குமென அறிவிக்கப்பட்டு விட்டது.

எதிர்பார்த்தது போலவே அதிமுக காங்கிரஸ் கட்சி இடையில் கூட்டணி அமைக்கப்பட்டது. 153 இடங்களில் பார்வர்ட் பிளாக்கும் போட்டியிடுவது

என முடிவு செய்யப்பட்டது. நாடாளுமன்றத் தேர்தலில் கொடுத்தது அதிமுக.

அதன்படி காங்கிரஸ் புதுச்சேரிஉட்பட 27 தொகுதிகளில் போட்டியிட்டது. அதிமுக 13 தொகுதிகளில் போட்டியிட்டது. கா.கா, தே.காவுக்கு ஒரு இடம் ஒதுக்கப்பட்டது.

ஏற்கனவே அதிமுக கூட்டணி முடிவு செய்யப்பட்டு விட்ட நிலையில் திமுக கூட்டணியில் இடது சாரிக் கட்சிகள், ஜனதா, மு லீம் லீக், தமிழ்நாடு காமராஜ் காங்கிரஸ், உழவர் உழைப்பாளர் கட்சி, தமிழ்நாடு பார்வர்டு பிளாக் ஆகிய கட்சிகள் இடம் பெற்றிருந்தன.

திமுக 158 இடங்களிலும் ஜனதா கட்சி 17 இடங்களிலும் இந்திய கம்யூனிஸ்ட் கட்சி 17 இடங்களிலும் மார்க்சிஸ்ட் கம்யூனிஸ்ட் கட்சி 16 இடங்களிலும் காமராஜ் காங்கிரஸ் 7 இடங்களிலும் முஸ்லீம் லீக் 6 இடங்களிலும் தமிழ்நாடு பார்வர்டு பிளார் 3 இடங்களிலும் உழவர் உழைப்பாளர் கட்சி 10 இடங்களிலும் போட்டியிட்டன.

அமெரிக்காவில் சிகிச்சை பெற்ற வந்த எம்.ஜி.ஆர் இந்தத் தேர்தலில் ஆண்டிப்பட்டி தொகுதியில் போட்டியிடுவார் என அறிவிக்கப்பட்டது. இதற்காக வேட்புமனு அமெரிக்காவுக்கு எடுத்துச் செல்லப்பட்டு, அந்நாட்டு இந்தியத் தூதுவர் அருண்பட்வர்தன் முன்னிலையில் கையெழுத்திடப் பட்டது.

இப்படி வேட்பு மனுதாக்கல் செய்வதற்கு எதிர்க்கட்சிகள் எதிர்ப்புத் தெரிவித்தன இருந்த போதும் எம்.ஜி.ஆரின் வேட்பு மனுவை தேர்தல் ஆணையம் ஏற்றுக்கொண்டது.

இந்த நிலையில் எதிர்க்கட்சிகள் எம்.ஜி.ஆரின் உடல்நிலை குறித்து சந்தேகங்களை எழுப்பவே அவரைப்பற்றிய வீடியோ படம் ஒன்று அமெரிக்காவில் உருவாக்கப்பட்டு தமிழ்நாடு முழுவதும் உள்ள திரையரங்குகளில் திரையிடப்பட்டது.

வெற்றித் திருமகன் என்று பெயரிடப்பட்ட 10 நிமிடம் ஓடக்கூடிய அந்த வீடியோ 100பிரிண்டுகள் போடப்பட்டு காண்பிக்கப்பட்டன.

இந்தப்படத்தில் எம்.ஜி.ஆர். அமெரிக்காவில் மருத்துவமனையில்

எழுந்து அமர்ந்திருப்பது உணவு அருந்துவது, இரட்டை இலையைக் காண்பிப்பது போன்ற காட்சிகள் இடம் பெற்றிருந்தன.

இந்தப் படம் வாக்காளர்களின் ஆர்வத்தை பெருமளவில் தூண்டியதோடு பெரும் பரபரப்பையும் ஏற்படுத்தியது.

தேர்தல் டிசம்பர் 24ம் தேதி நடக்க விருந்த நிலையில் அதற்கு ஐந்து நாட்களுக்கு முன்பாக 19ம் தேதியன்று எம்.ஜி.ஆருக்கு சிறுநீரக மாற்று அறுவை சிகிச்சை நடைபெற்றது. அறுவை சிகிச்சை வெற்றி என்றும் அறிவிக்கப்பட்டது.

இந்திரா காந்தியின் மரணத்தால் ஏற்பட்ட அனுதாப அலையும் எம்.ஜி.ஆர் உடல் நலமில்லாமல் இருப்பதால் ஏற்பட்ட பச்சாதாப உணர்வும் அதிமுக கூட்டணிக்கு பெரும் வெற்றியைத் தரும் என்று கனிக்கப்பட்டது.

மேலவை உறுப்பினராக இருந்ததால் இந்தத் தேர்தலில் திமுக தலைவர் மு.கருணாநிதி போட்டியிடவில்லை.

இந்தத் தேர்தலில் தான் மு.க. ஸ்டாலின் முதன்முதலாக சட்டமன்றத் தேர்தலில் களமிறங்கினார். ஆயிரம் விளக்குத் தொகுதியில் அவர் போட்டியிட்டார்.

டிசம்பர் 24ம் தேதி 38 நாடாளுமன்ற தொகுதிகளுக்கும் 232 சட்டமன்ற தொகுதிகளுக்கும் தேர்தல் நடைபெற்றது. வேட்பாளர்கள் இறந்ததால் வடசென்னை, நாடாளுமன்றத் தொகுதியிலும், பெரம்பூர், எழும்பூர் சட்டமன்றத் தொகுதிகளிலும் தேர்தல் நிறுத்தப்பட்டது.

டிசம்பர் 28ம் தேதி வாக்கு எண்ணிக்கை முடிவுகள் வெளியானது. எதிர்பார்ததைப் போலவே அதிமுக கூட்டணி அபார வெற்றி பெற்றிருந்தது. 153 தொகுதிகளில் போட்டியிட்ட அதிமுக 132 தொகுதிகளிலும் 72 தொகுதிகளில் போட்டியிட்ட காங்கிரஸ் 61 தொகுதிகளிலும் வெற்றி பெற்றது. கா.கா.தே.கா இரண்டு தொகுதிகளிலும் வெற்றிபெற்றது.

திமுகவைப் பொறுத்தவரை 24 இடங்களிலும் மார்க்சி ட் ஐந்து இடங்களிலும் ஜனதா கட்சி 3 இடங்களிலும் முஸ்லிம் லீக் சி.பி.ஐ ஆகியவை தலா இரண்டு இடங்களிலும் தமிழ்நாடு பார்வர்டு பிளாக் ஒரு

இடத்திலும் வெற்றி பெற்றது. நாடாளுமன்றத் தேர்தலைப் பொறுத்தவரை அதிமுக கூட்டணியே அனைத்து தொகுதிகளிலும் வெற்றி பெற்றது. திமுகவின் மத்திய சென்னை வேட்பாளரான அ.கலாநிதி மட்டும் வெற்றி பெற்றார்.

இந்தத் தேர்தலில் திமுக, அதிமுக கூட்டணி தவிர, எ .டி.சோமசுந்தரம் தலைமையிலான நமது கழகமும் போட்டியிட்டு படுதோல்வியடைந்தது.

இந்தத் தேர்தலில் அதிமுக அபார வெற்றிபெற்றிருந்தாலும் எம்.ஜி.ஆர்.அமெரிக்காவில் சிகிச்சை பெற்றுவந்ததால் உடனடியாக முதலமைச்சராக பதவியேற்கவில்லை.

அமெரிக்காவுக்கு சென்ற நெடுஞ்செழியன் எம்.ஜி.ஆரைச் சந்தித்துப் பேசினார். பிப்ரவரி முதல் வாரத்தில் சென்னை திரும்புகிறேன். பிறகு பதவியேற்பு குறித்து முடிவுசெய்யலாம் என அதில் எம்.ஜி.ஆர். குறிப்பிட்டிருந்தார்.

ஆனால் திருப்திஅடையாத ஆளுநர் குரானா முதலமைச்சராக இருப்பதற்கான தகுதியுடன் எம்.ஜி.ஆர். இருப்பதாக மருத்துவச் சான்றிதழைக் கோரினார்.

ஆனால் எம்.ஜி.ஆர். சிகிச்சை பெற்று வந்த புரூகளின் மருத்துவமனை அப்படி ஒரு சான்றிதழைத் தரமறுத்து விட்டது.

இந்தப் பிரச்சினைகளுக்கு நடுவில் பிப்ரவரி 4ம் தேதி சென்னை திரும்பிய எம்.ஜி.ஆர். அன்றைய தினமே ஆளுநரைச் சந்தித்துப் பேசினார்.

பிறகு பிப்ரவரி 10ம் தேதி எம்.ஜி.ஆர். முதல்வராக பதவியேற்பார் என முடிவு செய்யப்பட்டது. அதன்படி ஆளுநர் மாளிகையில் எம்.ஜி.ஆர். முதலமைச்சராக பதவியேற்றார் அமைச்சர்கள் யாரும் அன்றைய தினம் பதவியேற்கவில்லை.

இந்தப் பதவி ஏற்பு ரகசியமாக நடந்ததாகக் குற்றம் சாட்டினார் மு.கருணாநிதி.

இந்த விவகாரம் குறித்து கேள்வி எழுப்பியது திமுக. ஆளுநருக்கு

உதவவும் ஆலோசனை கூறவும் முதலமைச்சர் தலைமையில் அமைச்சரவை தேவை என்று கூறிய திமுக வழக்கு ஒன்றையும் தொடர்ந்தது.

நெருக்கடி முற்றிய நிலையில் பிப்ரவரி 14ம் தேதி ஆளுநரைச் சந்தித்த எம்.ஜி.ஆர். அமைச்சரவையில் இடம் பெறுவதற்கான 16 பேர் அடங்கிய பட்டியலை சமர்ப்பித்தார்.

அப்போது அவருடன் நெடுஞ்செழியன், பண்ருட்டி ராமச்சந்திரன் ஆகிய இருவரும் சென்றிருந்தனர். முதலில் இவர்கள் இருவருக்குமாவது பதவிப் பிரமாணம் செய்து வைக்கிறேன் என்று கூறிய கவர்னர் உடனடியாக அவர்களுக்கு பதவிப்பிரமானம் செய்துவைத்ததார். மற்ற 14 பேர்களும் அடுத்தநாள் பதவியேற்றனர். முந்தைய அமைச்சரவையில் இடம் பெற்றிருந்த 6 பேருக்கு இந்த அமைச்சரவையில் இடம் வழங்கப்படவில்லை.

இதற்குப் பிறகு வடசென்னை நாடாளுமன்றத் தொகுதி, எழும்பூர், பெரம்பூர் சட்டமன்ற தொகுதிகளுக்கு நடந்த இடைத் தேர்தலில் திமுக வெற்றி பெற்றது.

கூட்டணி யுகமும் குற்றச்சாட்டுகளும்

தன்னுடைய 80 ஆண்டுகால பொதுவாழ்வில் கருணாநிதி சந்தித்த சவால்களும், அவற்றைத் தாண்டி அவர் புரிந்த சாதனைகளும் இந்திய அளவில் மிக அரிதானவை.

75 திரைப்படங்கள், நாடகங்கள், குறளோவியம், சங்கத்தமிழ், தொல்காப்பியப் பூங்கா, இரண்டு லட்சம் பக்கத்துக்கும் அதிகமான எழுத்துக்கள், ஆயிரக்கணக்கான பொதுக்கூட்டங்கள் பலமுறை சிறைவாசம் போராட்டங்கள், ஐந்துமுறை முதலமைச்சர் மற்றும் எதிர்கட்சி தலைவர் அனுபவங்கள் என நீண்டு செல்லும் பட்டியல் வேறு எந்த இந்தியத் தலைவருக்கும்

இருக்குமா என்பது சந்தேகமே!

அரசியல் கூட்டணி யுகத்தில் கருணாநிதி கடுமையான குற்றச் சாட்டுகளையும் எதிர்கொள்ளாமல் இல்லை.

வாஜ்பாய் காலத்தில் பாஜகவுடன் அவர் வைத்த கூட்டணி திமுகவின் மதச்சார்பின்மைப் பயணத்தில் ஒரு களங்கம் ஆனது. மன்மோகன்சிங் ஆட்சிக் காலத்தில் 2ஜி அலைக்கற்றை ஏலமுறைகேடு, குடும்ப அரசியல் குற்றச்சாட்டுகளுக்கு பெரும் விலையைக் கொடுக்க நேர்ந்தது. அதேபோல 2008 இலங்கை இறுதிப் போரின் போது, திமுக ஈழத்தமிழர்களுக்காக எவ்வளவு காரியங்களை முன்னெடுத்த போதிலும் போதுமான அளவு துணை நிற்கவில்லை என்ற கடும் விமர்சனத்திற்குள்ளானார் கருணாநிதி, விளைவாக 2011 சட்டமன்றத் தேர்தல், 2014 மக்களவைத் தேர்தல்களில் பெரும் பின்னடைவை சந்தித்தது. மீண்டும் திமுகவை ஆட்சியில் அமரச் செய்தார்.

தந்தை பெரியாருடன் பிணக்கு ஏற்பட்டதைத் தொடர்ந்து தி.கவிலிருந்து விலகி 1949ல் பெரியாரின் பிறந்த நாளான செப்டம்பர் 17 அன்று திமுகவை அண்ணா உருவாக்கியபோது உற்ற துணையாகி யிருந்தார் மு.கருணாநிதி.

வெள்ளையனை வெளியேற்றிய காங்கிரசை அப்புறப் படுத்துவ தென்பது அத்தனை எளிதான ஒன்றானது இல்லை. இன்னும் கூறவேண்டு மானால் அது தற்கொலைக்கு ஒப்பானது ஆம் அப்படிப்பட்ட காலம்.

இச்சூழலில் தான் பெரியாரும் காங்கிரசுடன் சேர்ந்து கொண்டு திமுகவை கடுமையாக எதிர்த்தார். இருபத்தைந்து வயது நிரம்பிய கருணாநிதி அப்போது கட்சியின் பிரச்சாரக் குழு உறுப்பினராக்கியிருந்தார் அண்ணா.

சமதர்ம சமுதாயத்தின் அன்றைய தேவைகளான சாதிமறுப்பு, ஏழை பணக்காரன் பேதம் மறுப்பு, மூடநம்பிக்கை மீதான சாடல் போன்றவற்றை அண்ணாத்துறையின் வேலைக்காரி, நல்லதம்பி, ஓர் இரவு போன்ற திரைப்படங்கள் அன்றைக்கு முழங்கிக் கொண்டிருந்தன.

கருணாநிதியின் சிந்தனைத் தாக்கம் இவற்றை இணைத்துக் கொண்டு

இவற்றோடு அன்றைய அரசியல் சீர் கேடுகளையும் அம்பலத்திற்கு கொண்டு வந்தன. கருணாநிதி, எம்.ஜி.ஆர் கூட்டணியில் வெளியான ராஜகுமாரி, மந்திரிகுமாரி, மருதநாட்டு இளவரசி, படங்கள் பெரும் வெற்றி பெற்றன.

பராசக்தி படத்தில் சமூக அநீதிகளை எதிர்த்து நெருப்பைக் கக்கிய கருணாநிதியின் வசனங்கள் அவரைப் புகழின் உச்சத்துக்கு கொண்டு போனது.

திக்குமுக்காடச் செய்த கருணாநிதியின் திரை உலக தாக்குதல்களால் காங்கிரஸ் கட்சி திணறியது.

'அம்பாள் எந்தக் காலத்திலடா பேசினாள் அறிவு கெட்டவனே' என்ற பகுத்தறிவுப் பிரச்சாரம், தெய்வ நம்பிக்கை கொண்டவர்களையும் வசீகரித்தது. இசைத் தட்டுகள் ஒலித்த இடங்களில் பராசக்தியின் வசன ஒலித்தட்டுகள் ஒலிக்கத் தொடங்கின.

கருணாநிதியையும் பராசக்தியையும் எதிர்த்துத் தீர்மானம் நிறைவேற்றும் நிலைக்குத் தள்ளப்பட்டார்கள் காங்கிரஸ்காரர்கள்.

அண்ணாவைப் போலவே பேச்சால் தன்வயப்படுத்தும் வித்தையையும் கருணாநிதி கற்றிருந்தார். அமைப்பு ரீதியிலான ஆற்றலும் கொண்டவர் என்பதால் கட்சியில் குழு மனப்பான்மை, கட்சி வளர்ச்சியின்மை போன்ற பிரச்சினைகள் ஏற்பட்டால் சரிசெய்ய அவரையே அனுப்பினார் அண்ணா.

திராவிட இயக்கம் தன்னுடைய வருங்காலத்துக்கு ஊறு விளைவிக்குமோ என்று அஞ்சி 1944-45ல் அண்ணாவின் 'சிவாஜி கண்ட இந்து ராஜ்யம்' நாடகத்திலிருந்து எம்.ஜி.ஆர் விலகிக் கொண்டதும், அதன் பிறகு அந்த நாடகத்தில் நடித்த கணேசன் பின்னர் சிவாஜி கணேசனாக உரு வெடுத்ததும் வரலாறு.

அதே எம்.ஜி.ஆர் தன்னை திராவிட இயக்கத்தோடும் கருணாநிதி யோடும் இறுக இணைத்துக் கொண்ட வித்தையும் நடந்தது.

இருவரும் இணைந்து உருவாக்கிய மலைக்கள்ளன் (1954) அவர்களின் கூட்டணியை பறை சாற்றியது. அவ்வாண்டு ஒரு நாடக நிகழ்ச்சியில் புரட்சி

தேர்தல்களும் திருப்புமுனைகளும்

நடிகர் என்று எம்.ஜி.ஆருக்குப் பட்டம் சூட்டினார் கலைஞர்!

நாடாளுமன்றத்துக்கும் சட்டமன்றங்களுக்கும் 1957ல் ஒரே சமயத்தில் நடைபெற்ற பொதுத் தேர்தல் இந்திய வரலாற்றில் முக்கியமான திருப்புமுனை. மொழிவாரி மாநிலங்கள் உருவாக்கப்பட்ட பிறகு நடந்த முதல் பொதுத் தேர்தல் அது.

நாட்டுக்கு சுதந்திரம் வாங்கிக் கொடுத்தோம் என்பதை மட்டும் சொல்லியே மக்களிடம் தொடர்ந்து ஓட்டுக்களை வாங்க முடியாது என்பதை காங்கிரஸுக்கு உணர்த்திய தேர்தலும் அதுதான்.

தமிழில் ஆற்றொழுக்காக பேசும் கருணாநிதி இந்தத் தேர்தலில் தான் முதன் முறையாக திருச்சி மாவட்டம் குளித்தலை தொகுதியில் போட்டியிட்டு சட்டமன்ற உறுப்பினராக நுழைந்தார். திமுக சட்டமன்றக் கட்சியின் கொறடாவாகத் தேர்ந்தெடுக்கப்பட்டார்.

1962ல் தஞ்சாவூரிலிருந்து வென்ற பிறகு, சட்டமன்ற எதிர்க்கட்சித் துணைத் தலைவர் ஆனார். 1967ல் சென்னையின் சைதாப் பேட்டைத் தொகுதியிலிருந்து வெற்றி பெற்று பொதுப்பணித்துறை அமைச்சரானார்.

1969ல் முதல்வர் அண்ணாவின் மறைவுக்குப் பின் முதலமைச்சராகத் தேர்ந்தெடுக்கப்பட்டார். 1971ல் மீண்டும் சைதாப்பேட்டையில் தேர்ந் தெடுக்கப்பட்டு நெருக்கடி நிலை அறிவிப்புக்கு பிறகு 1976ல் ஆட்சி கலைக்கப்படும் வரை முதல்வராகத் தொடர்ந்தார்.

1977, 1980களில் அண்ணா நகரிலிருந்து வெற்றி பெற்று எதிர்க்கட்சித் தலைவராகப் பணியாற்றினார். 1983ல் இலங்கையில் நடந்த இனப் படுகொலையைக் கண்டித்து உறுப்பினர் பதவியிலிருந்து விலகினார்.

பின்னர் சட்ட மேலவைக்கு தேர்ந்தெடுக்கப்பட்டு எதிர்க்கட்சித் தலைவராகப் பணியாற்றினார். 1986ல் சட்ட மேலவையை முதல்வர் எம்.ஜி.ஆர் கலைக்கும் வரை அதில் உறுப்பினராக இருந்தார் கருணாநிதி.

1989 பொதுத் தேர்தலில் சென்னை துறைமுகம் தொகுதியில் வென்று 13 ஆண்டுக்கால இடைவெளிக்குப் பிறகு மீண்டும் முதல்வர் ஆனார்.

1991 சட்டமன்றத் தேர்தலிலும் அத்தொகுதியில் வென்றார். ஆனால் ராஜிவ்காந்தி படுகொலைச் சம்பவத்தால் கட்சிக்கு பெருந்தோல்வி ஏற்பட்டது. அதற்கு தார்மிகப் பொறுப்பேற்று உறுப்பினர் பதவியை ராஜினாமா செய்தார்.

1996 பொதுத் தேர்தலில் சேப்பாக்கம் தொகுதிலிருந்து தேர்ந்தெடுக்கப் பட்டு மீண்டும் முதலமைச்சராகப் பதவி ஏற்றார். 2001, 2006 தேர்தல்களிலும் சேப்பாக்கம் தொகுதியிலிந்தே தேர்ந்தெடுக்கப்பட்டார்.

2011ல் சொந்த மாவட்டத்தில் திருவாரூர் தொகுதியிலிருந்து தேர்ந்தெடுக்கப்பட்டார். 2016 பொதுத் தேர்தலிலும் திருவாரூரில் வென்றார்.

கருணாநிதி தனது மூத்த பிள்ளை என்று குறிப்பிடுவது முரசொலி

பத்திரிகையைத் தான் முரசொலி அண்ணாவின் காலத்திலேயே அதிகாரபூர்வமாக வந்த பத்திரிகைகளில் ஒன்றாகும். இன்னும் குறிப்பாகக் கூற வேண்டுமானால் திமுகவை விட 7 ஆண்டுகள் மூத்தது அது. ஆம் 1942ல் துவங்கப்பட்டது முரசொலி திமுக 1949ல் துவங்கப்பட்ட சாட்சி.

கட்சியின் போர் முரசாக ஒலித்தாலும் முரசொலியை வளர்த்தெடுத்ததில் கருணாநிதியின் குடும்பத்தார் அனைவருக்கும் அதில் முக்கியமான பங்கு உண்டு.

மொத்தம் பனிரெண்டு பக்கங்கள் என்றாலும் முந்தைய காலங்களில் கருணாநிதியே எட்டுப்பக்கங்கள் வரை எழுதுவார்.

பிழைகளை பொறுக்கவே மாட்டார் கருணாநிதி. கோபத்துடன் அபராதமும் போடுவாராம். தப்பு பார்த்து பொறுக்காமல் அலுவலகத்தையே பூட்டிவிட்டுப் போன நாட்களெல்லாம் உண்டாம்.

ஆம்! இப்படித் தமிழைக் காயப்படுத்தி பத்திரிகை நடத்தத் தேவையில்லை என்று சொல்லிவிட்டு அலுவலகத்தைப் பூட்டிவிட்டு சாவியை சட்டைப் பையில் போட்டுக் கொண்டுபோய் விடுவாராம். கடுமையாக எச்சரித்த பிறகுதான் கோபம் தணிந்து சாவியைத் தருவாராம்.

இந்தியா சுதந்திரம் அடைந்தது முதல் 20 ஆண்டுகாலம் தமிழ்நாட்டில் ஆளும் கட்சியாக இருந்த காங்கிரஸ் 1967 தேர்தலில் தோல்வி அடைந்தது. ஆட்சியை திமுக கழகம் கைப்பற்றியது.

புதிய முதல் அமைச்சராக திமுக கழக தலைவர் அண்ணா பதவி ஏற்றார். பதவி ஏற்பு விழா 1967 மார்ச் 6ம் தேதி சென்னை ராஜாஜி மண்டபத்தில் நடந்தது.

சிண்டியில் உள்ள கவர்னர் மாளிகையில் தான் பதவி ஏற்பு விழா நடைபெறுவது வழக்கம். முதல்முறையாக ராஜாஜி மண்டபத்தில் நடைபெற்றது.

பதவியேற்பு விழாவை முன்னிட்டு ராஜாஜி மண்டபத்தைச் சுற்றிலும் பலத்த போலி காவல் போடப்பட்டு இருந்தது. குதிரைப் படையினரும் சுற்றிலும் நின்று காவல் புரிந்தார்கள்.

முன் அனுமதிபெற்றவர்களைத் தவிர வேறுயாரும் மண்டபத்தின்

உள்ளே அனுமதிக்கப்படவில்லை. இதனால் மண்டபத்துக்கு வெளியே ஆயிரக்கணக்கில் திமுக கழக தொண்டர்கள் கொடிகளுடன் நின்று கொண்டு இருந்தார்கள்.

அமைச்சர்களாக நியமிக்கப்பட்டு இருந்த நெடுசெழியன், கருணாநிதி, மதியழகன், சத்தியவாணி முத்து, கோவிந்தசாமி, சாதிக்பாட்சா, மாதவன், முத்துசாமி ஆகியோர் 9.50 மணிக்கு மண்டபத்தின் உள்ளே வந்தார்கள். அவர்களை தமிழ்நாடு அரசாங்க தலைமை செயலாளர் சி.ஏ.ராம கிருஷ்ணன் வரவேற்றார்.

அமைச்சர்கள் அனைவரும் அவர்களுக்காக மேடையில் அமைக்கப்பட்டு இருந்த இடங்களில் உட்சார்ந்தார்கள் சரியாக 9.56 மணிக்கு அண்ணா வந்தார். அவரை தலைமைச் செயலாளர் வரவேற்றார். பின்னர் தமிழ்நாடு கவர்னர் உஜ்ஜல்சிங் அவர் மனைவியுடன் வந்தார்.

கவர்னருக்கு அண்ணா வணக்கம் தெரிவித்தார். மற்ற அமைச்சர்களை கவர்னருக்கு அறிமுகம் செய்து வைத்தார்.

பிறகு மேடையின் மத்தியில் கவர்னர் உட்கார்ந்தார். அவருக்கு வலது புறத்தில் அண்ணா, நெடுசெழியன், கருணாநிதி, மதியழகன் ஆகியோரும் இடது புறத்தில் சத்தியவாணி முத்து, கோவிந்தசாமி, சாதிக்பாட்சா, மாதவன், முத்துசாமி ஆகியோரும் அமர்ந்தனர்.

பதவியேறபு விழா 10 மணிக்கு தொடங்கியது. தலைமை செயலாளர் ராமகிருஷ்ணன் முதலில் அண்ணாவின் பெயரைச் சொல்லி அழைத்தார். உடனே அண்ணா பதவி ஏற்புக்காக இருந்த மேஜைக்கு வந்தார்.

பதவியேற்பு உறுதிமொழியை கவர்னர் ஆங்கிலத்தில் படித்தார். அதன்பின் அண்ணா அந்த உறுதிமொழியை தமிழில் வாசித்தார். பின் ரகசியக்காப்பு பிரமானத்தை கவர்னர் ஆங்கிலத்தில் படிக்க அதன் பின் அண்ணா தமிழில் அதையும் படித்து கையெழுத்து போட்டார்.

அமைச்சர்கள் நெடுசெழியன், கருணாநிதி, மதியழகன், கோவிந்தசாமி, சத்தியவாணி முத்து, மாதவன், சாதிக்பாட்சா, முத்துசாமி, ஆகியோர் ஒருவர்பின் ஒருவராக வந்து உறுதிமொழியைப் படித்து பதவி ஏற்றார்கள்.

பதவி ஏற்பு முடிந்ததும் அவர்கள் அனைவரும் கவர்னருடன்

போட்டோ எடுத்துக் கொண்டார்கள். பதவி நிகழ்ச்சிக்கு வெளிநாட்டு பத்திரிகை நிருபர்களும் புகைப்படக்காரர்களும் வந்திருந்தார்கள். பதவியேற்பு நிகழ்ச்சியைக் காண சுதந்திரா கட்சித் தலைவர் ராஜாஜி, தமிழரசு கழகத் தலைவர் ம.பொ.சிவஞானம், பழைய மந்திரி வெங்கடராமன், பழைய சபாநாயகர் செல்லப்பாண்டியன் மாணிக்க வேலர் ஆகியோர் வந்திருந்தனர்.

அண்ணாவின் மனைவி ராணி அம்மாள், மகன்கள், மருமகள்கள் ஆகியோரும், நெடுஞ்செழியன், கருணாநிதி குடும்பத்தினரும் வந்திருந்தனர்.

பதவி ஏற்ப விழா முடிந்ததும் அண்ணாவும் மற்ற அமைச்சர்களும் ராஜாஜியிடம் சென்றார்கள். அவர்களை ராஜாஜி வாழ்த்தினார். பழைய மந்திரி வெங்கடராமன் கை குலுக்கினார். 10.35 மணிக்கு மண்டபத்தை விட்டு அண்ணா வெளியே வந்தார். வெளியே கூடியிருந்த பல்லாயிரக்கணக்கான ஆண்களும் பெண்களும் மகிழ்ச்சி ஆரவாரம் செய்தார்.

அமைச்சர்களை நோக்கி மாலைகளையும் பூக்களையும் வீசினார்கள். கூடிஇருந்தவர்களை நோக்கி அண்ணா கைகளை அசைத்தார்.

பிறகு அண்ணாவும் மற்ற அமைச்சர்களும் கார்களில் கோட்டைக்கு சென்றார்கள். அண்ணாவின் அம்பாசிடர் கார் கோட்டைக்குள் நுழைந்தது. அதைத் தொடர்ந்து மற்ற மந்திரிகள் அவரவர் காரில் வந்தனர்.

வாசலில் அண்ணாவின் செயலாளராக நியமிக்கப்பட்டுள்ள சொக்கலிங்கமும் மற்ற அதிகாரிகளும் அவரை வரவேற்றார்கள். மாடியில் உள்ள முதல் அமைச்சர் அறைக்கு அழைத்துச் சென்றார்கள்.

சரியாக 10.43 மணிக்கு முதல் அமைச்சரின் அறைக்குள் அண்ணா நுழைந்து நாற்காலியில் அமர்ந்தார்.

அமைச்சர்கள் நெடுஞ்செழியன், கருணாநிதி மற்ற அமைச்சர்கள் அந்த அறைக்கு வந்து உட்கார்ந்தார்கள்.

சுதந்திரா கட்சியைச் சேர்ந்த தலைவர் சா.கணேசன், அண்ணாவுக்கும் மற்ற அமைச்சர்களுக்கும் ரோஜாப் பூமாலை போட்டு வாழ்த்து

தெரிவித்தார்.

பிறகு அண்ணா ஒவ்வொரு அமைச்சரையும் அவரவர் அறைக்கு அழைத்துச் சென்று விட்டு வந்தார். அண்ணாவின் மேஜையில் வைப்பதற்காக திருவள்ளுவர் படம் ஒன்றை அன்பில் தர்மலிங்கம் வழங்கினார். மற்ற அமைச்சர்களுக்கு அண்ணாவின் படத்தை கொடுத்தார்.

அண்ணாவுக்கும் மற்ற அமைச்சர்களுக்கும் வாழ்த்து தெரிவிப்பதற்காகவும் மாலைகள் போடுவதற்காகவும் ஏராளமான பேர் கூடி இருந்தனர். அவர்கள் சாரைசாரையாக வந்து மாலை அணிவித்தனர்.

இதனிடையே தமிழக சட்டசபை தேர்தல் நடந்த அதே நேரத்தில் இந்தியா முழுவதும் பாராளுமன்ற தேர்தலும் நடந்து முடிந்திருந்தது. பலமாநிலங்களில் காங்கிரஸ் தோற்றபோதிலும், குறைந்த மெஜாரிட்டியுடன் மத்தியில் ஆட்சியைப் பிடித்தது. இந்திரா காந்தி மீண்டும் பிரதமரானார்.

அண்ணா பதவிஏற்றபின் அவருடன் டெல்லியில் இருந்து பிரதமர் இந்திராகாந்தி டெலிபோனில் பேசினார்.

'தமிழ்நாட்டில் புதிதாகப் பதவி ஏற்றுள்ள திமுக அமைச்சரவைக்கு என் வாழ்த்துகளுக்களை தெரிவித்துக் கொள்கிறேன்' என்று கூறுனார்.

அவர் தொடர்ந்து பேசுகையில் திமுக அரசுக்கு மத்திய அரசு முழு ஒத்துழைப்பையும் அளிக்கும் என்று தெரிவித்தார்.

இந்திராகாந்தியின் வாழ்த்துக்கு அண்ணா நன்றி கூறினார்.

ராஜிவ்காந்தியின் மரணத்திற்குப் பிறகு நடந்த 1991 தேர்தலில் பெரும் வெற்றிபெற்று ஆட்சிக்கு வந்த ஜெயலலிதா மலிவு விலை மதுவை தடை செய்யும் உத்தரவில் தனது முதல் கையெழுத்தை இட்டார்.

அந்தத் தருணத்தில் ராஜிவ்காந்தி கொலை வழக்கின் விசாரணைகள் தீவிரமடைந்ததால், புலிகள் இயக்கம் அதன் ஆதர வளங்கள் மீதான ஒடுக்கு முறையும் தீவிரமாக இருந்தது.

தடா சென்ற சட்டத்தின் கீழ் பலர் கைது செய்யப்பட்ட நிகழ்வும் பெறும் விமர்சனத்தை ஏற்படுத்தியது.

விலை வாசி உயர்வைக் கண்டித்து 1992ம் ஆண்டு பிப்ரவரி மூன்றாம் தேதி ஆளுநர் மாளிகையை நோக்கிச் சென்ற தி.மு.க மற்றும் கூட்டணிக் கட்சியினரின் ஊர்வலத்தின் மீது காவல்துறையின் துப்பாக்கிச் சூடு நடத்தியததில் ஒருவர் கொல்லப்பட்டு பலர் காயமடைந்திருந்தனர்.

ஜெயலலிதாவின் இந்த முதலாவது ஆட்சிக்காலத்தில் பத்திரிகைகள் கடும் ஒடுக்கு முறைக்கு ஆளாக்கப்பட்டன. நக்கீரன், தினகரன், இல்ல ரேட்டர் விக்லி, முரசொலி மாலை முரசு ஆகிய பத்திரிக்கைகள் மீது வழக்குகள் தொடரப்பட்டன.

மெல்ல மெல்ல ஆதிமுக அரசு மீதான விமர்சனங்கள் அதிகரித்து வந்த நிலையில், 1992 பிப்ரவரி மாதம் கும்பகோணத்தில் நடந்த நிகழ்வு ஜெயலலிதா அரசுக்கு பெரும் கரும்புள்ளியாக அமைந்தது.

கும்பகோணத்தில் நடந்த மகாமகத்தில் ஜெயலலிதாவும் அவரது தோழி சசிகலாவும் பங்கேற்ற நிலையில், அந்நகரில் கடும் நெரிசல் ஏற்பட்டு அதில் சிக்கியும், கட்டிட இடிபாடுகளில் சிக்கியும் சுமார் 60 பேர் வரை உயிரிழந்தனர். இந்த நிகழ்வு நாடுமுழுவதும் பெரும் அதிர்ச்சியை ஏற்படுத்தியது.

அதே ஆண்டு மே மாதம் 9ம் தேதி ஐ.ஏ.எ அதிகாரியாக இருந்த எ . சந்திரசேகர் மீது அமிலம் வீசப்பட்டது. இவர் தமிழ்நாடு தொழில் வளர்ச்சி கழகத்தின் பொறுப்பில் இருந்தபோது பிக் நிறுவனத்தின் பங்குகளை தனியாருக்கு விற்பதில் அரசுக்கு ஒத்துழைக்கவில்லை என ஏற்கனவே பேச்சுக்கள் இருந்த நிலையில் இந்த அமிலத் தாக்குதல் சம்பவம் நடைபெற்றது.

இதற்கிடையில் விவசாயிகளின் ஆத்திரத்தை ஏற்படுத்தும் வகையிலான ஒரு நடவடிக்கையை அறிவித்தார் ஜெயலலிதா அதன்படி விவசாய பம்ப்செட்களுக்கு முந்தைய தி.மு.க அரசால் வழங்கப்பட்ட இலவச மின்சாரத்தை ரத்துசெய்வதாக அறிவித்தார். இது கடும் எதிர்ப்பை ஏற்படுத்தியதால் அந்த உத்தரவு பிறகு திரும்ப பெறப்பட்டது.

இந்த நிலையில் தான் அதிமுகவின் வெற்றியை கொண்டாட வீரவரலாற்றின் வெற்றி மாநாடு என்ற பெயரில் ஒரு - பகல் பெரிய மாநாட்டை மதுரையில் நடத்தினார் ஜெயலலிதா.

இந்த மாநாட்டில் பேசிய ஜெயலலிதா கடந்த தேர்தலில் அதிமுகவுக்கு மக்கள் அளித்த மகத்தான வெற்றிக்கு ராஜிவ்காந்தி மரணத்தால் ஏற்பட்ட அனுதாப அலைதான் காரணம் என்று சொல்வதை ஏற்க முடியாது என்றார்.

இவரது இந்தப் பேச்சு காங்கிரஸ் கட்சிக்குள் பெரும் அதிருப்தியை ஏற்படுத்தியது.

தமிழ்நாடு காங்கிரஸ் கமிட்டியின் தலைவராக இருந்த வாழப்பாடி சே.ராமமூர்த்தி, ஜெயலலிதாவின் அரசை கடுமையாக விமர்சிக்க ஆரம்பித்தார். இதன் விளைவாக மத்திய அரசுக்கு அளித்து வந்த ஆதரவை விலக்கிக் கொண்டார் ஜெயலலிதா.

அதே நேரம் ஜெயலலிதா அரசு மீதான ஊழல் புகார்கள் குவிந்தபடி இருந்தன. அரசுக்கு சொந்தமான டான்சி நிலத்தை குறைந்த விலைக்கு வாங்கியதாகக் குற்றச்சாட்டு, பிக் நிறுவன பங்குகளை விற்பதில் ஊழல், அரசுக்கு சொந்தமான பீர் தொழிற்சாலையை டெண்டர் விடாமல் தனியாருக்கு விற்றதில் ஊழல் உள்ளிட்ட குற்றச்சாட்டுகளை அரசு எதிர்கொண்டிருந்த நிலையில், ஜெயலலிதா நடத்திய ஒரு திருமணம் பெரும் சர்ச்சையை ஏற்படுத்தியது.

ஜெயலலிதாவின் தோழி வி.கே. சசிகலாவின் அக்காள் மகனான வி.என். சுதாகரனை தனது வளர்ப்பு மகனாகத் தத்தெடுத்த ஜெயலலிதா அவருக்கு திருமணம் செய்ய முடிவெடுத்தார்.

அதன்படி நடிகர் சிவாஜி கணேசனின் பேத்தியோடு திருமணம் நிச்சயம் ஆனது இந்தத் திருமணத்திற்காக செய்யப்பட்ட செலவின் ஏற்பாடுகளும் பெரும் சர்ச்சையை ஏற்படுத்தின.

இந்தத் திருமணத்திற்காக அரசு எந்திரம் முறை கேடாக பயன்படுத்தப்பட்டதாக குற்றம் சாட்டப்பட்டது.

திமுக விடுதலைப் புலிகளுக்கு ஆதரவாக செயல்பட்டது என்று குற்றம்சாட்டி ஆட்சிக்கு வந்த ஜெயலலிதாவின் ஆட்சிக் காலத்தில் விடுதலைப் புலிகள் என்று கூறி சிறைகளில் அடைக்கப்பட்டிருந்தவர்கள் அடிக்கடி தன்பக்கம் நிகழ்வுகள் நடைபெற்றன.

உ ஆட்சி இத்தகைய குற்றச்சாட்டுகளை எதிர்கொண்டிருந்த நிலையில்

திமுகவிலும் நிலைமை அமைதியாக இல்லை.

கட்சிக்கு சொல்லாமல் வைகோ யாழ்ப்பாணத்துக்கு ரகசிய பயணத்தை மேற்கொண்ட விவகாரம் கட்சிக்குள் பெரும் சலசலப்பை ஏற்படுத்தியது.

இதனையடுத்து தமிழக அரசின் தலைமை செயலரிடமிருந்து கருணாநிதிக்கு ஒரு கடிதம் அனுப்பப்பட்டது. அந்தக் கடிதத்தில் விடுதலைப் புலிகளால் அவரது உயிருக்கு ஆபத்து வரலாம் என மத்திய அரசுக்கு தகவல் தெரியவந்திருப்பதால் அவருக்கு உரிய பாதுகாப்பை வழங்க முதலமைச்சர் கூறியிருப்பதாக அந்தக் கடிதம் தெரிவித்தது. இந்தச் செய்தியை செய்தியாளர்களிடம் தெரிவித்தார் கருணாநிதி.

இதனையடுத்து அறிக்கை ஒன்றை வெளியிட்ட வைகோ, மத்திய அரசின் உளவுத் துறையினர் திமுகவில் குழப்பத்தை ஏற்படுத்த கடந்த சில மாதங்களாக முயன்று வருவதாக தலைவர் கலைஞர் பலமுறை கூறியிருப்பதை நினைவு கூர்கிறேன். பின்னால் திமுக தலைவர்களுக்கோ கட்சிக்கோ கேடுவராமல் தடுக்க என்னால் பலியிடத்தான் வேண்டுமென்றால் அதற்கும் நான் சித்தமாக இருக்கிறேன் என்று தெரிவித்திருந்தார்.

வைகோவுக்கு ஆதரவாக திமுகவில் ஒரு பிரிவினர் திரள ஆரம்பித்தனர்.

இதன் உச்சகட்டமாக வைகோவிற்கு விளக்கம் கேட்டு கடிதம் அனுப்பினார் பொதுச் செயலாளர் க.அன்பழகன். முடிவில் 1993ம் ஆண்டு நவம்பர் மாதம் 11ம் தேதி கட்சியிலிருந்து நீக்கப்பட்டார் வைகோ.

அவருடன் குறிப்பிடத்தக்க எண்ணிக்கையில் திமுகவின் மாவட்டச் செயலாளர்கள் பிரிந்து சென்றனர். இதைத் தொடர்ந்த மறுமலர்ச்சி திராவிட முன்னேற்றக் கழகம் என்ற பெயரில் புதிய ஆட்சியைத் துவங்கிய வைகோ, அதிமுகவுக்கும் திமுகவுக்கும் மாற்றாக அந்தக் கட்சியில் முன் வைத்தார்.

ஜெயலலிதாவின் 5 ஆண்டுகால ஆட்சி முடிவை நெருங்கிய போது ஜெயலலிதா மீதும் அவரது அமைச்சர்கள் பலர் மீதும் பெரும் ஊழல் குற்றச்சாட்டுகள் இருந்தன.

பாட்ஷா படத்தின் வெள்ளி விழாவில் தமிழ் நாட்டின் ஒழுங்கு

பிரச்சினை குறித்து ரஜினிகாந்த் குறிப்பிட்ட கருத்துகளுக்கு மேடையில் இருந்த ஆர்.எம். வீரப்பன் மறுப்பு தெரிவிக்கவில்லை என்பதால் அவரை அமைச்சர் பதவியிலிருந்து நீக்கினார் ஜெயலலிதா.

இதற்காக ஆர்.எம். வீரப்பனிடம் மன்னிப்பு கேட்ட ரஜினிகாந்த் 1995 செப்டம்பர் மாத இறுதியில் அறிக்கை ஒன்றை வெளியிட்டார்.

அதில் 'அதிமுகவினரும் எம்.ஜி.ஆர் ரசிகர்களும் தொண்டர்களும் செல்வி ஜெயலலிதா தலைமையில் மறுபடியும் ஆட்சி அமைத்துக் கொடுத்தால் தமிழக மக்களை ஆண்டவனாலும் காப்பாற்ற முடியாது' என்று கூறியிருந்தார்.

இப்படியான நிகழ்வுகளுக்கு மத்தியில் தமிழகத்தில் தேர்தல் நெருங்கியது. ஜெயலலிதா மீது கடுமையான எதிர்ப்புணர்வு உருவாகியிருந்த நிலையில், கூட்டணிகளை அமைப்பதில் மும்முரம் காட்டியது திமுக

அதே சமயம் ரஜினிகாந்தை முன்னிலைப்படுத்தி, காங்கிரஸ் தேர்தலைச் சந்திக்க வேண்டும் என்ற குரல்களும் எழுந்துகொண்டிருந்தன.

இந்த நிலையில் திடீரென அதிமுகவுடன் கூட்டணி அமைக்கப் போவதாக அறிவித்தார் பிரதமர் பி.வி.நரசிம்மராவ். இந்த அறிவிப்பு தமிழக காங்கிரஸ் தலைவர்களிடம் பெரும் அதிர்ச்சியை ஏற்படுத்தியது.

அதிமுக மீது அதிருப்திகள் எழுந்திருப்பதால் அக்கட்சியுடன் கூட்டணி வைக்கக் கூடாது என மூப்பனார் உள்ளிட்ட தலைவர்கள் தில்லி சென்று வலியுறுத்தி வந்த நிலையிலும் இந்தக் கூட்டணி அறிவிப்பு வெளிவந்தது.

இதையடுத்து தமிழ்நாடு காங்கிரஸ் கட்சி இரண்டாக உடைந்தது. மூப்பனார், ப.சிதம்பரம் தனியாகப் பிரிந்து தமிழ் மாநில காங்கிரஸ் என்ற கட்சியை உருவாக்கினார். அந்தக் கட்சி தி.மு.க.வுடன் கூட்டணி அமைத்தது.

இந்திய கம்யூனிஸ்ட் கட்சியும் இந்த கூட்டணியில் இணைந்தது. இதற்கு ரஜினிகாந்தின் ஆதரவும் இருந்தது.

எஞ்சியிருந்த ம.தி.மு.க, பாமக சிபியும் ஜனதா தளம் ஆகியவை தொடர்ந்து பேச்சுவார்த்தை நடத்தின. ஆனால் கூட்டணிக்கு யார் தலைமை

ஏற்பது என்பது தொடர்பான உடன்பாடு எட்டப்படாததால் மதிமுக, பாமக கூட்டணி ஏற்படவில்லை.

ஆகவே மதிமுக, மார்க்சிஸ்ட் கம்யூனிஸ்ட் கட்சி, ஜனதா தளம் உள்ளிட்ட கட்சிகளைக் கொண்ட ஒரு கூட்டணியை உருவாக்கினார் வைகோ.

பாட்டாளி மக்கள் கட்சி, வாழப்பாடி தலைமையில் இருந்த திவாரி காங்கிரஸ் கட்சி உள்ளிட்ட கட்சிகளுடன் சேர்ந்து ஒரு கூட்டணியை அமைத்தது.

அதிமுக கூட்டணியைப் பொறுத்துவதை சட்டமன்ற தேர்தலில் அக்கட்சி 168 தொகுதிகளிலும் காங்கிரஸ் 66 தொகுதிகளிலும் போட்டியிடுவதென முடிவானது. நாடாளுமன்ற தேர்தலைப் பொறுத்த வரை அதிமுகாவுக்கு 10 இடங்களும் காங்கிரசுக்கு 30 இடங்களும் ஒதுக்கப்பட்டன.

திமுக கூட்டணியில் தமிழ் மாநிலகாங்கிரஸ் கட்சிக்கு 40 சட்டமன்றத் தொகுதிகளும் 20 நாடாளுமன்றத் தொகுதிகளும் ஒதுக்கப்பட்டன.

முஸ்லீம்லீக், அகில இந்திய பார்வர்டு பிளாக் கட்சிக்கு 5, 2 என சட்டமன்ற தொகுதிகள் ஒதுக்கப்பட்டன. முடிவாக திமுக 176 சட்டமன்றத் தொகுதிகளிலும் 17 நாடாளுமன்ற தொகுதிகளிலும் போட்டியிட்டது.

பாட்டாளி மக்கள் கட்சி கூட்டணியில் அக்கட்சி 116 இடங்களில் போட்டியிட்டது. திவாரி காங்கிரஸ் 50 இடங்களில் போட்டியிட்டது. மதிமுக கூட்டணியில் மதிமுக 175 இடங்களிலும் மார்க்சிஸ்ட் கம்யூனிஸ்ட் கட்சி 40 இடங்களிலும் ஜனதா தளம் 17 இடங்களிலும் சமாஜ்வாதி கட்சி இரண்டு இடங்களிலும் போட்டியிட்டன. வைகோ விளாத்திகுளம் சட்டமன்ற தொகுதியில் போட்டியிட்டார்.

அதிமுக மீது கடுமையான ஊழல் குற்றச் சாட்டுகள் இருந்தாலும் தொட்டில் குழந்தைத் திட்டம் உள்ளிட்ட திட்டங்களை முன் வைத்து பிரம்மாண்டமான பிரச்சாரத்தில் இறங்கினார் ஜெயலலிதா.

ஆனால் திமுக காங்கிரஸ் கூட்டணியின் பிரச்சாரம் ஜெயலலிதா ஆட்சிகாலத்தில் நடந்த முறைகேடுகளை குறிவைத்து இருந்தது.

இந்தமுறை தமிழ்நாட்டில் தேர்தல் இரண்டு கட்டங்களாக ஏப்ரல் 27ம் தேதியும் மே 2ம் தேதியும் நடைபெற்றன. எதிர்பார்த்தபடியே திமுக கூட்டணி அமோக வெற்றி பெற்றிருந்தது. அந்த அணிக்கு மொத்தமாக 220 இடங்கள் கிடைத்தன. அதில் திமுக மட்டும் 173 இடங்களிலும், தாமக 39 இடங்களிலும் சிபிஎம் 8 இடங்களிலும் பார்வர்டு பிளாக் ஒரு இடத்திலும் வெற்றி பெற்றன.

நாடாளுமன்ற தேர்தலைப் பொறுத்தவரை புதுச்சேரியைத் தவிர, அனைத்து இடங்களையும் திமுக கூட்டணி கைப்பற்றியது.

அதிமுக கூட்டணி சார்பில் டி.ஆர். சுந்தரம், திருநாவுக்கரசு, தாமரைக்கனி, கருப்பசாமி ஆகிய நான்கு பேர் மட்டுமே வெற்றி பெற்றிருந்தனர். காங்கிரஸ் கட்சியைப் பொறுத்தவரை, புதுச்சேரி மக்களவைத் தொகுதியைத் தவிர வேறு எந்தத் தொகுதியிலும் வெற்றி பெறவில்லை. பாட்டாளி மக்கள் கட்சி நான்கு சட்டமன்றத் தொகுதிகளை கைப்பற்றியது.

ஆனால் வைகோவின் கூட்டணியில் மதிமுக அனைத்து இடங்களிலும் தோல்வி அடைந்தது. கூட்டணி கட்சியான ஜனதா தளத்திற்கும் சி.பி.எம்மிற்கும் தலா ஒரு இடம் கிடைத்தது.

இந்தத் தேர்தலில் ஜெயலலிதா வைகோ உள்ளிட்ட தலைவர்கள் தோற்றுப் போயினர்.

ஆளுநர் சென்னாரெட்டி பதவிப் பிரமானம் செய்து வைக்க மே13ம் தேதி நான்காவது முறையாக முதல்வராகப் பதவியேற்றார் முக.கருணாநிதி.

இதற்கு முன்பு காமராஜர், எம்.ஜி.ஆர், மு.கருணாநிதி ஆகியோர் மூன்றுமுறை முதல்வராக பதவியேற்றிருந்தனர்.

மு.கருணாநிதி அமைத்த அமைச்சரவையில் க.அன்பழகன், நாஞ்சில் மனோகரன் ஆற்காடு வீராசாமி, கே.என்.நேரு, ரகுமான்கான் உள்ளிட்ட 28 பேர் இடம் பெற்றிருந்தனர்.

இரும்புக் கரம் கொண்டு அடக்கிய நெருக்கடி நிலை

மிசா (The maintenance of Infrond security Act - MISA) உள்நாட்டுப் பாதுகாப்பை உறுதிப்படுத்தும் சட்டம்.

1971ம் ஆண்டு நாடாளுமன்றத்தில் முன்னாள் பிரதமர் இந்திராகாந்தியின் தலைமையில் ஆட்சிசெய்த காங்கிரஸ் தான் இந்தச் சட்டத்தைக் கொண்டுவந்தது.

இந்திரா காந்தியால் எமர்ஜென்சி அறிவிக்கப்பட்ட பிறகு இந்தச் சட்டம் மிகவும் தவறாக பயன்படுத்தப்பட்டது.

இந்தச் சட்டத்தின் மூலம் எந்த ஒரு நபரையும் காலவரையின்றி கைதுசெய்து வைக்க முடியும். அதிகாரப்பூர்வ உத்தரவு இல்லாமலேயே ஒருவரைச் சோதனை

செய்ய முடியும். அவர்களின் சொத்துக்களை முடக்க முடியும். பறிமுதல் செய்ய முடியும்.

இந்தியாவில் உள்ள இந்தியாவிற்கு எதிரான சதிகளை முறியடிக்கவும், வெளிநாட்டு உதவியுடன் நாச வேலை செய்பவர்களைத் தடுப்பதற்கும் இந்தச் சட்டம் பயன்படும் என்றுதான் கூறப்பட்டது.

இந்தியா முழுக்க எமர்ஜென்சி 1975ம் ஆண்டு அமல்படுத்தப் பட்டாலும் தமிழ்நாட்டைப் பொறுத்தவரை எமர்ஜென்சி என்கிற நெருக்கடி நிலை இரண்டு சட்டமாக இருந்தது என்றே சொல்ல வேண்டும்.

ஜூன் 1975 முதல் ஜனவரி 1976 வரை முதல் சட்டம். பிறகு பிப்ரவரி 1, 1976 முதல் மார்ச் 1977 வரை இரண்டாம் சட்டம்.

முதல் சட்டத்தில் கலைஞர் கருணாநிதியின் ஆட்சி இருந்தது. இந்த காலக்கட்டத்தில் தான் தனக்கு பிடிக்காதவர்களை எல்லாம் மற்ற மாநிலங்களில் இந்திரா காந்தியின் அரசு கைது செய்ததைப் போல தமிழ்நாட்டில் செய்ய முடியவில்லை.

எமர்ஜென்சியின் கொடிய கரங்கள் தமிழநாட்டில் விழாமல் கலைஞர் கருணாநிதி பார்த்துக் கொண்டார். இதனால் வடமாநிலத்தில் இருந்து பலரும் தமிழ்நாடு வந்து தஞ்சம் புகுந்தனர்.

இதன் பின்னர் 1976ம் ஆண்டுட கலைஞர் கருணாநிதியின் ஆட்சியைக் கலைத்துவிட்டு காவல் துறையை வைத்து வெறியாட்டம் போட்டார் இந்திராகாந்தி.

அப்போது கலைஞரைப் பழிவாங்குவதற்ககாவும், திமுகவைத் தன் கட்டுபாட்டிற்குள் கொண்டுவர வேண்டும் என்கிற எண்ணத்திலும் தமிழ்நாட்டில் பல அடக்குமுறைகள் நடத்தப்பட்டன.

அவற்றுள் ஒன்று இன்றைய முதல்வர் மு.க.ஸ்டாலினை மிசாவில் கைது செய்து சிறையில் அடைத்தது.

அடக்குமுறையை எதிர்த்த ஒரு சாதாரண திமுக தொண்டனைப் போலவே சிறையில் அவர் அனுபவித்த கொடுமைகள் ஏராளம். மிசாவின் போது சிறையில் அடைபட்டு சித்ரவதை பற்றி மு.க. ஸ்டாலின்

பகிர்ந்துகொண்ட அனுபவம் அவரும் நானும் எனும் புத்தகத்தில் தொகுக்கப்பட்டுள்ளது.

நான் அரெஸ்ட் ஆவதற்கு முதல் நாள் அதாவது 1976 ஜனவரி 31 என் வாழ்க்கையில் மறக்க முடியாத ஒருநாள்.

நான் செங்கல்பட்டுக்கு பக்கத்திலிருக்கும் மதுராந்தகத்துக்கு, திமுக பிரச்சார நாடகத்துக்காகப் போயிருந்தேன்.

அன்னைக்கு "முரசே முழங்கு" நாடகம் நடக்கப் போகுது. நான் நாடகம் போடத்தயாராகி மதுராந்தகம் தங்கும் விடுதியில் இருந்தபோது திமுக ஆட்சி கலைக்கப்பட்டு விட்டதுங்கிற தகவல் எனக்கு கிடைச்சது.

தலைவர் (அப்பா) கிட்டே பேசலாம்னு தான் கோபாலபுரத்துக்கு போன் போட்டேன். ஆனா ஆட்சி கலைக்கப்பட்டுவிடதால் கோபாலபுரத்தில் போனையும் கட்செய்திருந்தாங்க. அதனால எதுவும் பேசமுடியல.

என்னைக் கைது செய்ய தேடிட்டு இருந்தாங்க அப்படீங்கற தகவலும் அன்னிக்கு இரவே எனக்கு கிடைச்சது.

என்னைத் தேடிட்டு இருந்த போலிசாரிடம் என்னை ஒப்படைக்கிற தாக தலைவர் கலைஞர் வாக்குறுதி தந்திருப்பதும் என் காதுகளுக்கு செய்தியாக வந்தது.

தலைவரின் வாக்குறுதியை நிறைவேற்றித் தரும் கடமையுணர்வுடனும், என்னைத் தேடிக் கொண்டிருக்கும் போலீசாரிடம் என்னை ஒப்படைக்க வேண்டுமென்ற உணர்வுடனும் மறுநாள் நான் அங்கிருந்து கிளம்பி கோபாலபுரம் வந்து சேர்ந்தேன்.

எனக்கு அப்பத்தான் கல்யாணமாகியிருந்தது அப்படீங்கறதாலும், நான் சின்னப்பையனா இருந்ததாலும், முக்கியமான இது கடுமையான மிசா சிறைவாசம் அப்டீங்கறகதாலும், ஒரு வேளை நான் ரொம்ப பயந்திருப் பேனோன்னு என்னைத் தலைவர் தன் பேச்சால் தைரியப்படுத்தினார்.

தலைவர் என்னைத் தட்டிக்கொடுத்து ஜெயிலுக்குப் போறதப்பத்தி கவலைப்படாதே. நீ பெரிய அரசியல் வாதியா பெரிய தியாகியா வரப்போற. நீ கொலை பண்ணிட்டோ கொள்ளையடிச்சிட்டோ சிறைக்குப் போகலை.

இந்த ஜெயில் வாசம் உன் அரசியல் வாழ்க்கைக்கு ஒரு படிக்கட்டா அமையும்னு தட்டிக்கொடுத்தார்.

தட்டிக் கொடுத்தது மட்டுமில்லே என்னை இறுக்கிகட்டிப் பிடித்து முத்தமும் கொடுத்து அனுப்பினார்.

எப்பவோ விவரம் தெரியாத சின்ன வயசில குழந்தையான என்னைத் தூக்கிக் கொஞ்சியபோது கட்டிப் பிடித்து முத்தம் தந்த பிறகு, தலைவர் நான் எதிர்பாராத தருணத்தில் எனக்குத் தந்த இன்ப அதிர்ச்சிப் பரிசு இது. முத்தம் தந்த போது அவர் கண்களிலும் கண்ணீர், அதைப் பெற்றுக்கொண்ட நெகிழ்ச்சியில் என் கண்களிலும் கண்ணீர்.

ஆனால் எங்க ரெண்டு பேருக்குமே அது சோகத்தில் ஏற்பட்ட கண்ணீர் இல்லை. போருக்கு வீரனை அனுப்புகிற மாதிரியான பெருமித நெகிழ்சியில் ஏற்பட்ட கண்ணீர்.

என்னை அங்கே கொண்டு போயிட்டாங்க, இங்கே கொண்டு போயிட்டாங்கன்னு வெளில வதந்திகள் உலவிட்டிருந்த அந்த நேரத்தில் என்னை ஏத்திட்டு வந்த அந்த போலி ஜீப் அங்கே இங்கேன்னு போய் போக்கு காட்டிட்டு கடைசியா எக்மோர் கமிஷனர் ஆபிஸிக்குப் போய்ச் சேர்ந்தது. அங்கேதான் நள்ளிரவு வரைக்கும் என்னை ரகசியமா வச்சிருந்தாங்க.

பொதுவா மாலை ஆறு மணிக்கு மேல சிறைக்குக் கைதிகளை கொண்டு போகமாட்டாங்க. ஆனா என்னை கமிஷனர்ட ஆபிஸ்ல இருந்து நள்ளிரவு 12 மணிக்கு மேலதான் மத்திய சிறைசாலைக்கு கொண்டு போனாங்க.

நள்ளிரவு நேரம் இப்போ மாதிரி பெரிய வெளிச்சங்கள் கூடக் கிடையாது அப்போ சென்னை மத்திய சிறைச்சாலையோட அந்த பிரமாண்ட கேட்டின் பக்கவாட்டுக் கதவு வழியா உள்ளே போனப்போ அந்த கருகருத்திருக்கும் இருள்ல ஒரு சுடுகாட்டுக்குள்ள போறமாதிரி இருந்தது.

ஜெயிலுக்குள் நாங்கள் நடந்து போகப்போக போய்க்கொண்டே இருந்தது அந்த நீண்ட பாதை... இருளில் என்னை நடத்தி கூட்டிக்கொண்டு

போய்க்கொண்டே இருப்பார்கள். கிட்டடத்தட்ட சிந்தாதிரிப்பேட்டையில் சிறை முடியும் கடைசி பிளாக் வரை அப்படியே கூட்டிப் போனார்கள். அதற்குள் முகம் தெரியாக அந்த இருள் ஓரளவுக்கு என் கண்களுக்கு பழகிப் போய்விட்டிருந்தது.

அந்தக் கடைசி பிளாக்கின் முதல் அறைக்கதவு அருகில் வந்ததுமே நின்றார்கள். அந்தக் கனமான இரும்புக் கம்பிகள் கொண்ட கதவின் பெரிய பூட்டுகளைச் சாவிகள் கொண்டு திறந்தார்கள்.

அமைதி நிறைந்த நள்ளிரவில் இரும்புக் கதவு திறக்கப்படும் சத்தம் பிரம்மாண்டமாக கேட்டது. பார்வையை சற்றே கூர்மையாக்கி பார்த்தபோது உள்ளே நிறைய தலைகள் தெரிந்தன.

பார்வையை இன்னும் உன்னிப்பாக பார்த்த போது கதவருகில் திராவிடர் கழகத் தலைவர் கி.வீரமணி உட்கார்ந்திருப்பது தெரிந்தது.

'உள்ளே போடா' என்று கதவைத் திறந்ததும் என்னைக் கூட்டி வந்தவர்கள் என்னைத் தள்ளிய தள்ளலில் நான் முன்னால் போய் விழுந்தேன்.

வந்தது நான் தான் என்று எதிர் வெளிச்சத்தில் தெரியாததால் தன் காலை யார் மிதித்தார்கள் யாரைக் கைது செய்து தங்களோடு அடைத்திருக்கிறார்கள் என்று புரியாததால் 'யாருப்பா அது' என்று கேட்டார் வீரமணி.

'அண்ணே . . .' நான் தான் என்று என் பெயரைச் சொன்னேன்.

'தம்பி நீயா?' என்று அதிர்ச்சியுடன் கேட்டார் வீரமணி. வா தம்பி வா முதன்முதல்ல சிறைக்கு வந்திருக்கே. தாய்க் கழகம் சார்பில் உன்னை வரவேற்பு கொடுக்கும் தொனியில்.

நான் கைதானதை அங்கிருந்தவர்கள் எதிர்பார்க்கவில்லை என்று அவர்களின் அதிர்ச்சியான குரலில் இருந்தே தெரிந்தது. கட்சியின் அமைப்புச் செயலாளர் நீல. நாராயணன், வி.எ.கோவிந்தராஜன் உட்பட 8 பேர் அந்த இடத்தில் இருந்தார்கள். இப்போது என்னுடன் சேர்த்து மொத்தம் 9 பேர்.

காலை நீட்டிப்படுக்க முடியாத அளவில் சின்னஞ்சிறிய அறை. வளர்ந்த 9 ஆண்கள் ஆனால் அறையோ 8க்கு 8 அடி இருந்தாலே பெரிசு.

வேறுவழியில்லை. கால்களை முழுசாக நீட்டாதபடி ஒருவரை ஒருவர் இடித்துக்கொண்டுதான் இன்னொருவர் படுக்க வேண்டும். அப்படித்தான் படுத்திருந்தேன்.

உண்மையில் 'செல் என்று சொல்லப்படும் அந்த சிறு கொட்டடி' ஒரே ஒருவரை அடைத்து வைப்பதற்காக உருவாக்கப்பட்டது. அப்படித்தான் அடைத்தும் வைக்கவேண்டும்.

ஆனால் அந்த இடத்தில்தான் 9 பேரை ஆடுமாடுகளை அடைத்து வைப்பது போல அடைத்து வைத்திருந்தார்கள்.

ஒருவர் மேல்தான் இன்னொருவர் மூச்சுவிட வேண்டும். அறையின் ஓரத்தில் இரண்டு பானைகள் கால்களில் உரசின.

இன்னொரு பக்கம் கொஞ்சம் பஞ்சுகள்!

எதுக்குண்ணே இரண்டு பானை? என்றேன் நான். அந்தப்பானையை எடுத்தால் இன்னும் கொஞ்சம் தாராளமாக யாராவது கால் நீட்டிக் கொள்ளலாமே என்று!

இதுல ஒன்னு தண்ணிப்பானை. ராத்திரியில் தவிச்சா தண்ணி மோந்து குடிக்க இன்னொணு யூரின பானை. நாம ஒன்பது பேருக்கும் ராத்திரி முழுக்க இதுதான் கழிப்பறை என்று மிக சாதாரணமாக விளக்கம் சொல்லப்பட என்னையும் அறியாமல் விலுக்கென உதறி மீண்டது என் உடம்பு!

உள்ளே இருந்த கடுமையான வியர்வை நாற்றம். அறையின் மூடை நாற்றம் எல்லாம் தாண்டி அறையில நிறைந்திருந்த நாற்றத்திற்கான காரணம் புரிந்தது எனக்கு.

அதைவிடக் கொடுமை காலையில் எழுந்த பிறகுதான் தெரிந்தது. இரவில் எங்கள் கால்களில் தட்டுப்பட்ட பஞ்சுகள் அனைத்தும் இதற்கு முன் இந்த கொட்டடியில் அடைக்கப்பட்ட தொழுநோயாளிகளின் ரத்தம் மற்றும் சீழைத் துடைத்து எறிந்த பஞ்சுகள் என்று. . .

காலை 6 மணியிலிருந்து அரைமணி நேரம் அத்தனை செல் கதவுகளையும் திறந்து விடுவார்கள். அதுதான் காலைக்கடன்கள் கழிக்கவும், குளிக்கவுமான நேரம்.

அந்தக் கடைசி (ஒன்பதாவது) பிளாக்கில் இருந்த 10 செல்களில் மொத்தம் 100 பேர் இருந்தோம். இத்தனை பேருக்கும் 3 அல்லது 4 டாய்லட்டுகள் தான் இருக்கும்.

அரைமணி நேரத்துக்குள் எத்தனைபேர் இதில் போக முடியும்? அவரவர் காலை நேர அவஸ்தையுடன் க்யூவில் நிற்பதைப் பார்க்கவே கொடுமையாக இருக்கும்.

இந்த அரைமணி நேரத்திலேயே தான் பல் துலக்கி குளிக்கவும் செய்ய வேண்டும். அடுத்த நாள் காலை அடித்துப்பிடித்துக் கொண்டு க்யூவில் நின்றும் அந்தக் கூட்டத்தில் நானும் கூட குளிக்கமுடியவில்லை!

காலை சாப்பாட்டுக்குக் கூழ் தந்தபோது குடிக்கவே முடியவில்லை. வாயில் வைக்கவே முடியாதபடி பயங்கர கசப்பு. பசிக்கு சாப்பிடக் கூடாதென்று வேப்பெண்ணெய் ஊற்றித் தந்திருக்கிறார்கள்.

என்னால் முதலில் வாயில் வைக்கவே முடியவில்லை. அப்புறம் தான் நினைத்துப்பார்த்தேன்.

மிசாவில் கைதாகி சிறைக்கு வந்திருக்கிறோம். இதுதான் நமக்குத் தரப்படும் உணவு சரிபழகிக்கொள்வோம் என்று அந்த கசப்பு உணவை என் நாக்குக்கு நான் பழக்க ஆரம்பித்தேன். கடினமாக இருந்தாலும் பசிக்கும் உடல் வலுவுக்கும் உணவு தேவையாக இருக்கிறதே! நாக்கு ஓரளவு பழகிக்கொண்டது.

அன்று இரவுதான் மிசா கைதிகளைப் பிழிந்தெடுத்த அந்தக் கொடூரங்கள் அரங்கேறின. கொடூரத்தின் உச்சகட்டமே நான் அங்கே போன இரண்டாம் நாள் இரவுதான் அரங்கேறியது.

அன்றுதான் கண்மண் தெரியாமல் மிசா கைதிகளை அடித்துத் துவைத்த நாள்.

சத்தங்கள் அற்ற அமைதியான இரவு எட்டரை மணி வாக்கில் தான் ஆரம்பித்தது அந்தக் கொடுமை. அப்போ பாதிப்பேர் தூங்கிட்டாங்க

மீதிப்பேர் பேசிட்டு இருந்தாங்க. அப்போதான் திடீர்னு அய்யா "ஆ.. அம்மா" என்று அடிவயிற்றிலிருந்து பலர் அலறும் சத்தம்!

அதைக் கேட்டுத்தான் ஏதோ விபரீதம் நடக்கிறது என்று புரிந்தது. எங்களது அந்த ஒன்பதாம் பிளாக்கில் தங்கியிருந்தவர்களை ஒவ்வொரு செல்லாகப் போய் அவர்களை வெளியே வராந்தாவில் இழுத்துப் போட்டு மற்ற செல்லில் இருப்பவர்களும் பார்க்கும்படி விளாசிக் கொண்டிருந்தார்கள்.

சுருண்டு விழுந்தபடி வயிற்றைப் பிடித்துக் கொண்டபடி ஒவ்வொருவரும் அடிவயிற்றிலிருந்து சத்தமெழுப்பிக்கற, அந்தக் கதறல் அடித்தவர்களுக்கு இன்னும் வெறியூட்டி இருக்கும் போல . . . இன்னும் சத்தத்துடன் அடிகள் விழுந்தன.

கடைசி செல்லான 10வது செல்லில் ஆரம்பித்து வரிசையாக ஒவ்வொரு செல்லிலும் இருந்தவர்களையும் இப்படியே இழுத்து வெளிவராந்தாவில் போட்டு மற்றவர்கள் பார்க்க அடித்து துவைத்துக் கொண்டிருந்தார்கள்.

மனித மனதின் இந்த பலவீன இயல்பை தெரிந்து கொண்டு கொடூரமான அந்த அடிகள் பற்றி ஒரு பெரிய பயத்தை எங்களுக்கு ஏற்படுத்த வேண்டும் என்றே அந்த நள்ளிரவில் வரிசையாக ஒவ்வொரு அறையிலும் இருப்பவர்களை வெளியே மற்றவர்கள் பார்க்க இழுத்துப் போட்டு அடித்து மிதித்தார்கள்.

இதோ எட்டாவது செல் வந்தாகிவிட்டது. அடுத்தது நமக்குத்தான். இதோ அதற்கடுத்து என்று அனைவரும் முதுகுத்தண்டு சிலிரிட அந்தக் காட்சிகளைப் பார்த்துக் கொண்டிருந்தார்கள்.

லத்தியால் அடித்த அந்த ஒவ்வொரு அடியும் நங்கு நங்கு என்று படுசத்தத்துடன் விழுந்தது. லத்திகள் முழுக்க கைதிகளின் பிய்ந்த சதைகள், இரத்தத்துடன் தொங்கிக் கொண்டிருந்த பார்த்த பலரை இன்னும் நடுங்க வைத்தது.

இந்த இரவில் நான் மூன்றாவது செல்லுக்கு மாற்றப்பட்டிருந்தேன். அங்கே அன்றிரவு நான், ஆற்காட்டார், சிட்டிபாபு, நீலநாராயணன்,

வி.எ .கோவிந்தன் என ஐந்து பேர் இருந்தோம். ஐந்தாவது செல், நாலாவது செல் என ஒவ்வொன்றாக முடிந்து அடுத்து எங்கள் செல்லின் அந்த இரும்புக் கதவு திறந்தது.

'வாங்கடா வெளில' என்று பெருங்குரல் வந்தது. சிட்டிபாபு எதையும் வேகத்துடன் எதிர்த்து நிற்பவர். அவரே முன்னால் சென்றார்.

வாடா நீதான் சிட்டி பாபுவா? என்று அவர் கன்னத்தில் இறங்கியது அடி. தொடர்ந்து இதே மாதிரி பளீரென்று இறங்கின லத்தி அடிகள்.

ஆற்காட்டாருக்கும் அதே வரவேற்புதான். நீதான் வீராசாமியாடா? என்று அவரை அடித்த அடிகளில் அவர் நெடுமரம் போல அப்படியே சாய்ந்து விட்டார்.

'வாடா வா' நீதான் ஸ்டாலினா, நீதான் கருணாநிதியோட பையனா? என்று கண்களில் கொலை வெறியுடன் கேட்டபடியே ஒருவன் என் கன்னத்தில் இடிமாதிரி ஒரு அறைவிட எனக்கு அப்படியே பார்வையே தெரியாமல் தலை சுற்ற ஆரம்பித்து விட்டது.

அடுத்தது லத்தியால் முழங்கையில் விழுந்தது முதல் அடி. அவ்வளவுதான். ஐயோ என்று நான் சுருண்டு முழுங்கையைப் பிடித்த படியே அப்படியே நினைவு இழந்து விழுந்து விட்டேன்.

அப்புறம் எத்தனை அடிகள் விழுந்ததோ தெரியவில்லை. அப்புறம் அறையில் வைத்து எங்களைப் பூட்டின பின் என் செல் தோழர்கள் தண்ணீர் தெளித்து என்னை எழுப்பியபோது தான் நான் விழித்தேன்.

வாங்கிய அடியில் ஆளுக்கொரு பக்கம் உடம்பைப் பிடித்து முக்கி முனகியபடி இருந்தார்கள் அனைவரும்.

அதிலும் சிட்டிபாபு அண்ணன், சுருண்டு மயக்கமாகி விழுந்துவிட்ட பின் மேல் அடிகள் எதுவும் விழக்கூடாது என்று என்மேல குறுக்கே படுத்து அந்த அடிகளை முழுசாகத் தன்மேல் தாங்கிக் கொண்டிருந்திருக்கிறார்.

என் முகத்தை நசுக்க வந்த பூட்ஸ் காலைத் தன் உடம்பில் ஏந்தியிருக்கிறார்கள். என்னை அடிக்க வந்தவர்கள் பூட்ஸால் நசுக்கி ஆத்திரத்தில் அவர்மேல் ஏறி மிதித்ததில் அவருடைய கல்லீரல் ரொம்ப

பாதிப்படைந்து விட்டது. (இந்த மரண அடிகளே அவருக்கு வினையாக முடிந்து இன்னுயிரைச் சிறையிலேயே பறித்துக் கொண்டது).

அப்புறம் அங்கே நினைவற்றுக் விழுந்து கிடந்த சிட்டிபாபு அண்ணனை தண்ணீர் தெளித்து எழுப்பிவிட்டோம்!

அந்த இடமே சுடுகாட்டின் மௌனத்தை விட மோசமாக இருந்தது. என்ன பேசுவது யாருக்கு யார் ஆறுதல் சொல்வது?

எல்லோருக்குமே பிரமை பிடித்தது போல ஆகிவிட்டது. இப்படித் தான் இனி தினமுமே இரவில் அடிகள் தொடருமே என்று பயந்தோம் ஒருபுறம்... யாருக்கும் எதுவும் புரியவில்லை.

சிறை விதிகளை எல்லாம் தூக்கி குப்பையில் கடாசிவிட்டு இப்படித் தன்னிச்சையாக நடக்கும் இந்தச் சிறையில் இனி என்ன நடக்குமோ என்று ஒவ்வொருவருக்கும் திகில் நிமிடங்களாகவே அனைவருக்கும் இருந்தது.

காலைக்கடன் முடிக்கக்கூட எழமுடியாமல் அடுத்த நாள் திணறினார்கள் பலர். காயங்கள் ஆறும்வரை வெளியே யாரையும் பார்க்கக்கூடாது என்பதாலேயே அதுவரை நாங்கள் எங்கள் குடும்பத்தாரை சந்திக்க அனுமதிக்கவில்லை.

முதன் முதலில் சிறையில் என்னைப் பார்க்க என் மனைவியும் அம்மா உட்பட என் குடும்பத்தாரும் வந்தபோது கூட அன்றைய தினம் சூப்பரின்டெண்ட் வித்யா சாகர் என்னைக் கூப்பிட்டு இங்கே நடந்த எதையும் யாரிடமும் சொல்லக்கூடாது என்று எச்சரித்துதான் அனுப்பினார். என் சோர்வு வெளியே தெரியக்கூடாது என்று ஷேவ் பண்ண வைத்துக் கூட்டிப்போனார். ஆனால் என்னதான் இருந்தாலும் உண்மையை யாராலும் மறைக்க முடியும்?

இதுபோல காட்டுமிராண்டித் தனமாக கைதிகளை அடித்தது பற்றிப் பலரும் வெளியே பேச ஆரம்பிக்க அது பெரிய பிரச்சனையானது அப்போது... தவிர திமுக கட்சியும் இது குறித்து ஒரு கேஸ் போட்டது.

அப்புறம் தான் சிறையில் என்ன நடக்கிறது என்று விசாரிக்க டெல்லியிலிருந்து சிறைத்துறை உயரதிகாரிகள் சென்ட்ரல் ஜெயிலுக்கு எங்களை விசாரிக்க வந்திருந்தார்கள்.

அப்போதும் கூட அந்த உயரதிகாரிகளிடம் யாரும் எதுவும் பேசக்கூடாது என்று கடுமையான உத்தரவு போட்டிருந்தார்கள்.

ஆனால் முரசொலிமாறன் அத்தான் எதற்கும் பயப்படாமல் துணிந்து இங்கே நடந்த அராஜகத்தை எல்லாம் அந்த உயரதிகாரிகளுக்கு விளக்கிச் சொன்னார். அவர் பேச ஆரம்பித்ததுமே மற்றவர்களும் தயக்கத்துடன் பேச ஆரம்பித்தார்கள்.

எங்களுக்கு சிறைவிதிகளின்படி எந்த அடிப்படை வசதியும் தருவதில்லை. குறிப்பாக 24மணி நேரமும் செல்லில் ஆடுமாடுகளைப் போல அடைத்து வைப்பதால், எங்களில் பலர் டாயலெட் கூடப் போக முடியவில்லை. பல் தேய்க்க முடியவில்லை. குளிக்க முடியவில்லை என்று சொன்னோம்.

அவசர சட்டமான மிசாவில் பல மாநிலங்களிலும் எங்களுக்கும் முன்பே பலர் கைதாகி இருந்தார்கள். திமுக அதை எதிர்த்து மாநாட்டில் தீர்மானம் நிறைவேற்றிதால் திமுக ஆட்சி பறிக்கப்பட்டு கட்சியின் பல பிரமுகர்கள் கைதானார்கள். தமிழகம் முழுக்க இப்படி 500 பேருக்கும் மேல் அரெஸ்ட் செய்து சிறையில் அடைத்திருந்தார்கள். இதில் சென்னை சிறையில் மட்டும் நூற்றுக்கும் மேற்பட்டவர்கள் இருந்தோம்.

ஆனால் அந்த சமயம் மற்ற தமிழக சிறைகளில் வேறெங்கும் நடக்காத டார்ச்சர்கள் சென்னை சிறைச்சாலையில் நடந்தன.

சிறைச்சாலை விதிகளையெல்லாம் தூக்கி குப்பையில் கடாசிவிட்டு எங்களை ஆடுமாடுகளைப் போல அடைத்து வைத்து இரத்தம் தெறிக்க மிருகத்தனமாக அடித்தார்கள்.

பசிக்கு சாப்பிடவிடாமல் சாப்பாட்டில் மண் அள்ளிப் போடுவது, வேப்பெண்ணெய் விடுவது என்று கொடூரம் செய்தார்கள்.

மனோரீதியாக எங்களைப் பயமுறுத்தி திமுக விலிருந்து வெளியேறச் செய்ய வேண்டும் என்பதும் அவர்கள் நோக்கமாக இருந்தது. அதனாலேயே அங்கிருந்த மிசா சிறைக் கைதிகள் யாரையாவது திமுகவிலிருந்து ராஜினாமா செய்வதாகக் கடிதம் எழுதித் தந்தால் விட்டு விடுவதாகச் சொல்லப்பட்டது.

முதலில் நாங்கள் இந்த விவரங்கள் எல்லாம் தமிழகத்தில் மிசாவில் கைதானவர்கள் உள்ள எல்லா சிறைச்சாலைகளிலும் நடக்கிறது என்றே நம்பினோம்.

எங்கே எது நடக்கிறது யாரை என்ன செய்யப்போகிறார்கள் என்று எந்த விசயமும் தெரியாத குழப்பங்கள் நிறைந்த சூழலாகவே இருந்தது. அதனாலேயே மிசாதான் இந்த வன்முறையான பழிவாங்கலுக்கும் பயமுறுத்தலுக்கும் காரணம் என்று நம்பினோம்.

மிசா நேரத்தில் நிகழ்ந்த இந்த வன்முறை வெறியாட்டங்கள் குறித்து திமுக கட்சியும் கேஸ் போட்டதால் பிறகு இஸ்மாயில் கமிஷன் மூலம் இவற்றை விசாரணை செய்தார்கள்.

'சின்ன வயசுல பள்ளி, கல்லூரி விண்ணப்பங்கள்ல அல்லது மற்ற ஏதாவது விசயங்களுக்காக' உன் தங்க அடையாளம் ஏதாவது சொல்லுன்னு யாராவா கேட்டா என் இடது ஆள் காட்டி விரலின் உள்ளங்கை பகுதியில் இருக்கிற ஒரு கறுப்பு மச்சத்தைதான் எப்பவும் குறிப்பிடுவேன்.

மிசாவுக்கு அப்புறம் ஜெயில்ல அவங்க அடி பின்னுன பின்னுல என் வலது முழங்கால் பகுதியில் ஒரு பெரிய தழும்பு நிரந்தரத் தழும்பா நின்னுருச்சு.

அதுக்கப்புறம் இப்போல்லாம் இந்த ரெண்டு தழும்புகளையும் தான் என் அங்க அடையாளமா தந்துட்டு இருக்கேன்.

எங்களை ஜனவரி 31ல் ஜெயில்ல அடைச்சதுக்கு அப்புறம் அடுத்து வந்த மூணு நாலு மாதங்களும் இப்படித்தான் ரொம்பக் கஷ்டப்பட்டோம். படுத்துக்கக்கூட இடமில்லாத அறையில் ஒண்ணா ஆடு மாடுங்க மாதிரி போட்டு அடைச்சு வைக்கிறது.

சுதந்திரத்திற்கு முன்னும் பின்னும் சென்னை மாகாண சட்டமன்ற நடைமுறை

இந்திய பிரித்தானிய அரசு கிபி 1861ல் முதல் கவுன்சில்கள் சட்டத்தை இயற்றிய தன் மூலம் மெட்ராஸ் லெஜிஸ்ட்டிவ் கவுன்சில் என்றழைக்கப்பட்ட அவையைத் தோற்றுவித்தது.

இந்த அவைக்கு மாகாண ஆளுநருக்கு பரிந்துரை செய்யும் அதிகாரம் வழங்கப்பட்டது. இந்த அவைக்கு நான்கு இந்திய உறுப்பினர்களை நியமனம் செய்யும் உரிமை சென்னை மாகாண ஆளுநருக்கு வழங்கப்பட்டது.

இந்த இந்திய உறுப்பினர்கள் மாகாண நிர்வாகத்தைப் பற்றிக் கேள்விகள் எழுப்பவும், தீர்மானங்களைக் கொண்டு வரவும், மாகாண வரவுசெலவு திட்டங்களை ஆராயவும், உரிமை பெற்றிருந்தனர்.

ஆனால் சட்டங்கள் இயற்றவும் சட்ட மசோதாக்களுக்கு வாக்களிக்கவும் அவர்களால் இயலாது. நடுவண் நாடாளுமன்றத்தால் இயற்றப்பட்ட சட்டங்களில் தலையிடும் உரிமையும் அவர்களுக்கு கிடையாது.

சென்னை ஆளுநரே சட்டமன்றத்தின் அவைத்தலைவராகவும் இருந்தார். அவையை எங்கே எப்பொழுது, எவ்வளவு நாட்கள் கூட்ட வேண்டும், என்ன விஷயங்களை விவாதிக்கலாம் என்பது பற்றி அவருக்கு முழு அதிகாரம் வழங்கப்பட்டிருந்தது.

ஆளுநரின் நிர்வாக்குழு உறுப்பினர்கள் இருவரும் சென்னை மாகாணத்தின் தலைமை வழக்குரைநரும் அவை விவாதங்களில் பங்கேற்று வாக்களிக்கும் உரிமை பெற்றிருந்தனர்.

பெரும்பாலும் இந்திய ஜமின்தார்களும் நிலக்கழங்களும் தான் இம்முறையின் கீழ் சட்டமன்றத்துக்கு நியமனம் செய்யப்பட்டனர்.

இவர்களுள் காலனிய அரசுக்கு ஆதரவாக செயல்பட்டவர்களுக்கு பலமுறை பதவி நீட்டிப்பு செய்யப்பட்டது. ஜி.என் கலைதிராவ் என்பவர் எட்டுமுறை அவைக்கு நியமனம் செய்யப்பட்டார்.

ஹிமாயுன் ஜாபகதூர் என்பவர் தொடர்ந்து 23 ஆண்டுகள் சட்டமன்ற உறுப்பினராகப் பணியாற்றினார்.

1861-92 காலகட்டத்தில் மிகக் குறைவான நாட்களே சட்டமன்றம் கூடியது. சில ஆண்டுகளில் (1874, 1892) அவை ஒருநாள் கூட கூட்டப்படவில்லை.

சென்னை மாகாண ஆளுநர்கள் அவர்கள் கோடை விடுமுறைகளைக் கழிக்கும் உதகமண்டலத்தில் அவையைக் கூட்டுவதை பழக்கமாக கொண்டிருந்தனர்.

இந்த பழக்கம் இந்திய உறுப்பினர்களிடையே அதிருப்தியை உண்டாக்கி இருந்தது.

1892ல் இயற்றப்பட்ட 1892 கவுன்சில் சட்டம் சென்னை சட்டமன்றத்தின் அதிகாரங்களையும் பணியினை விரிவுபடுத்தியது.

அவையின் கூடுதல் உறுப்பினர்களின் எண்ணிக்கை உச்சவரம்பு 20 ஆக உயர்த்தப்பட்டது. அவர்களில் அதிகபட்சமாக ஒன்பது அதிகாரிகள் இருந்தனர்.

இச்சட்டம் சட்டமன்றத்திற்கு உறுப்பினர்களைத் தேர்ந்தெடுக்கும் முறையையும் அதிகப்படுத்தியது.

ஆனால் அதிகாரப்பபூர்வமாக தேர்தல் என்ற சொல் சட்டத்தில் இடம் பெற்றிருக்கவில்லை. மாறாக உள்ளாட்சி அமைப்புகளால் தேர்ந்தெடுக்கப் பட்ட உறுப்பினர்கள் பரிந்துரை செய்யப்பட்டவர்கள் என்றே அழைக்கப் பட்டனர்.

உறுப்பினர்களின் பணிக்காலம் இரண்டாண்டுகளாக இருந்தது. ஆண்டு நிதிநிலை அறிக்கை மீதான விவாதங்களில் பங்கேற்கவும், சட்டமன்றத்தில் கேள்விகள் கேட்கவும் உறுப்பினர்களுக்கு அதிகாரங்கள் வழங்கப்பட்டிருந்தன.

இச்சட்டம் அமலிலிருந்த 1893 - 1909 கால கட்டத்தில் எட்டுமுறை தேர்தல் நடத்தப்பட்டு 38 இந்தியர்கள் சென்னை சட்டமன்றத்தின் உறுப்பினர்களாக பரிந்துரைக்கப்பட்டனர்.

அவர்களுள் சென்னை மாகாணத்தின் தென் மாவட்டப் பிரதிநிதிகளை சி.சங்கரன் நாயர், பி.ரங்கய்யா நாயுடு, சென்னை பல்கலைக்கழக பிரதிநிதிகளான பி.எ.சிவசாமி நாயர், வி.கிருஷ்ணசாமி அய்யர், எம். கிருஷ்ணன் நாயர் ஆகியோர் குறிப்பிடத்தக்கவராவர். ஆனால் காலப்போக்கில் இந்திய உறுப்பினர்களின் எண்ணிக்கை குறைந்து கொண்டே போனது.

எடுத்துக்காட்டாக 1902ல் பாஷ்யம் அய்யங்கார், சங்கரன் நாயர் ஆகியோரின் பதவிக்காலம் முடிந்த பின்னர் அவர்களது இடங்களுக்கு அக்வொர்த், சர்ஜார்ஜ் மூர் ஆகிய ஆங்கிலேயர்கள் நியமிக்கப்பட்டனர்.

இச்சட்டம் அமலிலிருந்த காலத்தில் ஒவ்வொரு ஆண்டும் மிகக் குறைந்த நாட்கள் சென்னை சட்டமன்றம் கூட்டப்பட்டது.

மிண்டோ-மார்லி சீர்திருத்தங்களின் விளைவாக இயற்றப்பட்ட இந்திய அரசாங்கச் சட்டம் 1909 பிரிட்டிஷ் இந்தியவில் சட்டமன்ற

உறுப்பினர்களைத் தேர்தல் மூலம் நியமிக்கும் முறையை அதிகாரப் பூர்வமாக அறிமுகம் செய்தது.

இம்முறையின் கீழ் உறுப்பினர்கள் மக்களால் நேரடியாக தேர்ந் தெடுக்கப்படவில்லை. மாறாக உள்ளாட்சி அமைப்புகளின் உறுப்பினர்களே சட்டமன்ற உறுப்பினர்களைத் தேர்ந்தெடுத்தனர்.

சட்டமன்றத்தில் இதற்குமுன் ஆளுநரின் நிர்வாகக் குழுவுக்கு வழங்கப்பட்டிருந்த பெரும்பான்மை அந்த அனைத்தையும் இச்சட்டம் ரத்து செய்தது. மேலும் தேர்ந்தெடுக்கப்பட்ட உறுப்பினர்களுக்கு பொது நலத் தீர்மானங்களைக் கொண்டுவரும் உரிமையையும் விவாதங்களின் போது கூடுதல் கேள்விகளைத் தாக்கல் செய்யும் உரிமையையும் அளித்தது.

1909-1919 கால சட்டத்தில் சென்னை சட்டமன்றத்தில் 21 தேர்ந் தெடுக்கப்பட்ட உறுப்பினர்களும் 21 நியமிக்கப்பட்ட உறுப்பினர்களும் இருந்தனர். நியமிக்கப்பட்ட உறுப்பினர்களுள் 16பேர் அரசு அதிகாரி களாவர். இவர்களைத் தவிர தேவைப்படும் போது இருதொழில் முறை வல்லுனர்களை சட்டமன்றத்திற்கு நியமனம் செய்யும் உரிமை ஆளுநருக்கு வழங்கப்பட்டிருந்தது.

1919ம் ஆண்டு மாண்டேகு - செம்ஸ்போர்ட் சட்ட சீர்திருத்தங்களின் விளைவாக இந்திய அரசாங்க சட்டம் (1919) பிரிட்டிஷ் அரசாங்கத்தால் இயற்றப்பட்டது.

இச்சட்டத்தின் பலனாக இந்தியாவில் மத்திய அரசிலும் மாகாணங்களிலும் இரட்டை ஆட்சிமுறை அறிமுகப்படுத்தப்பட்டது. இவ்வாட்சி முறையில் நிர்வாகத் துறைகள் இருவகையாகப் பிரிக்கப்பட்டன.

சட்டம், நிதி, உள்துறை முதலிய முக்கிய துறைகள் பிரிட்டிஷ் ஆளுநரின் நிர்வாகக் குழுவின் நேரடிக் கட்டுப்பாட்டின் கீழ் இருந்தன.

கல்வி, சுகாதாரம், உள்ளாட்சி, விவசாயம், தொழில் முதலியவை மக்களால் தேர்ந்தெடுக்கப்பட்ட இந்திய சட்டமன்றங்களின் கட்டுப்பாட்டில் இயங்கின. அதுவரை ஆளுநருக்கு பரிந்துறைகள் மட்டுமே செய்யக் கூடியதாக இருந்த சட்டமன்றம் விரிவுபடுத்தப்பட்டு அதற்கு சட்டங்கள் இயற்றும் அதிகாரம் வழங்கப்பட்டது.

அவையில் மொத்தம் 127 உறுப்பினர்கள் இருந்தனர். இவர்களைத் தவிர ஆளுநரின் நிர்வாகக் குழு உறுப்பினர்களும் சட்டமன்ற உறுப்பினர்களாக கருதப்பட்டனர்.

127 உறுப்பினர்களில் 98 பேர் 61 தொகுதிகளிலிருந்து மக்களால் தேர்ந்தெடுக்கப்பட்டனர். இத்தொகுதிகளுக்குள், பிராமணர்கள், பிராமணரல்லாத இந்துக்கள், முஸ்லீம்கள், கிறிஸதவர், ஐரோப்பியர், ஆங்கிலோ இந்தியர், நிலச்சுவான்தார்கள், பண்ணையார்கள், வர்த்தகக் குழுமங்கள், பல்கலைக்கழக பிரதிநிதிகளானப் பல்வேறு பிரிவினருக்கு வகுப்பு வாரியாக இட ஒதுக்கீடு இருந்தது.

1926ல் பெண்களின் பிரதிநிதிகள் 5 பேர் புதிதாகச் சேர்க்கப்பட்டதால் உறுப்பினர்கள் எண்ணிக்கை 132ஆக உயர்ந்தது. இவர்களைத் தவிர மீதமுள்ள 29 உறுப்பினர்கள் ஆளுநரால் நியமனம் செய்யப்பட்டனர். அவர்களுள் 19 பேர் அரசாங்க ஊழியர்கள். 5பேர்கள் தலித்துகள்.

வயது வந்தோர் அனைவரும் வாக்குரிமை பெற்றிருக்கவில்லை. ஒருவரின் சொத்துமதிப்பு அல்லது அவர் கட்டியுள்ள சொத்துவரியைப் பொறுத்தே வாக்குரிமை அளிக்கப்பட்டது.

இரட்டை ஆட்சிமுறையின் கீழ் சட்டமன்றத்திற்கான முதல் தேர்தல் 1920ல் நடைபெற்றது. ஜனவரி 12, 1921ல் முதல் சட்டமன்றத் தொடரை சென்னை ஆளுநர் கன்னாட் பிரபு தொடங்கி வைத்தார். அவையின் பதவிக்காலம் மூன்றாண்டுகளாக இருந்தது.

இரட்டை ஆட்சி முறைக் காலத்தில் மொத்தம் ஐந்துமுறை (1920, 1923, 1926, 1930 மற்றும் 1934) தேர்தல் நடைபெற்றது..

1926லும் 1930லும் அமைக்கப்பட்ட அவைகளின் பதவிக்காலம் ஓராண்டு நீட்டிக்கப்பட்டது. 1920,23, 30ம் ஆண்டுகளில் நடைபெற்ற தேர்தல்களில் நீதிக்கட்சி வெற்றி பெற்று ஆட்சி அமைத்தது.

1926ல் நடைபெற்ற தேர்தலில் எந்தக்கட்சிக்கும் பெரும்பான்மை கிட்டவில்லை. 1934 தேர்தலில் நீதிக்கட்சி தோல்வியடைந்தாலும் சிறுபான்மை அரசமைத்தது.

1935ல் இந்திய அரசாங்கச் சட்டம் 1934ஐ இயற்றியதன் மூலம்

பிரிட்டிஷ் அரசு இரட்டை ஆட்சிமுறையை ஒழித்து மாநில சுயாட்சி முறையை அறிமுகப்படுத்தியது.

சென்னை மாகாண சட்டமன்றம் ஈரங்க அவையாக மாற்றப்பட்டது. 2152 உறுப்பினர்களைக் கொண்ட கீழவை லெஸ்டேட்டிவ் அசெம்பிளி என்றும் 54 முதல் 56 உறுப்பினர்களைக் கொண்ட மேலவை 'லெஜி டேட்டிவ்கவுன்சில்' என்றும் அழைக்கப்பட்டன.

கீழவையில் சிறுபான்மை இனத்தவருக்கு இட ஒதுக்கீடு வழங்கப்பட்டு இருந்தது. மேலவை ஆளுநரால் கலைக்கப்பட முடியாத நிரந்தர அவையாக இருந்தது. அதன் உறுப்பினர்களின் பதவிக்காலம் ஆறாண்டுகள். அவர்களுள் மூன்றில் ஒரு பகுதியினர் ஈராண்டுகளுக்கு மேலாக ஒருமுறை ஓய்வுபெற்றனர்.

மேலவை உறுப்பினர்களுள் 46பேர் மக்களால் நேரடியாகத் தேர்ந்தெடுக்கப்பட்டனர். ஆளுநருக்கு 8 முதல் 10 உறுப்பினர்களை நியமனம் செய்யும் அதிகாரம் இருந்தது. கீழவையைப் போலவே மேலவையிலும் பல்வேறு தரப்பினருக்கு இடஒதுக்கீடு செய்யப் பட்டிருந்தது.

இரட்டை ஆட்சிமுறையைப் போலவே வயது வந்த குடிமக்கள் அனைவருக்கும் சட்டமன்றத் தேர்தல்களில் வாக்களிக்கும் உரிமை அளிக்கப்படவில்லை.

1947ல் இந்தியா விடுதலையடைந்து 1950ல் குடியரசு நாடானது. புதிய இந்திய அரசியலமைப்பின் கீழ் மெட்ரா லெஜிஸ்லேட்டிவ் கவுன்சில் சென்னை மாநிலத்தின் ஈரங்க சட்டமன்றத்தின் மேலவையாக நீடித்தது. இந்த அவை ஆளுநரால் கலைக்கப்பட முடியாத நிரந்தர அவையாக இருந்தது.

அதன் உறுப்பினர்களின் பதவிகாலம் ஆறாண்டுகள் அவர்களுள் மூன்றில் ஒருபகுதியினர் ஈராண்டுகளுக்கு ஒருமுறை ஓய்வு பெற்றனர். அவையின் உறுப்பினர் எண்ணிக்கை குறைந்தபட்சம் நாற்பதிலிருந்து அதிகபட்சம் கீழவை உறுப்பினர் எண்ணிக்கையில் மூன்றிலொரு பங்காக இருந்தது.

மேலவையின் உறுப்பினர் எண்ணிக்கை காலத்திற்கேற்ப மாறிக் கொண்டே இருந்தது. 1952-53 காலகட்டத்தில் அது 72 ஆக இருந்தது.

அக்டோபர் 1, 1953ல் ஆந்திர மாநிலம் பிரிந்து போனதால் 51ஆகக் குறைந்தது. 1956ல் 50ஆக குறைந்த உறுப்பினர் எண்ணிக்கை 1957ல் மீண்டும் உயர்ந்து 63ஆனது. அதன் பின்னர் 1986ல் மேலவை கலைக்கப்படும் வருடம் உறுப்பினர் எண்ணிக்கை 63 ஆகவே இருந்தது.

உறுப்பினர்களுள் கீழவையும் உள்ளாட்சி அமைப்புகளும் தலா 21 பேரைத் தேர்ந்தெடுத்தன. ஆசிரியர்களும் பட்டதாரிகளும் 6 பேரைத் தேர்ந்தெடுத்தனர். மீதமுள்ள 9 பேர் அமைச்சரவையின் பரிந்துறைக்கேற்ப ஆளுநரால் நியமிக்கப்பட்டனர்.

மேலவை தன்னிச்சையாக சட்டங்கள் இயற்றும் உரிமை பெற்றிருக்கவில்லை. கீழவையால் நிறைவேற்றபட்ட சட்ட தீர்மானங்களுக்கு ஒப்புதல் அளிக்கும் உரிமை மட்டுமே அளிக்கப்பட்டிருந்தது. இரு அவைகளுக்கும் முரண்பாடு ஏற்படுமெனில் கீழவையின் முடிவே இறுதியானதாக ஏற்றுக்கொள்ளப்பட்டது.

1969ல் சென்னை மாநிலம் தமிழ்நாடு எனப்பெயர் மாற்றம் செய்யப்பட்டபோது மேலவையின் பெயரும் தமிழ்நாடு லெஜிஸ்லேட்டிவ் கவுன்சில் என்று மாற்றப்பட்டது.

இந்திய விடுதலை அடைந்த பிறகு தமிழ்நாட்டை உள்ளடக்கிய சென்னை மாகாணத்தில் நடந்த முதல் தேர்தலில் எந்தக்கட்சிக்கும் அறுதிப்பெரும்பான்மை கிடைக்காத நிலையில் காங்கிரஸ் ஆட்சியை அமைத்தது.

இந்தியா விடுதலை அடைந்த பிறகு முதலாவது பொதுத்தேர்தல் நவம்பார் 1951 முதல் மார்ச் 1952 வரை நடைபெற்றது.

புதிய நாடாளுமன்றத்து உறுப்பினர்களை தேர்வு செய்வதற்கான பொதுத் தேர்தலும், மாநிலங்களுக்கான சட்டமன்ற தேர்தலும் ஒன்றாக நடைபெற்றது.

அந்த சமயத்தில் சென்னை மாகாணம், தற்போதைய தமிழ்நாடு, ஆந்திரப் பிரதேசம், கர்நாடக மாநிலத்தின் சில பகுதிகள், கேரளாவின் மலபார் பகுதிகளை உள்ளடக்கியிருந்தது.

ஒட்டு மொத்த சட்டமன்ற உறுப்பினர்களின் எண்ணிக்கை 309 ஆக

இருந்தது. இதில் இரட்டை உறுப்பினர் தொகுதிகளின் எண்ணிக்கை 66. ஆகவே மொத்தமாக 375 சட்டமன்ற உறுப்பினர்களைத் தேர்வு செய்ய வேண்டும்.

இந்த முதல் சட்டமன்றத் தேர்தலில் தமிழ்நாடு பகுதியில் 190 உறுப்பினர்களும் ஆந்திரப் பிரதேச பகுதியில் 143 பேரும் கர்நாடகப் பகுதியில் 11 பேரும் கேரளப் பகுதியில் 29 பேரும் இடம் பெற்றிருந்தனர்.

மொத்தமுள்ள 375 தொகுதிகளில் மூன்று தொகுதிகளுக்கு போட்டியின்றி உறுப்பினர்கள் தேர்வு செய்யப்பட்டனர். மீதமுள்ள 372 தொகுதிகளுக்கு தேர்தல் நடத்தப்பட்டது.

சென்னை மாகாணத்தில் அப்போது நடந்து வந்த காங்கிரஸ் ஆட்சியில் பல பிரச்சினைகள் இருந்தாலும், இந்திய தேசிய காங்கிரஸ் கட்சியே வலுவான கட்சியாக காணப்பட்டது.

இதற்கு அடுத்த இடத்தில் இந்திய கம்யூனிஸ்ட் கட்சி இருந்தது. துவக்கத்தில் ஆயுதப் புரட்சியில் நம்பிக்கை வைத்திருந்த கட்சி, தற்போது தேர்தல் அரசியலை நோக்கித் திரும்பியிருந்தது.

இந்த இரண்டு பிரதான கட்சிகள் தவிர த.பிரகாசம் தலைமையில் கிலான் மஸ்தான் பிரஜா கட்சி, க்ருஷிகார் லோக்கட்சி, விழுப்புரம் ராமசாமி பனியாட்சியின் தலைமையில் தமிழ்நாடு உழைப்பாளர்கள் கட்சி, எம்.ஏ மாணிக்கவேல் நாயக்கரின் காமன் வீல்கட்சி, பிடி ராஜன் தலைமையில் நீதிக்கட்சி, பொதுவுடமைக் கட்சி, சென்னை மாநில மு லீம் லீக், பார்வர்டு பிளாக், தாழ்த்தப்பட்டோர்ர் கூட்டமைப்பு உள்ளிட்ட கட்சிகள் களத்தில் இருந்தன.

முதல் சட்டமன்ற தேர்தலுக்கு முந்தைய காலகட்டத்தில் சென்னை மாகாண காங்கிரஸ் கட்சி உட்கட்சி பூசலில் தவித்துக் கொண்டிருந்தது. 1946லிருந்து 1951க்குள் மூன்று முதல்வர்கள் தமிழகத்தை ஆட்சி செய்தனர்.

முதலில் த.பிரகாசம் ஓராண்டு முதல்வராக இருந்தார். பிறகு ஓமந்தூர் ராமசாமி ரெட்டியார் முதல்வரானார். பிறகு பி.எ.குமாரசாமி ராஜா முதல்வரானார்.

அதிருப்பியில் இருந்த த.பிரகாசத்தின் ஆதரவாளிகள் 1951ல்

கிஸான்ம தான் பிரஜா கட்சியில் சேர்ந்துகொண்டனர். இந்திய கம்யூனி ட் கட்சிக்கு பெரியார் தலைமையிலான திராவிடர் கழகம் ஆதரவளிக்க முன்வந்தது. அப்போது தான் உருவாகியிருந்த சி.என்.அண்ணாதுரை தலைமையிலான திராவிட முன்னேற்றக்கழகம் போட்டியிடவில்லை.

ஆயினும் தங்கள் கொள்கைகளை ஏற்கும் பிற கட்சிகளுக்கு ஆதரவளிக்க முன்வந்தது. ஆனால் தங்களுடைய பிரதான மூன்று கொள்கைகளை ஆதரிப்பதாக உறுதிமொழிப்பத்திரத்தில் கையெழுத்திட வேண்டுமெனக் கூறியது.

அதன் தமிழ்நாடு உழைப்பாளர் கட்சியும் காமன் லீக் கட்சியும் நிபந்தனைப் படிவத்தில் கையெழுத்திட்டு ஆதரவைப் பெற்றன. சில கம்யூனிஸ்ட் கட்சி வேட்பாளர்களுக்கும் திமுக ஆதரவளித்தது. அதன்படியே 42 வேட்பாளர்களுக்கு திமுக ஆதரவளித்தது.

மொத்தமுள்ள 375 இடங்களில் 367 இடங்களில் காங்கிரஸ் கட்சி வேட்பாளர்களைள நிறுத்தியது. இந்திய கம்யூனி ட் கட்சி 131 இடங்களில் வேட்பாளர்களை நிறுத்தியது. மற்ற கட்சிகள் தாங்கள் செல்வாக்காக உள்ள இடங்களில் வேட்பாளர்களை நிறுத்தின.

இந்தத் தேர்தலில் முக்கிய பிரச்சனையாக அரிசித்தட்டுப்பாடு, விவசாயிகள் போராட்டம் ஆகியவை இருந்தன. இவை ஆளும் காங்கிரஸ் கட்சிக்கு எதிரானதாகவும் கம்யூனி ட் கட்சிக்கு ஆதரவாகவும் இருந்தன.

ஆனால் இந்தியாவுக்கு சுதந்திரம் வாங்கித்தந்த கட்சி என்ற பிம்பம் காங்கிரசுக்கு உதவிகரமாக இருந்தது.

இந்தத் தேர்தலில் 21 வயது நிரம்பிய எந்தபொரு ஆணும் பெண்ணும் வாக்களிக்க முடியும். பிசா புதிய மக்கள் பிரதிநிதித்துவ சட்டம் கூறியது.

ஆகவே இந்தத் தேர்தல் தான் பலருக்கும் முதல் தேர்தலாக இருந்தது. இந்திய தேர்தல் ஆணையம் ஒவ்வொரு கட்சிக்கும் ஒரு சின்னத்தை ஒதுக்கியது.

இந்தத் தேர்தலுக்கான வாக்குப்பதிவு 1952 ஜனவரி 2ம் தேதி முதல் 25ம் தேதிவரை ஒன்பது சட்டங்களாக நடைபெற்றது. மொத்தம் 58 சதவீத வாக்குகள் பதிவாகின. முடிவுகள் பிப்ரவரி மாத இறுதியில் வெளியாகின.

367 இடங்களில் போட்டியிட்ட காங்கிரஸ் கட்சி 152 இடங்களை மட்டுமே பிடித்திருந்தது. ஆட்சியமைப்பதற்குத் தேவையான அறுதிப் பெரும்பான்மை கிடைக்கவில்லை என்பதோடு முதலமைச்சர் பி.எ. குமாரசாமி ராஜாவும் தோல்வியடைந்திருந்தார். முந்தைய அமைச்சரவையில் இருந்த இரண்டு அமைச்சர்கள் மட்டுமே வெற்றிபெற்றிருந்தனர். எம். பக்தவச்சலம் தோல்வியடைந்திருந்தார்.

இதன் காரணமாக காங்கிரஸ் கட்சி ஆட்சியமைக்க அவசரம் காட்டவில்லை.

இந்திய கம்யூனிஸ்ட் கட்சி, கிஸான்மஸ்தான் கட்சி, கம்யூனிஸ்ட் கட்சிக்கு ஆதரவாக இருந்த சுயேட்சைகள், தமிழ்நாடு தொழிலாளர் கட்சி, காமன் வீல் கட்சி, நீதிக்கட்சி ஆகியவை த.பிரகாசம் தலைமையில் ஐக்கிய ஜனநாயக முன்னணி என்ற பெயரால் இணைந்தனர்.

தங்களுக்கு 166 உறுப்பினர்களின் ஆதரவு இருப்பதால் தங்களை ஆட்சி அமைக்க அழைக்க வேண்டுமெனக் கோரினார். ஆனால் ஆளுநர் பிரகாசா இதற்கு மறுத்து விட்டார்.

இதற்குப் பிறகு 1952 ஏப்ரல் 1ம் தேதி காங்கிரசுக்கு அழைப்பு விடுத்தார் ஆளுநர். பெரும்பான்மை இல்லாத நிலையில் அரசை வழிநடத்திச் செல்ல சரியான முதலமைச்சரை தேடத் தொடங்கியது அக்கட்சி.

இந்தியாவின் முதல் கவர்னர் ஜெனராக பதவிவகித்து ஓய்வுபெற்று விட்டு குற்றாலத்தில் தங்கியிருந்த சி.ராஜகோபாலச்சாரி என்ற ராஜாஜியை முதல்வராக்க முடிவெடுக்கப்பட்டது.

ஆனால் அதில் ஒரு சிக்கல் இருந்தது. ராஜாஜி தேர்தலில் போட்டியிட்டிருக்கவில்லை. புதிதாக போட்டியிடவும் விரும்பவில்லை.

இதனால் அப்போதைய குமாரசாமி ராஜா அரசு ராஜாஜியை மேலவை உறுப்பினராக நியமனம் செய்தது. இது அந்த நேரத்தில் சர்ச்சையை ஏற்படுத்தியது. இருந்தபோதும் உடனடியாக பெரும்பான்மையை திரட்டும் பணியைத் துவங்கினார் ராஜாஜி.

எம்.ர.மாணிக்கவேல் நாயக்கரின் காமன் வீல் கட்சிக்கு ஆறு உறுப்பினர்கள் இருந்தனர். இந்தக் கட்சி காங்கிரசில் இணைக்கப்பட்டது.

காங்கிரஸ் கட்சிக்கு இப்போது பெரும்பான்மை கிடைத்தது. எம்.ர.மாணிக்க வேல் நாயகர் அமைச்சராக்பட்டார்.

ராமசாமி படையாட்சியரின் தமிழ்நாடு உழைப்பாளி கட்சியும் ஆதரவளித்தது.

கிருஷிக் கட்சி உடைந்தது. அதன் உறுப்பினர்களான மி.திம்மாரெட்டி, நிலாத்திலிராவ் ரெட்டி, குமிசெட் வெங்கட் நாராயணா ஆகியோ காங்கிரசில் இணைந்தனர். சென்னை மாகாண முஸ்லீம் லீக்கட்சியும் ராஜாஜிக்கு ஆதரவளித்தது.

ஜூலை மாதம் மூன்றாம் தேதி நடந்த நம்பிக்கை வாக்கெடுப்பில் 200 உறுப்பினர்கள் ஆதரித்தும் 157 உறுப்பினர்கள் எதிர்த்தும் வாக்களித்தனர்.

ராஜாஜி தலைமையில் அமைந்த தமிழ்நாட்டின் முதல் அமைச்சரவையில் சி.ராஜகோபலச்சாரியர், ஏ.பி.செட்டி, சி.சுப்ரமணியம், கே.வெங்கடசாமி நாயுடு, என்.ரங்காரெட்டி, எம்.வி கிருஷ்ணா ரெட்டி, எம்.ஏ. மாணிக்க வேலு நாயகர், கே.பி.குட்டி கிருஷ்ண நாடார், சண்முக ராஜே வர சேதுபதி, எ .பி.பி.பட்டாஸி ராமராவ், டி.சஞ்சீவய்யா ஆகிய அமைச்சர்கள் இடம் பெற்றிருந்தனர்.

1953ம் ஆண்டில், ஆந்திரமாநிலம் பிரிந்ததையடுத்து, அம் மாநிலத்தைச் சேர்ந்த அமைச்சர்கள் பதவியிலிருந்து விலகினர்.

புதிதாக பக்தவச்சலம், ஜோதி வெங்கடாசலம் கே.ராஜாராம் நாயுடு ஆகியோர் அமைச்சர்களானர்கள். தமிழக சட்டப் பேரவையின் பலம் 231 ஆகக் குறைந்தது.

ஆனால் காங்கிரஸ் கட்சியில் ஏற்பட்ட பிரச்சினைகளை அடுத்து ராஜாஜி முதல்வர் பதவியிலிருந்து விலக, புதிய முதலமைச்சராக 1954ல் கு.காமராஜர் பதவியேற்றார்.

இந்த அமைச்சரவை 1957ல் நடந்த அடுத்த தேர்தல் வரை இருந்தது.

சாதிய அடுக்கும் சமூக நீதிப் போராட்டங்களும்

சமூக நீதிக்கான இயக்கத்தை வெற்றிகரமான அரசியல் கட்சியாக மாற்றிய முதல் தலைமுறை அரசியல் வாதிகளில் முக்கியமானவர் கருணாநிதி.

கருணாநிதியின் நெடிய அரசியல் பறவை சமீபத்திய வரலாற்றைப் பிரதி பலிக்கும் கண்ணாடிகளில் ஒன்றாகவே குறிப்பிடலாம்.

நாட்டின் பிறபகுதிகளுடன் ஒப்பிடுகையில் தமிழ்நாட்டில் சமூக நீதி இயக்கத்தின் சாதனைகளையும் இந்தியாவில் கூட்டரசைக்கட்டமைப்பதில் திராவிட இயக்கத்தின் பங்களிப்புகளையும் வெளிக்காட்டும் கண்ணாடி அவருடைய வாழ்க்கை!

மக்கள் தொகையில் மிகச்சிறிய எண்ணிக்கையை கொண்ட சாதிய அடுக்குகளில் கீழே இருக்கும் ஒரு சமூகத்திலிருந்து வந்து, இவ்வளவு உயர்ந்த இடத்தை கருணாநிதி தக்கவைத்திருப்பது சமூகப்புரட்சியே அன்றி வேறல்ல. அந்தப் புரட்சிக்கு அவரும் காரணமாக இருந்திருக்கிறார்.

தமிழ்நாட்டின் திராவிட இயக்கம் நாட்டின் பிற பகுதியில் உள்ள இயக்கங்களுக்கு ஒரு வழிகாட்டி அரை நூற்றாண்டாகத் தமிழ்நாட்டின் ஆட்சியதிகாரம் இருதிராவிடக் கட்சிகளையும் தாண்டிச் செல்லாமல் இருக்க சமூகநீதி இயக்கமே முக்கியமான காரணம்.

தமிழ்நாட்டில் சமூகநீதி இயக்கம் வலுவாக காலூன்றியதற்கான முக்கியமான காரணங்களில் ஒன்று அதன் பலன் பிற்படுத்தப்பட்ட வகுப்பைச் சேர்ந்த வசதிபடைத்தவர்களுக்கு மட்டும் பலன் தந்ததோடு நிற்கவில்லை என்பதேயாகும்.

தமிழ் நாட்டின் இட ஒதுக்கீடு 50ரூ க்கும் அதிகமாக உயர கருணாநிதி முக்கியமான காரணம். சமூகநீதி அரசியலை அரசுத் திட்டங்களாக உருமாற்றியது அவருடைய இன்னொரு முக்கியமான சாதனை.

சமூகநலத்திட்டங்களை செயல்படுத்துவதில் திமுக, அதிமுக இடையில் ஆரோக்கியமான போட்டி எப்போதும் நிலவியது. இதனால்தான் சமூகநலத் திட்ட அமலாக்கத்திலும் வளர்ச்சியிலும் இந்திய அளவில் தமிழ்நாடு முன்னே நிற்கிறது.

இந்திய ஜனநாயகத்துக்கு திராவிட இயக்கத்தின் நிரந்தரமான பங்களிப்பு என்றால் அது 'இந்தி -இந்து-இந்து தான்' என்ற தேசியவாதத்தை ஏற்கமறுத்து அது உறுதியாக நிற்பதுதான்.

கருணாநிதியின் ஆட்சியில் மாநில அரசு ஒருபோதும் மத்திய அரசுக்கு கீழான அரசாக செயல்பட்டவில்லை.

மத்திய மாநில உறவு தொடர்பாக அவர் நியமித்த ராஜமன்னார் குழுவின் பரிந்துறைகளை மத்திய அரசு நிராகரித்தாலும் கூட்டாட்சியை வலுப்படுத்துவதற்கான கதவை அதுதிறந்தது. சுதந்திர தினத்தன்று தேசியக்கொடியை ஏற்றும் உரிமையைப் பெற்றுக் கொடுத்தவரும் அவரே. தன்னுடைய ஆட்சியை விலையாகக் கொடுத்து நெருக்கடி நிலை

அமலாக்கத்தைத் துணிவோடு எதிர்த்த முதல்வர் என்று வரலாற்றில் என்றும் கருணாநிதி நினைவு கூறப்படுவார்.

வேதகாலத்தில் தொடங்கிய ஆரிய-திராவிட போராட்டம் வேறு வடிவங்களில், இப்போது அந்தக்கனம் கூர்மையடைந்து வருகிறது.

'வர்ணாஸ்ரமம்' சனாதனம் என்பவற்றுக்கு மாற்றாக ஆன்மீகம், தேசீயம், தேசபக்தி என்று பேசிக்கொண்டு இன எதிரிகள் இன்று களத்தில் நிற்கிறார்கள். ஒற்றை இந்தியா என்ற பார்ப்பன சாம்ராஜ்யம் நோக்கி நாட்டை இழுத்துச் செல்கிறார்கள்.

அதிகாரத்தை ஒட்டு மொத்தமாக கைப்பற்றி, அரசு நிறுவனங்கள் அனைத்தையும் முறைகேடாகப் பயன்படுத்தி பார்ப்பனிய ஆட்சியை உருவாக்கிட இவர்களுக்கு இப்போது ஆன்மீகமும் திராவிட எதிர்ப்பும் கட்டாயத் தேவையாகிவிட்டது.

'பெரியார் மண்ணில்' திராவிட ஆன்மீகம் தோற்றுப்போய் விட்டது என்று பரப்புரை செய்து வருகிறார்கள்.

ஆன்மீகம் என்பது ஒவ்வொரு மனிதரும் தனக்குள் உருவாக்கிக் கொள்ளும் ஒரு சிந்தனைப் போக்கு அதுவழிபாடுகளிலும் சடங்குகளிலும் இல்லை.

ஆனால் ஆன்மீகம் என்பதை பார்ப்பனீயம் தனக்கான முகமூடிக் கவசமாக்கிக் கொண்டு தன்னை உயிர்ப்பிக்கத் துடிக்கிறது.

வைதீக வேதமரபில் தன்னை அடையாளப்படுத்திக் கொண்ட பார்ப்பனர்கள், யாகங்கள், சடங்குகளை, உயிர்ப்பலிகளை கேள்வி கேட்ட திராவிடர்களை அழித்தொழிக்க வரலாறு நெடுச் சூழ்ச்சிகளையும் படுகொலைகளையும் நிகழ்த்தியுள்ளனர்.

இந்து மதத்தோடு தொடர்பிலே இல்லாத பவுத்தம், சைவம், சமணம், வைணவம் உள்ளிட்ட அனைத்து மதப் பிரிவுகளையும் இந்து மதம் என்ற குடுவைக்குள் திணித்து அதற்கு சட்டப்பாதுகாப்புகளையும் தேடிக் கொண்டனர்.

இதனை எதிர்த்து வைதீக சமூகக் கொடுமைகளை கேள்விக்கு உட்படுத்தியவர்களின் அடையாளங்களை அழித்ததோடு ஊடுருவி

சீர்குலைத்து தங்கள் ஆதிக்கத்தை நிலை நிறுத்திக் கொண்டவர்கள் தான் இப்போர்து 'ஆன்மீகம்' என்ற போர்வைக்குள் பதுங்கி நிற்கிறார்கள்.

திராவிட இயக்கம் வலியுறுத்திய இட ஒதுக்கீடு உரிமையை இவர்களும் இன்று பேசத்தொடங்கி விட்டார்கள். பெரியார் வலியுறுத்திய மொழி உணர்வை இவர்களும் பேச வேண்டிய கட்டாயத்துக்கு தள்ளப்பட்டிருக்கிறார்கள்.

சாத்திரங்களால் மறுக்கப்பட்ட பெண் கல்வி உரிமையை இப்போது இவர்களால் நியாயப்படுத்த பெண்களுக்கு படிப்பு எதற்கு என்று கேட்கமுடியுமா?

பெரியாரின் கடவுள் மத மறுப்பின் அடிப்படை என்ன?

சமத்துவத்தின் தடைக்கல்லாக அவை குறுக்கே நிற்பதால் எழுந்த எதிர்ப்புதானே அது! எனவே இன்று உரிமைகளில் குறுக்கிட முடியாது என்ற நிலை வந்துவிட்டதற்கு யார் காரணம்? பெரியாரின் வெற்றிதானே!

அனைவரும் அர்ச்சகர்கள் என்ற திராவிட முரசறிவிப்பை தடுக்க, வேறு வழியின்றி பிராமணியம் என்ற கேடயத்தை தானே இன்று பயன்படுத்தும் நிலை வந்துவிட்டது?

1891 மக்கள் தொகை அறிக்கை, படித்தவர்களில் பெரும்பாலானவர்கள் மேல் சாதிக்காரர்கள் என்று அடையாளம் கண்டது. அவர்களிலும் அதிகம் பேர் பிராமணர்கள்.

பிராமணரல்லாதோர் இயக்கமாக உருவெடுத்த நீதிக்கட்சி, கல்வி, சுகாதாரத்துறையில் முன்னேற்றப்பாதை நோக்கி மதராஸ் மாகாணத்தை திருப்பியது.

பனகல் அரசரது தலைமையிலான நீதிக் கட்சி ஆட்சி, பிராமணர் அல்லாத சமூகத்தவர்களுக்கான கல்ல, சுகாதாரத்தை இலவசமாக்குவதில், முனைப்பு காட்டியதோடு வேலைவாய்ப்பிலும் சமூகநீதியைக் கொண்டு வந்தது.

தாழ்த்தப்பட்ட மக்களின் நலனில் அக்கறையுடன் செயல்பட பல்வேறு நடவடிக்கைகளை எடுத்ததோடு, அவர்கள் நலனைக் கவனிக்க அது கொண்டு வந்த தொழிலாளர் ஆணையம் பதவியிடம் முக்கியமானது.

ஆட்சிக்கு வெளியிலிருந்து தமிழ் மக்களின் நலன்களுக்கு அழுத்தம் கொடுத்துக் கொண்டிருந்த பெரியாரின் குரல் இதற்கு முக்கியமான ஒரு காரணம்.

கட்டாயத் தொடக்கக் கல்வியை அனைவருக்கும் அளிக்க வேண்டும் என்பது உள்பட 14 அம்ச செயல் திட்டத்தை நீதிக்கட்சி அரசிடம் முன்பு பெரியார் அளித்திருந்தார்.

சுயமரியாதை இயக்கம் வளர்ந்து நீதிக்கட்சியையும் உள்ளடக்கி திராவிடர் கழகமான போது கலாச்சார ரீதியாக தமிழ் மறுமலர்ச்சிக்கு உழைத்தனர்.

பிறமொழி கலவலில் தமிழில் பேசும் எழுதும் தனித்தமிழ்ப் போருக்கு உச்சம் நோக்கி நகர்ந்தது.

சம்ஸ்கிருதப் பெயர்களைத் தவிர்த்து தூய தமிழ்ப் பெயர்களை குழந்தைகளுக்குச் சூட்டினர். 1967 வரை தமிழ்நாட்டை ஆண்ட காங்கிரஸ் கட்சியும் இந்த தமிழ் தேசிய சமூக நீதிகலையில் தப்பமுடியவில்லை.

முதல்வர் காமராஜர் இந்த வகையில் பல சமூக நலத்திட்டங்களை முன்னெடுத்தார். காமராஜரை பச்சைத் தமிழன் என்று பெரியார் பாராட்டினார். காங்கிரஸின் கொள்கைகள் தேசிய அளவில் வேறாகவும் தமிழக அளவில் வேறாகவும் இருந்ததையும் இங்கே குறிப்பிட வேண்டும்.

திமுகவின் எழுச்சி, தமிழ் தேசிய இயக்கத் தலைவராக அண்ணா துரையை உயர்த்தியதோடு தமிழ் தேசிய இயக்கம் பரவுவதிலும் முக்கியப் பங்குவகித்தது.

மேடைப்பேச்சு, பத்திரிகைகள், நாடகங்கள் என்று கிளை விரித்த திராவிட இயக்கத்தினர் சினிமாவையும் விட்டு வைக்கவில்லை.

அண்ணாவுக்குப் பின் பெரும் தலைவர்களாக உருவெடுத்த மு.கருணாநிதி கதை வசனம் எழுதிய பராசக்தி (1952) படம் பிறக்க ஒருநாடு பிழைக்க ஒருநாடு என்று தமிழர்கள் அல்லல்படுவதைத் தொட்டது.

மொழி, இனம், வரலாறு ஆகியவற்றை ஒரேமாதிரி கொண்ட மக்கள் வாழும் மாநிலங்களாக இருந்தால் பூசல்கள் குறையும். ஒற்றுமை அதிகமாகும் என்று மாநில மறுசீரமைப்புக்குழுவிடம் அளிக்கப்பட்ட

மனுகுறிப்பிடத்தக்கது. 1967ல் ஆட்சியைக் கைப்பற்றிய அண்ணாவின் திமுக ஓராண்டுக்குள் முக்கியத்துவம் வாய்ந்த சமூக நலத் திட்டங்களை அமல்படுத்தியது. ரூபாய்க்கு ஒரு பிடி அரிசி திட்டம் அதன் தொடக்கம். உணவு தானியங்களின் விலைகட்டுப்படுத்தப்பட்டது.

அண்ணாவுக்கு அடுத்த வந்த கருணாநிதி ஏழைகளுக்கு வீடுகள் கட்டித்தரும் திட்டத்தைப் பெரிய அளவில் முன்னெடுத்தார். பள்ளிக் கூடங்கள், மருத்துவமனைகளின் எண்ணிக்கை பெருகியது.

தாழ்த்தப்பட்ட, பிற்படுத்தப்பட்ட மாணவர்கள் தங்கிப் படிப்பதற்கான விடுதிகளின் எண்ணிக்கை அதிகரிக்கப்பட்டது. ஏழை மாணவர்களுக்கு கல்வி உதவித்தொகை உயர்த்தப்பட்டது.

இதனூடாவே 'எங்கும் தமிழ் எதிலும் தமிழ்' உணர்வு தூக்கிப்பிடிக்கப் பட்டது. இதன் ஓர்அங்கமாக உருவான தமிழ்த்தாய் வாழ்த்து எல்லாப் பொது நிகழ்ச்சிகளிலும் தொடக்கப்பாடலானது.

தத்துவங்கள், பாதைகள் வெவ்வேறு என்றாலும், இந்திய வரலாற்றை அணுகும் பார்வையில் காங்கிரஸ், பாஜக, கம்யூனிஸ்ட் கட்சிகள் மூன்றுமே டெல்லியிலிருந்தே இந்தியாவைப் பார்க்க விரும்புகின்றன.

மாநிலங்களை கிளைகளாக அல்லாமல் அவற்றை இந்த இந்தியப் பெருமரத்தின் ஆன்மாவாகப் பார்க்கும் பார்வையை திமுகவே முன் வைக்கிறது. அண்ணாவழி வந்த கருணாநிதி 1971ல் டெல்லியின் முன் வைத்த 'ராஜமன்னார் குழு அறிக்கை' ஒரு மாற்று அரசியல் சட்டத்துக்கான முன்மொழிவு.

1974ல் தமிழ்நாடு சட்டமன்றத்தில் திமுக நிறைவேற்றிய மாநில சுயாட்சித் தீர்மானம் ஒரு மாற்று அரசியல் பாதைக்கான தொடக்கப் பிரகடனம்!

இந்தியா என்ற வரையறைக்கு உட்பட்டு மாநிலங்களுக்கான, இங்கு வாழும் பல்வேறு தேசிய இனங்களிக்கான உச்சபட்ச அதிகாரப்பகிர்வு சாத்தியங்களைத் தமிழகம் முன் வைக்கிறது.

அரசியலமைப்பில் மட்டுமல்லாமல், சமூகத்தைப் பார்க்கும் பார்வையிலேயே டெல்லியிடமிருந்து திட்டவட்டமான மாற்றுப் பார்வை

ஒன்று தனக்கிருப்பதையும் திராவிட இயக்கம் வழி தமிழகம் வெளிப்படுத்தியிருக்கிறது.

சாதியப்பாகுபாடுகள் தான் இந்தியாவின் தலையாய பிரச்சனை என்ற உண்மையைத் தொடர்ந்து இந்த நூற்றாண்டுகளாக முகம்கொடுத்துக் கொண்டிருக்கிறது திராவிட இயக்கம்.

இந்தியாவின் வெகுஜன அரசியல் தளத்தில் சாதிய மேலாதிக்கத்துக்கு எதிரான வெற்றிகரமான ஒரே அரசியல் இயக்கம் அதுவே.

பிராமணியத்துக்கு எதிரான பிரகடனத்தோடு ஒற்றைத்துவ அலையில் சிக்கிவிடாமல் ஒரு மாற்று அரசியல் கலாச்சாரத்தை முன்னெடுத்து இந்திய அரசியலில் வெற்றி பெற்றிருக்கும் ஒரு இயக்கம் வேறு இங்கு ஏது?

இந்திமயமாக்கப்பட்ட சுதந்திர இந்தியாவின் தேசியவாதம் இத்தனை ஆண்டுகளில் நாடெங்கிலும் உண்டாக்கி இருக்கும் மோசமான விளைவுகளில் ஒன்று உள்ளூர் அடையாள அழிவு! விளைவாக சாதிய,மத அடையாளங்கள் பெற்றிருக்கும் கூடுதல் பலம்!

இன்று தமிழ்நாட்டில் சாதி-மத வரையறைகளைத் தமிழர் என்ற அடையாளத்தால் கடக்க வாய்ப்புள்ள சாத்தியங்கள் ஏனைய பல மாநிலங்களில் கிடையாது.

குழந்தைக்கு பெயர் சூட்டுதல் முதல் சுயமரியாதைத் திருமணங்கள் வரை வாழுவியலில் தமிழ் அடையாள மாற்றுக் கலாச்சாரத்தை திராவிட இயக்கம் வளர்த்தெடுத்தற்கு இதில் முக்கியமான பங்குண்டு.

இந்தி ஆதிக்கத்துக்கு எதிராக உறுதியாக நின்ற திராவிட இயக்கம் ஆங்கிலத்தை ஒரு மாற்றாக முன்னிறுத்தியதன் விளைவுகளை பொருளாதாரத்தளத்தில் அறுவடை செய்துகொண்டது.

இந்திய நிலப்பரப்பில் வெறும் 3.95சூ (1.3 லட்சம் சதுர கிமீ) மட்டுமே கொண்டது தமிழ்நாடு. ஒன்றிணைந்த ராஜ தான், மத்திய பிரதேசம், மகாராஷ்டிரம் இந்த மாநிலங்களோடு ஒப்பிடுகையில் பாதிகூட கிடையாது.

மக்கள் தொகையில் அதிகம் என்றாலும் நிலப்பரப்பளவில், குஜராத், ஆந்திரம், கர்நாடகத்தையும் விடவும் சிறிய இன்றைய தமிழ்நாட்டின் வளர்ச்சி எப்படி சாத்தியமானது?

எல்லோரையும் உள்ளடக்கிய வளர்ச்சிப் பார்வை! விவசாயத்தைப் புறக்கணித்து விடாத வளர்ச்சியை முன்னெடுத்தது தமிழகம். 1970 சட்டத்தின் மூலம் நிலப் பகிர்வைக் கொண்டு வந்தார் கருணாநிதி.

இதன் விளைவாக தமிழகத்தின் 98ரூ பேர் சிறு விவசாயிகள் ஆயினர். நேரடிக்கொள்முதல் நிலையங்கள் இலவச மின்சாரம், உழவர் சந்தைகள், குறைந்த வட்டியிலான வங்கிக்கடன், சுமை பெருகிய காலத்தில் கடன் தள்ளுபடி, சிக்கனப் பாசனத்திட்டத்தில் கவனம் உருவாக்குவதிலும் திமுக தொடர்ந்து கவனம் அளித்தது.

உலகமயமாக்கல் சூழலில் முந்திக் கொள்வதிலும் தமிழகம் முன்னே நின்றது. தகவல் தொழில்நுட்பத் துறைக்கான கொள்கையை நாட்டுக்கே முன்னோடியாக 1997ல் கருணாநிதி கொண்டுவந்ததை எவரும் மறுக்க முடியாது.

ராஜாஜியின் குலக்கல்வித் திட்டத்தை காங்கிரசுக்குள் ஓமந்தூர் இராமசாமி ரெட்டியார் செங்கல்வராயன் பத்திரிகையாளர் எ.எ சொக்கலிங்கம் மற்றும் ஜிடி நாயுடு, ஜெ.சி.குமரப்பா எதிர்த்தனர். கல்கி ஆசிரியர் கிருஷ்ண மூர்த்தியும் ம.பொசியும் ஆதரித்தனர்.

ராஜாஜியின் குலக்கல்வித்திட்டத்தை எதிர்த்து போராடி வெற்றிபெற்ற மண் தமிழ்நாடு. தந்தை பெரியார் நடத்திய கிளர்ச்சிக்கான ராஜாஜி ஆட்சி பீடத்தை விட்டு வெளியேற வேண்டிய நிலையை உருவாக்கியது.

1952 ஜூன் 24ம் நாள் சென்னை மாநில முதலமைச்சர் ராஜாஜி சென்னை திருவான்மியுரில் நடந்த சலவைத் தொழிலாளர் மாநாட்டில் பங்கேற்றார். அதில் பேசும் போது அவனவன் சாதி தொழிலை அவனவன் செய்ய வேண்டும். வண்ணார் வீட்டு பிள்ளைகள் படிக்க வேண்டியது இல்லை. குலத் தொழிலைச் செய்தால் போதும் எல்லோரும் படித்தால் வேலை எங்கிருந்து கிடைக்கும் என்று கூறினார்.

அப்போதைய கல்வி அமைச்சர் டாக்டர்.எம்.வி. கிருஷ்ணாராவ் 20.3.1953ல் சென்னை சட்டமன்றத்தில் தொடக்கப்பள்ளி மாணவர்கள் படிக்கும் கால அளவை நாளொன்றுக்கு மூன்று மணி நேரமாக குறைப்பது என்றும் அந்த நேரத்தில் குழந்தைகளின் பெற்றோர் செய்யும் தொழில்களை கற்றுக்கொள்ள வசதி செய்து கொடுக்கவும் சர்க்கார் தீவிரமாக ஆலோசனை செய்து வருகின்றது என்று கூறினார்.

இன்னொன்றையும் கல்வி அமைச்சர் தெரிவித்தார்.

பரம்பரைத் தொழில் செய்யாத குலத்தில் பிறந்த குழந்தைகள் வயல்களிலும் தொழிற்சாலைகளிலும் பிறர் செய்யும் தொழில்களைக் கவனிக்கச் செய்து கற்கச் செய்யவும் ஆலோசிக்கப்படுகிறது.

விவசாயத் தொழில்கள், கொட்டகைபோடுதல், செங்கல் அறுப்பு வேலைகள், கிணறுகள் வெட்டுதல் போன்ற பல வேலைகளில் பள்ளிச் சிறுவர் சிறுமியரை பழக்கப்படுத்துவது என்பதும் யோசிக்கப்பட்டு வருகிறது.

பெரியாரின் போர் முரசு விடுதலை ஏட்டில் 31.3.1953ல் “சிறுவர்களைப் பாழாக்கும் புதிய திட்டம் உஷார்” என்று பெரியாரின் தலையங்கள் தீட்டினார்.

தந்தை பெரியார் எச்சரிக்கை செய்தபடி 1953-54ம் கல்வியாண்டில் புதிய கல்வித்திட்டம் வருகிறது என்று ராஜாஜி அரசு அறிவித்தது.

இதனிடையில் காஞ்சிபுரத்தில் நடந்த சென்னை மாகாண யாதவ மாணவர் மாநாட்டில் ராஜாஜி அமைச்சரவையின் முடிவை ஆதரித்து மத்திய விவசாயத்துறை அமைச்சர் சென்னகவுடா பேசும்போது ‘யாதவ சமூக இளைஞர்கள் நவீன பால்பண்ணை நடத்தி பால் உற்பத்தியைப் பெருக்க வேண்டும். ராஜாஜியின் குலக்கல்வி திட்டத்தை ஆதரிக்கிறேன்” என்று பேசினார்.

‘டைம் ஆஃப் இந்தியா’ ஏடு, துப்புறவு தொழிலாளியின் பிள்ளைகள் ஆசிரியராகவோ மருத்துவராகவோ வருவதை ஏன் தடுக்க வேண்டும்‘ என்று கேள்வி எழுப்பியது.

களத்தில் குதித்து விட்டார் தந்தை பெரியார் திருச்சியில் திராவிடர் கழகத்தின் மத்திய நிர்வாகக் குழுக்கூட்டம் 1953 ஜூன் 3ம் தேதி கூடியது. அதில் குலக்கல்வித் திட்டத்தை எதிர்த்து போராட்டத்தை அறிவிக்க தந்தை பெரியாருக்கு பொறுப்பு அளித்து தீர்மானம் நிறைவேற்றப்பட்டது.

1953 ஜூலை 11, 12 தேதிகளில் மன்னார் குடியார் தஞ்சை மாவட்டம் திராவிடர் கழக மாநாடு தொடங்கியது. அந்த மாநாட்டில் ராஜ கோபாலாச்சாரி ஆட்சியின் சூழ்ச்சியை அம்பலப்படுத்திய பெரியார் குலக் கல்வித் திட்டத்திற்கு எதிராகப் போராட்டத்தை அறிவித்தார்.

ஒரே நாள் இடைவெளியில் 1953 ஜூலை 14ம் தேதி சட்டமன்றம் முன்பாக நாடாளுமன்ற உறுப்பினர், வ.வீராசாமி தலைமையில் குலக்கல்வித் திட்டத்தைக் கண்டித்தும் திரும்பப் பெற வலியுறுத்தியும் மறியல் அறப் போராட்டம் நடைபெறுவது பின்பு பிரகடனப்படுத்தப் பட்டது.

ஜூலை 20ம் தேதி கிராமங்களில் பள்ளிகள் முன்பு மறியல் நடக்கும் என்று தந்தை பெரியார் பிரகடனம் செய்தார்.

சென்னை சட்டமன்றம் முன்பு நடக்க இருந்த மறியலுக்கு ராஜாஜி அரசு உத்தரவு போட்டது. கோட்டை முன்பாக மலபார் போலீஸ் ஆயிரக் கணக்கில் குவிக்கப்பட்டது. ஆனால் அதற்கெல்லாம் பயந்து ஒடுகிற பணியில் பெரியார் படை திட்டமிட்டவாறு ஜூலையும் 14ம் தேதி மூன்று மூன்று பேராக மறியல் அணி கோட்டை நோக்கி புறப்பட்டது. நாடாளு மன்ற உறுப்பினர் வ.வீராசாமி தலைமையில் முதல் அணி புறப்பட்டது.

அண்ணா சாலையில் ஆயிரக்கணக்கான மக்கள் திரண்டு விட்டனர். அடுத்தடுத்து திருவாரூர் தங்கராசு, எம்.கே.டி. சுப்பிரமணியம். டி.எம் சண்முகம், த. லோகநாதன் மனோரஞ்சிதம், லட்சுமிபாய் ஆகியோர் தலைமையில் மறியல் செய்ய அணிகள் சென்று கொண்டே இருந்ததனர்.

சட்டமன்றத்துக்துக்கு முன்பாக சென்ற இவர்களில் 80 தோழர்கள் கைது செய்யப்பட்டனர்.

மேலும் மேலும் மக்கள் கூட்டம் செயிண்ட் சார்ஜ் கோட்டையை நோக்கி ஆயிரக்கணக்கில் திரண்டு வந்தவுடன் மலபார் போலீஸ் தடியடி நடத்தத் தொடங்குகிறது. குண்டாந்தடி தாக்குதலை தாங்கிக் கொண்டு மண்டை உடைந்து ரத்தம் வழிந்தோடி நிலையிலும் ராஜாஜியின் குலக்கல்வித் திட்டத்திற்கு எதிராக முடிக்க திட்டமிட்டவாறு தொண்டர்கள் முன்னேறிச் சென்றனர்.

ராஜாஜி அரசின் அடக்குமுறையைக் கண்டித்துக் குலக்கல்வியை எதிர்த்தல் போராடியவர்கள் மீது காவல் துறை நடத்திய தாக்குதலைக் கண்டித்தும் சட்ட மன்றத்தில் கம்யூனிஸ்ட் கட்சி, உழைப்பாளர் சாட்சி ஐக்கிய முன்னணி உள்ளிட்ட சாட்சிகள் ஒத்திவைப்பு தீர்மானம் கொடுத்தன.

ஆனால் அதற்கு அவைத் தலைவர் மறுத்துவிட்டார். அந்த கட்சியைச் சேர்ந்த 80 உறுப்பினர்கள் வெளிநடப்பு செய்தனர்.

இந்தச் சூழலில் பேரறிஞர் அண்ணா அவர்கள் திமுக சார்பில் திருமுனைப் பேராட்டத்திற்கு அழைப்பு விடுத்திருந்தார். 1959 ஜூலை 14ம் தேதி குலக்கல்வியை எதிர்த்து ராஜாஜி வீட்டு முன்பு மறியல். ஜூலை 15ம் தேதி தமிழர்களை நான்சென்ஸ் என்று கூறிய நேருவைக் கண்டித்து ரயில் மறியல். மேலும், அதே நாளில் திருச்சி மாவட்டத்தில் டால்மியாபுரம் ஊர் பெயரானது மும்முனைப் போராட்டம் அறிவிப்பு, தமிழ்நாடு எங்கும் பரபரப்பை ஏற்படுத்தியது.

சென்னையில் பேரறிஞர் அண்ணா, ஈ.வெ.கி. சம்பத், நாவலர் என்.வி. நடராஜன், கே.ஏ. மதியழகன் ஆகியோர் சாட்சி அலுவலகத்தில் கைது செய்யப்பட்டனர்.

இது குறித்து செய்தி வெளியிட்ட ஏடுகள் திமுகவின் ஐம்பெரும் தலைவர்கள் கைது என்று செய்தி வெளியிட்டன. அதிலிருந்து தான் திமுகவின் ஐம்பெரும் தலைவர்கள் என்று இவர்கள் அநேகத் தோழர்களால் அழைக்கப்பட்டனர்.

ராஜாஜி வீட்டின் முன்பு மறியல் செய்த திமுக அணி சத்தியவாணி முத்து அம்மையார் தலைமையில் சென்ற போது 40 பேர் கைது செய்யப்பட்டனர்.

அதே நாளில் தூத்துக்குடியில் ரயில் மறியல் செய்த தின தொண்டர்கள் மீது துப்பாக்கிச் சூடு நடத்தி 4 பேர் உயிரைப் பறித்தது ராஜாஜி சாட்சிகள் 50 பேர் படுகாயம் அடைந்தனர்.

டால்மியாபுரம் பெயரை கல்லக்குடி என்று மாற்றக்கோரி கல்லக்குடியில் ரயில் மறியல் போராட்டம் நடத்திய கலைஞர் கைது செய்யப்பட்டார். அந்தப் போராட்டக்களத்தில் போலீஸ் துப்பாக்கிச் சூட்டில் இருவர் பலியானார்கள்.

தந்தை பெரியார் பிரகடனம் செய்தவாறு 20.2.1953 அன்று பள்ளிகள் முன்பு குலக்கல்வியை தெரிவித்து ஆயிரக்கணக்கான ஊர்களில் நடந்த

மறியல் போராட்டம் பெரு வெற்றி பெற்றது. பெரியாரின் போராட்டம் மக்கள் போராட்டமாக வெடித்தது.

நாடெங்கும் ராஜாஜிக்கு எதிர்ப்பு கிளம்பியது. காங்கிரஸ் கட்சிக்குள்ளும் இது எதிரொலித்தது. சென்னை மாநில முன்னாள் முதல்வர் ந.பி.இராமசாமி ரெட்டியார், சென்னை மேயர் செங்கல்வராயன், பத்திரிக்கையாளர் டி.ஏ.சொக்கலிங்கம் போன்ற காங்கிரஸ் தலைவர்களும் ராஜாஜியின் குலக்கல்வியை திரும்பப் பெற வலியுறுத்தினார்கள்.

காந்திய அறிஞர் ஜே.கி. குமரப்பா, விஞ்ஞானி ஜி.டி. நாயுடு, டாக்டர் லட்சுமண சாமி முதலியார் போன்றோரும் எதிர்ப்பு தெரிவித்தார்.

சட்டமன்றத்தில் குலக்கல்வித் திட்டத்தை நிறுத்தி வைத்து ஒரு நிபுணர் அமைத்து பரிசீலனைக்கு அனுப்ப வேண்டுமென்று ஒரு தீர்மானம் கொண்டு வரப்பட்டது.

தீர்மானத்திற்கு ஆதரவாக 139 வாக்குகளும் எதிராக 137 வாக்குகளும் விழுந்தன. இரண்டு வாக்குகள் வித்தியாசத்தில் ராஜாஜி அரசு தோல்வி அடைந்தது. எனவே ராஜாஜி அரசு பதவி விலக வேண்டும் என்று சட்டமன்றத்தில் எதிர்க்காட்சிகள் குரல் கொடுத்தன.

அந்த நேரத்தில் சட்டமன்றத்தில் எதிர்கட்சியாக இருந்த கம்யூனிஸ்ட் கட்சி சார்பில், புதிய கல்வித் திட்டத்தை அதாவது குலக்கல்வித்திட்டத்தை அரசு கை விட வேண்டும் பின்பு பலரும் கம்யூனிஸ்ட் கட்சியை வலியுறுத்தினார்கள். ஆனால் கம்யூனிஸ்ட் சாட்சி தனது தீர்மானத்தை கைவிட மறுத்துவிட்டது.

தீர்மானம் வாக்கெடுப்புக்கு விடப்பட்ட போது ஆதரவாக 138 வாக்குகளும் எதிராக 138 வாக்குகளும் விழுந்தன. இறுதியில் சட்டமன்ற தலைவர் தன்னுடைய வாக்கை அரசுக்கு ஆதரவாக அளித்து அரசை வெற்றி பெறச் செய்து கம்யூனிஸ்ட் தீர்மானத்தை தோற்கடித்தார்.

கம்யூனிஸ்ட் தீர்மானம் தோற்கடிக்கப்பட்டதால் ராஜாஜி அரசு பிழைத்து விட்டது. கம்யூனிஸ்ட் கட்சி தனது தீர்மானம் வெற்றி பெறுவதற்கு முயற்சி செய்யவில்லை.

கம்யூனிஸ்ட் கட்சி எம்.எல்.ஏக்கள் பலர் அன்று சாலைக்கு வரவில்லை. சட்டமன்ற எதிர்கட்சித் தலைவரும் கம்யூனிஸ்ட் சட்டமன்ற கட்சித் தலைவருமான தோழர். பி. இராம மூர்த்தியும் சட்டமன்றம் செல்லவில்லை.

இந்த நிலையில் தான் கம்யூனிஸ்ட் கட்சி, ராஜாஜி அரசின் குலக்கல்வித் திட்டத்திற்கு எதிராகக் கொண்டு வந்த தீர்மானம் தோல்வி அடைந்தது. ராஜாஜி இதனால் உற்சாகம் அடைந்தார்.

கம்யூனிஸ்ட் கட்சியைக் கடுமையாக எதிர்த்து வந்த ஆச்சாரியார் அதன்பிறகு தனது எதிர்ப்பை குறைத்துவிட்டார். வரலாற்றில் கம்யூனிஸ்ட் கட்சியில் செய்த தவறு இது. தந்தை பெரியாரை சமாளிக்க வேண்டும் என்பதற்கு ராஜாஜி திட்டம் தீட்டினார்.

குலக்கல்வி எதிர்ப்புக் கிளர்ச்சி நடத்திய திராவிடர் கழக தோழர்கள் மீது காங்கிரஸ்காரார்கள் தாக்குதல்கள் நடத்தினார்கள். காங்கிரஸ்காரார்கள் கலகம் செய்தால் காவல்துறை தலையிடாது என்று வெளிப்படையாகவே ராஜாஜி அறிவித்தார்.

ராஜாஜியின் அரசு காலித்தனத்திற்கு பச்சை கொடி காட்டியதால், பார்ப்பனர்களும் ஆச்சாரியார்கள், அடிவருடிகளும் துணிவு பெற்றார்கள் இதன் உச்ச கட்டமாக திருச்சி பெரியார் மாளிகைக்கு தீவைத் துணிந்து விட்டனர்.

அங்கிருந்து கழகத் தோழர்கள் அந்தக் காலிகளை பெட்ரோல் தீ பந்தத்துடன் கையில் களவுமாகப் பிடித்து வைத்தனர்.

சுற்றுப்பயணத்தில் இருந்து தந்தை பெரியார் உடனடியாகத் திரும்பினார். காவல் துறையில் கொடுக்கப்பட்டவைகள் குப்பைக் கூடைக்குள் போனது.

ராஜாஜி கொக்கரித்தார். இப்போது நடப்பது தேவர் அசுரர் போராட்டம் என்று குலக்கல்வி எதிர்ப்பு போராட்டத்தை ராஜ கோபாலாச்சாரியர் வர்ணித்தல் தந்தை பெரியர் பதிலடி கொடுத்தார். ஆம் இது ஆரிய திராவிடப் பேராட்டம் தான் என்று விடுதலையில் எழுதினார்.

ராஜாஜி சர்க்கார் எல்லை மீறி போனபோது தான் 1953 நவம்பர் மாதத்தில் சேலம் மாவட்டம் ஆத்தூரில் நடந்த சுயமரியாதை இயக்க

திராவிடர் கழக மாநாட்டில் திராவிடர் கழகத்தினர் கத்தி வைத்துக் கொள்ள வேண்டும் என்று தீர்மானம் நிறைவேற்றப்பட்டது. அக்கிரகாரத்தைக் கொளுத்துவோம். அதன் பிறகும் ராஜாஜி அரசு அடக்குமுறையை நிறுத்தவில்லை. அப்போதுதான் தந்தை பெரியார் ஒரு அறிவிப்பை வெளியிட்டார்.

இதுவரை சட்டத்திற்கு உட்பட்டு போராடி வந்த நான் இனி சட்டத்தை மீறியாவது குலக்கல்வி ஒழிக்க வேண்டிய கட்டாயத்தில் இருக்கிறேன்.

பெட்ரோலும் தீப்பந்தமும் கையில் வைத்துக் கொள்ளுங்கள். நான் அறிவிக்கும்போது அக்கிரகாரத்தைக் கொளுத்துங்கள் என்று பெரியார் ஆணையிட்டார். இது மாதிரியெல்லாம் அறிவிக்கின்ற துணிச்சல் இந்திய வரலாற்றில் தந்தை பெரியாரைத் தவிர வேறு எந்தத் தலைவரையும் காண முடியாது.

பெரியாரின் அறிவிப்பில் பார்ப்பனர்களை தூண்டி விட்டார். இந்து பத்திரிக்கை துள்ளிக் குதித்து. பெரியார் கூறியபடி ஆரிய திராவிடப் போர் உக்கிரமானது. பெரியார் நடத்தியப் பேராட்டங்களால் காங்கிரஸ் காட்சிக்கு உள்ளேயே ராஜாஜிக்கு எதிர்ப்பு தீவிரமானது. பெருந்தலைவர் காமராஜர், தந்தை பெரியாரின் போராட்டம் நியாயமானது என்பதை உணர்ந்தார்.

குலக்கல்வித்திட்டம் உருப்படாது. பயனும் அளிக்காது என்று பேசத் தொடங்கினார், காமராஜர். ஓமந்தூரர் தற்போதுள்ள படிப்பும் இல்லாமல் போய்விடும் என்று கூறினார்.

உழைப்பாளர் கட்சித் தலைவரும், பின்னர் திமுகவின் முக்கிய தளகர்த்தராக பேராசிரியர் அண்ணாவுக்கு துணையாக நின்றவருமான ஏ.கே. இராமசாமி, சட்டமன்றத்தில் புதிய கல்வித் திட்டத்தை புகுத்திய ராஜாஜியை கடுமையாக எதிர்த்தார்.

ராஜாஜிக்கு எதிராக காங்கிரஸ் சட்டமன்ற உறுப்பினர்களும், டாக்டர் வரதராஜ், நாயுடுகள் பிரதமர் பண்டிட் நேருவிடம் புகார் அளித்தனர்.

ராஜாஜி அரசுக்கு பெரும் நெருக்கடி ஏற்பட்டது. பிரதமர் நேரு ராஜாஜியை முதல்வராக தொடர அனுமதி அளித்தாலும் நிலைமை இங்கு சரியில்லை.

குலக்கல்வித் திட்டத்தை அடியோடு ஒழித்துக்கட்ட தந்தை பெரியார் இறுதியாகப் போராட்டம் அறிவிக்க முடிவு செய்து, போராட்டத்தில் கலந்து கொள்ள திராவிடர் கழகத் தோழர்கள் இரத்தத்தில் கையெழுத்திட்டு அனுப்புங்கள் என்று ஆணை பிறப்பித்தார். திராவிடர் கழகத்தினர் இரத்தக் கையெழுத்து போட்டு அனுப்பிய கடிதங்கள் குவிந்தன.

இந்த நிலையில் தான் ஈரோட்டில் 1954 ஜனவரி 23, 24 தேதிகளில் புத்தர் கொள்ளை பிரச்சார மாநாடு குலக்கல்வி எதிர்ப்பு மாநாட்டை பெரியார் நடத்தினார்.

அண்ணாமலைப் பல்கலைக்கழக முன்னாள் துணை வேந்தர். எ .ஜி மணவாள ராமானுஜர் தலைமையில் நடந்த அந்த மாநாட்டில் மூன்று மாதத்திற்குள் புதிய கல்வித் திட்டத்தை ராஜாஜி விதித்து தீர்மானம் நிறைவேற்றப்பட்டது.

1954 மார்ச் 27, 28 தேதிகளில் நாகப்பட்டினம் அவுரி திடலில் சென்னை மாநில விவசாய மாநாடு நடந்தது. மாநாடு முடிந்து மறுநாள் பெரியார் அறிவித்தவாறு குலக்கல்வி எதிர்ப்புப்படை தஞ்சை மாவட்ட திராவிடர் கழகத் தலைவர் நீடாமங்கலம் ஆறுமுகம் தலைமையில் புறப்பட்டது.

நாகையிலிருந்து சென்னை வரை சென்ற குலக்கல்வி எதிர்ப்புப்படை செல்லும் வழியெல்லாம் ராஜாஜியின் குடிகெடுக்கும் குலக்கல்வித் திட்டத்தின் தீய நோக்கத்தை மக்களிடம் பரப்புரை மேற்கொண்டது.

ராஜாஜியின் குலக்கல்வித் திட்டத்திற்கு எதிராக பெரியார் மூட்டிய தீ பற்றி எரிந்தது. வேறு வழியில்லாமல் ராஜாஜி முதல்வர் பதவியிலிருந்து விலக வேண்டிய நிலை ஏற்பட்டு விட்டது. குலக்கல்வித் திட்டத்தை வடித்துக் கொடுத்த கல்வி ஆலோசகர் ஜி. ராமச்சந்திரன் பதவி விலகினார்.

காங்கிரஸ் சட்டமன்ற புதிய தலைவரைத் தேர்வு செய்ய காங்கிரஸ் எம்.எல்.ஏக்கள் கூட்டம் கூடியது. முதல்வர் பதவிக்கு போட்டியிட்ட பெருந்தலைர் காமராஜர் 93 வாக்குகள் பெற்று வெற்றி பெற்றார்.

அவரை எதிர்த்து ராஜாஜி ஆதரவுடன் போட்டியிட்ட சி. சுப்பிரமணிய 41 வாக்குகள் மட்டுமே பெற்று தோல்வி அடைந்தார்.

பெருந்தலைவர் காமராஜர் முதல்வர் பதவி ஏற்ற நிலையில்

நாகப்பட்டினத்திலிருந்து புறப்பட்ட குலக்கல்வி திட்ட எதிர்ப்புப் படை 600 மைல்கள் பிரச்சார பயணம் மேற்கொண்டு மக்களிடையே எழுச்சி ஏற்படுத்தி சென்னை வந்தடைந்தது.

முதல்வர் காமராஜர் அவர்களை சென்னை கோட்டையில் குலக்கல்வி எதிர்ப்புப் படையின் சார்பில் நீடாமங்கலம் அ. ஆறுமுகம், படைத்தளபதி டி.வி. டேவி , க. ராஜாராம், எம்.கே. டி. சுப்பிரமணியம். டி.எம்.சண்முகம் ஆகியோர் சந்தித்தனர்.

அவர்களை அன்போடு வரவேற்ற முதல்வர் காமராஜர் உங்கள் கோரிக்கையை இந்த அரசு நிறைவேற்றும் என்று தந்தை பெரியாரிடம் கூறுங்கள் என்றார்.

தந்தை பெரியாரின் போராட்டத்திற்கு வெற்றி பெறும் சூழலும் கனிந்தது. 1954 மே 18ம் தேதி குலக்கல்வித் திட்டத்தை அறிவித்தார்.

ராஜாஜிக்கு ஆதரவாக ஓராண்டு காலமாக எந்த சி. சுப்பிரமணியம் குலக்கல்வித் திட்டத்தை ஆதரித்துப் பேசினாரே அவரையே கல்வி அமைச்சராக்கி அவர் வாயாலேயே திரும்பப் பெறுகிறோம் என்று சட்டப் பேரவையில் அறிவிக்கச் செய்தார் காமராஜர்.

நாடு முழுவதும் பரவிய பல புரட்சிகர சீர்திருத்தங்களுக்கு வித்திட்ட இடம் தமிழ்நாடு சட்ட மன்றம்.

வியத்தகு வரலாறும் சீரிய பெருமையும் கொண்ட தமிழ்நாடு சம்மமன்றம் நூற்றாண்டு பழம் பெருமையை சமீபத்தில் அடைந்துள்ளது. ஆம். நூற்றாண்டையக் கொண்டாடியுள்ளது. தமிழ்நாடு சட்டமன்றம்.

சென்னை மாகாணமாக இருந்த காலத்தில் இருந்தே சட்டமன்றம் செயல்பட்ட பெருமை கொண்டது தமிழக சட்டமன்றம் 1920ம் ஆண்டே தேர்தலை சந்தித்த மன்றம் தமிழக சட்டமன்றம்.

சென்னை மாகாணத்தில் மக்களால் தேர்ந்தெடுக்கப்பட்ட பிரதிநிதிகளை கொண்ட சட்டமன்றம் 1921 ஜனவரி 12ம் தேதி தொடங்கி வைக்கப்பட்டது.

அப்போது சென்னை மாகாணத்தின் ஆளுநராக இருந்தவர் வீலீங்டன் பிரபு. தமிழக சட்டமன்றம் உருவாக்கப்பட்ட காலகட்டத்தில் 3

ஆண்டுகளுக்கு ஒருமுறை தேர்தல் நடத்தப்பட்டது.

முதல் தேர்தல் 1920ம் ஆண்டு நடத்தப்பட்ட நிலையில் 1923, 1926, 1930 ஆகிய ஆண்டுகளில் அடுத்தடுத்த தேர்தல்கள் நடத்தப்பட்டன. பெண்கள் தேர்தலில் வாக்களிக்க 1920ல் தடையிருந்தது.

சட்டத்தின் இந்தப்பிரிவை நீக்கி பெண்களுக்கும் வாக்களிக்க வகை செய்யும் தீர்மானம் 1921 ஏப்ரல் 1ம் தேதி சட்டமன்றத்தில் கொண்டு வரப்பட்டது. எனினும் 1923ல் தான் இது நடைமுறைக்கு வந்தது.

இயற்றப்பட்ட சட்டத்தின் அடிப்படையில் 1926 முதல் பெண்கள் தேர்தலில் வாக்களிக்கவும் தேர்தலில் போட்டியிடவும் நியமிக்கப்படவும் தகுதி பெற்றனர்.

தமிழக சட்டமன்றத்தின் முதல் பெண் உறுப்பினர் என்ற பெருமைக்குரியவர் டாக்டர் முத்துலெட்சுமி ரெட்டி 1935ம் ஆண்டு இந்திய அரசுச் சட்டத்தின்படி 1937 முதல் சென்னை உள்ளிட்ட மாகாணங்களில் ஈரவைகளைக் கொண்ட சட்டமன்றங்களாக அறிமுகப்படுத்தப்பட்டன.

இவை சட்டமன்றப் பேரவை மற்றும் சட்டமன்ற மேலவை என்று அழைக்கப்பட்டவை. 1952ல் நடைபெற்ற தேர்தலில் வயது வந்த அனைவரும் வாக்களிக்கத் தகுதியானவர்கள் என்று அறிவிக்கப்பட்டது.

சுதந்திரத்திற்குப் பின் தமிழக சட்டமன்றத்தின் முதல் நிதி அமைச்சர் சி. சுப்பிரமணியன் 1957 - 58ல் முதல் முறையாக பட்ஜெட் உரையாற்றினார்.

1986ல் எம்.ஜி.ஆரால் மேலவை கலைக்கப்பட்ட நிலையில் ஓரவை மன்றாக தமிழ்நாடு சட்டப் பேரவை மாறியது.

தேவதாசி முறை ஒழிப்புச்சட்டம் பெண்களுக்கு வாக்குரிமை, இட ஒதுக்கீடு, நில அரசுகளுக்கும் கொடியேற்றும் உரிமை, மாநிலப் பெயர் மாற்றம், இந்து சமய அறநிலையத் துறை உருவாக்கம், அனைத்துச் சாதியினரும், அர்ச்சகராகலாம் போன்ற புரட்சிகளுக்கு வித்திட்ட இடம் தமிழ்நாடு சட்டமன்றம் ஆட்சி கலைப்புகள் குடியரசு ஆட்சி நிறுவப்பட்ட நிகழ்வுகள், சர்ச்சைகள், வாக்கு வாதங்கள், வெளிநடப்புகள், கூச்சல் குழப்பங்கள் என எத்தனையோ அசாதாரணச் சம்பவங்களும் இங்கு அரங்கேறி இருக்கின்றன.

நூற்றாண்டுகளைப் புரட்டிப் பார்க்கும் போது தமிழ் நாடு சட்டமன்றம் கடந்து வந்திருக்கும் பாதை முழுவதும் வரலாற்றின் முக்கிய தடங்கள் பதிந்து நிறைந்திருக்கின்றன.

இந்திய சுதந்திரத்திற்குப் பின்னர் காங்கிரஸ் எனும் பிரம்மாண்ட கட்டடக்கலையை 15 ஆண்டுகளில் திமுக முறியடித்த பின்னணி, அரசியல் சூழல், கையிலெடுத்த பிரச்சினைகள், அண்ணாவே தோற்ற வரலாறு ஆகியவற்றை உள்ளடக்கிய மூன்று சட்டப்பேரவை தேர்தல் குறித்த வரலாறு மிகவும் அவறால் மிக்கவையாகும்.

1952ல் முதல் சட்டப் பேரவைத் தேர்தல் திராவிட நாடு என்று சொல்லும் நான்கு மாநில மொழி பேசும் மக்களும் வாக்களித்த முதல் தேர்தலாக இது அமைந்தது.

இந்தத் தேர்தலில் பலமான இந்திய தேசிய காங்கிரஸூம், ஆந்திரா, தமிழக, கேரளப் பகுதிகளில் பலம் வாய்ந்த கம்யூனிஸ்ட்டுகளும் கேரளப் பகுதிகளிலும் பலம் வாய்ந்த முஸ்லீம் லீக் கட்சியிலும் முக்கிய கட்சிகளாக களத்தில் நின்றன.

1949ல் தொடங்கப்பட்டு மூன்றே வயதான திமுக இத்தேர்தலில் போட்டியிடவில்லை இந்த தேர்தலில் மொத்தமுள்ள 375 தொகுதிகளில் காங்கிரஸ் கட்சி 152 இடத்திலும் இந்திய கம்யூனிஸ்ட் கட்சி 62 இடங்களிலும் மற்ற சிறு சிறு கட்சிகள் மொத்தமாக 161 இடங்களிலும் வென்றன. ராஜாஜி முதல்வர் ஆனார். கோஷ்டி பூசலால் 1954ல் காமராஜ் முதல்வரானார்.

ஒன்றுபட்ட மாகாணத்தில் தேர்தல் நடந்தது. ஒன்றுபட்ட இந்திய கம்யூனி ட் கட்சி எதிர்க்கட்சியாக இருந்ததும் இத்தேர்தலின் சிறப்பு

அடுத்த 2வது தேர்தல் வருமுன் சென்னை மாகாணத்தில் பலமாற்றங்கள் நிகழ்ந்தன. மொழிவாரி மாகாணங்கள் பிரிக்கப்படும் பணி 1953லிருந்து ஆரம்பித்து 1956ம் ஆண்டு நவம்பர் முதல் நாளிலிருந்து மாநிலங்கள் சீரமைப்புச் சட்டம் நடைமுறைக்கு வந்தது.

ஆந்திரா, மைசூர், கேரளாவிற்கான பகுதிகள் அம்மாநிலத்துடன் இணைக்கப்பட்ட பின் சென்னை மாநில சட்டப் பேரவை உறுப்பினர்களின் எண்ணிக்கை 190 ஆகக் குறைந்தது.

பின்னர் கன்னியாகுமரி மாவட்டம், நெல்லையில் செங்கோட்டை வட்டமும் சென்னை மாநிலத்துடன் இணைந்தததால் எண்ணிக்கை 205 ஆக உயர்ந்தது.

இந்தமுறை 1957ம் ஆண்டு இரண்டாவது சட்டப்பேரவை தேர்தல் நெருங்கியது. இம்முறை திமுக தேர்தலில் போட்டியிடலாமா என 1956ம் ஆண்டு மாநாட்டில் பொது மக்கள் கருத்தைக் கேட்டார் அண்ணா.

அதன் அடிப்படையில் தேர்தலில் திமுக போட்டியிலாம் என முடிவெடுத்தார் இம்முறை மும்முனைப் போட்டி

காமராஜர் ஆட்சியில் இரண்டாவது முறை தேர்தலைச் சந்தித்தது காங்கிரஸ் பெரியாரின் ஆதரவு வேறு இந்தத் தேர்தலில் வலுவான இந்தியக் கம்யூனிஸ்ட் கட்சியின் சித்தாந்தம் திமுகவின் தமிழ் தேசியவாதம், வடக்கு வரவேற்கிறது. தெற்கு தேய்கிறது என்கிற வாதத்தின் முன் திமுகவே பிரதான எதிர்க்கட்சியாக காங்கிரஸ் முன் நின்றது.

அண்ணா காஞ்சியிலும், தன்னுடைய 33வது வயதில் திமுக தலைவர் கருணாநிதி குளித்தலை தொகுதியிலும் முதன் முதலில் போட்டியிட்டதும் இந்தத் தேர்தலில் தான்.

திருக்கோஷ்டியூரில் கவிஞர் கண்ணதாசன் சேலத்தில் நாவலர் நெடுஞ்செழியின், தேனியில் நடிகர் எ.எ.ஆர், எழும்பூரில் க.அன்பழகன், அன்பில் தர்மலிங்கம் ஆகியோரும் போட்டியிட்டன.

தேர்தல் முடிவில் காங்கிரஸ் பெருவெற்றி பெற்றது. காமராஜர் மீணடும் முதல்வர் ஆனார். முதன்முதலில் தேர்தலில் 112 இடங்களில் போட்டியிட்ட திமுக 15 இடங்களில் வெற்றி பெற்றது.

அண்ணா கருணாநிதி, அன்பழகன், ஆசைத்தம்பி, சத்திய வாணிமுத்து, ப.உ. சண்முகம் போன்றோர் வெற்றி பெற்றனர்.

என்.எஸ்.கிருஷ்ணன் போன்றோர் பிரச்சாரம் செய்தும் இந்தத் தேர்தலில் திமுகவின் முக்கியத்தலைவர்களாக நாவலர் நெடுஞ்செழியன், கண்ணதாசன், அன்பில் தர்மலிங்கம், எ.எ.ஆர் ஆகியோர் உள்ளிட்ட நூற்றுக்கணக்கனோர் தோல்வி அடைந்தனர். புதிய கட்சியான திமுகவுக்கு பொதுச்சின்னம் கிடைக்காதது இதற்கான காரணமாக இருந்ததும்.

1957ம் ஆண்டுக்கும் 1962ம் ஆண்டுக்கும் இடையே தமிழக அரசியலில் எத்தனை மாற்றங்கள். திரையுலகின் முடி சூடா மன்னன் பின்னர் அதிமுகவை ஆரம்பித்து எம்.ஜி.ஆர். கருணாநிதியுடன் ஏற்பட்ட நட்பு வலுப்பெற திமுகவில் இணைந்தார்.

ஆனால் 1962ம் ஆண்டு பொதுத் தேர்தலுக்கு இடையில் பெரியாரின் அண்ணன் மகன் திமுகவில் அண்ணாவுக்கு இணையாக விளங்கிய ஈ.வி.கே சம்பத் 1961 ஏப்ரலில் வெளியேறினார். அவருடன் கண்ணதாசனும் வெளியேறினார்.

அவர்கள் தமிழ் தேசியக் கட்சியைத் தொடங்கினர். இந்தத் தேர்தலில் வலுவாக காங்கிரசை எதிர்த்து திமுக போட்டியிட்டது. இந்த காலகட்டத்தில் இலங்கை தமிழர் பிரச்சினையை திமுக கையிலெடுத்திருந்தது.

தமிழருக்கான தனிநாடு, திராவிட நாடு கோரிக்கைகளும், சென்னை மாநிலத்துக்கும் தமிழ்நாடு எனப் பெயரிட வேண்டும் போன்ற மொழி சார்ந்த பிரச்சினைகளும் திமுகவால் கையிலெடுக்கப்பட்டன.

இந்திய கம்யூனிஸ்ட் கட்சியில் இந்தியா முழுவதும் பெரியஅளவில் உள்கட்சி பேராட்டாம் வெடித்திருந்த நேரம். இந்தியாவுக்கு ஏற்ற பாதை தேசிய ஜனநாயகப் புரட்சியாளர் மக்கள் ஜனநாயக புரட்சியாளர் என்கிற போராட்டம் உட்கட்சி போராட்டமாக வலுவாக இருந்த நேரம்.

விவசாயிகளின் பிரச்சினை, தாழ்த்தப்பட்ட மக்களுக்கான உரிமைப் போராட்டம், நிலப்பிரத்துவ எதிர்ப்புபோர், நிலச்சீர்திருத்தும் போன்றவற்றை திமுகவும் கையிலெடுத்ததால் கம்யூனிஸ்ட்டுகள் இடத்தை திமுகவின் திராவிட கொள்கைகளை எளிதாகப் பின்னுக்கு தள்ளின.

இந்தக்காலகட்டத்தில் எம்.ஜி.ஆர். கே.ஆர். ராமசாமி போன்றோரின் திரையுலக கவர்ச்சியும் பேச்சாற்றல், எழுத்தாற்றல் மிக்க தலைவர்களும் மக்களை எளிதாக அணுகினர்.

இதன் காரணமாக காங்கிரசின் பலமான கோட்டையில் திமுக பெரியதாக்குதலைக் கொடுத்தது.

1957 தேர்தலுக்குப்பின் திமுக பெரும் அளவில் வளர்ந்திருந்தது. இதற்கிடையே மூன்றாவது தேர்தலில் 15 என்கிற எண்ணிக்கையை 50 ஆக

திமுக உயர்த்தியது. காங்கிரஸ் 12 இடங்களை இழந்தது. ஆனாலும் ஆட்சியை தக்க வைத்துக் கொண்டது.

அண்ணாவை குறி வைத்து நடத்திய தேர்தலில் அவர் தோற்றுப் போனார். ஆனால் நெடுஞ்செழியன், எ.எ.ஆர் போன்றோர் வென்றனர்.

அண்ணா இடத்தில் சட்டப் பேரவைத் தலைவராக நெடுஞ்செழியனும் துணைத்தலைவராக கருணாநிதியும் பொறுப்பேற்றனர். அண்ணா பின்னர் மாநிலங்களவை உறுப்பினார் ஆனார்.

இந்தத் தேர்தலில் எம்.ஜி.ஆரின் பிரச்சாரம் பெரும் துணையாக திமுகவுக்கு அமைந்தது. இம்முறை கருணாநிதி தஞ்சாவூரில் காங்கிரஸ் கட்சியின் வேட்பாளர் மிகப்பெரும் பஸ் முதலாளியை எதிர்த்துப் போட்டியிட்டார்.

வெல்லவேமுடியாது என்று தமிழகமே எதிர்பார்த்த நிலையில் தனது நண்பர் கருணாநிதிக்காக அங்கேயே பல நாள் பிரச்சாரம் செய்த எம்.ஜி.ஆரின் பிரச்சாரும் பெரும் வெற்றி பெற உதவியது.

1963 வெற்றிக்கு 4வது பொதுத் தேர்தலை 1967ம் ஆண்டுக்குமிடையே எத்தனை மாற்றங்கள்.

1962ல் சீனப் போரில் இந்திய தோல்வி, திராவிட நாடு கொள்கையை திமுக கைவிட்ட சம்பவம், 1964ல் பிரதமர் நேருவின் திடீர் மரணம் அதனைத் தொடர்ந்து பிரதமரான லால்பகதூர் சாஸ்திரியின் மரணம், இந்திராகாந்தி பிரதமானது எனப் பல சம்பவங்கள்.

1964ம் ஆண்டு அகில இந்திய அளவில் இந்திய கம்யூனிஸ்ட் கட்சி இரண்டாக உடைந்தது. மார்க்சிஸ்ட் கம்யூனிஸ்ட் கட்சி உதயமானது.

இந்தக் காலகட்டத்தில் தான் திமுகவால் மொழிப் போர் கையிலெடுக் கப்பட்டது. இந்தித் திணிப்புக்கு எதிராக மொழிப் பிரச்சினையைத் திமுக கையிலெடுத்தது.

மிகப்பெரிய அளவில் இளைஞர்கள் இக்கால கட்டத்தில் திமுகவின் பின்னால் வந்தனர்.

காமராஜர் முதல்வர் பதவியை விட்டுவிலகி பகத்வச்சலத்தை

முதல்வராக்கினார். மொழிப் பிரச்சனையுடன் உணவுப்பஞ்சம் உள்ளிட்டவை சேர, எலிக்கறி சாப்பிடச் சொன்னதாக காங்கிரஸ்க்கு எதிராக திமுகவின் போராட்டம் வெடித்தது. அண்ணாவின் படி அரிசித் திட்டம் பெரிதாக எடுப்பட்டது.

இதற்குள் 1965ம் ஆண்டின் தொகுதி சீரமைப்பு நடவடிக்கைகளின் விளைவாக சென்னை சட்டப் பேரவையின் உறுப்பினர் எண்ணிக்கையும் 234 ஆக உயர்த்தப்பட்டது. இவற்றில் 44 இடங்கள் தனித்தொகுதியாக அறிவிக்கப்பட்டன.

1967ம் ஆண்டு பிப்ரவரிமாதம் சென்னை மாநிலத்தின் நான்காவது சட்டப் பேரவைத் தேர்தல் நடந்தது.

அந்த நேரத்தில் திமுகவின் பிரச்சார பீரங்கிப் எம்.ஜி.ஆர் சுடப்பட்டார். இதுவும் திமுகவுக்கு மிகப்பெரிய வாய்ப்பாக அமைந்தது.

1967ம் ஆண்டு 4வது பொதுத் தேர்தலில் திமுக தலைமையில் ராஜாஜியின் சுதந்திரக்கட்சி மார்க்சிஸ்ட் கம்யூனிஸ்ட் கட்சி, முஸ்லீம் லீக் உள்ளிட்டவை இணைந்து போட்டியிட்டன.

காங்கிரஸ் கட்சி தனித்து போட்டியிட்டது. திமுக கூட்டணி பெரிய அளவில் வெற்றி பெற்றது. 179 இடங்களில் வென்ற கூட்டணியில் திமுக மட்டுமே 137 இடங்களில் வென்றது.

காங்கிரஸ் கட்சி 232 இடங்களில் போட்டியிட்டு 51 இடங்களை மட்டுமே பெற்று 88 இடங்களை இழந்தது.

அண்ணா முதல்வர் ஆனார். ஆனால் அந்தத் தேர்தலில் அண்ணா சட்டசபைக்கு போட்டியிட்டார். மக்களவைக்கு போட்டியிட்டு தென் சென்னை எம்.பி.ஆனார்.

அதற்குப் பிறகு எம்.பி பதவியை ராஜினாமா செய்து சட்ட மேலவைக்குள் நுழைந்ததன் மூலம் முதல்வர் ஆனார்.

மொழிப் போராட்டக்களத்தில் கருணாநிதி

1957ல் நடைபெற்ற திமுக இந்தி எதிர்ப்பு மாநாட்டில், தமிழ்நாட்டில் மத்திய அரசால் இந்தி திணிக்கப்படுவதை வன்மையாக எதிர்ப்பதென தீர்மானம் நிறைவேற்றப்பட்டது.

அக்டோபர் 13, 1957 அன்றைய நாளில் இந்தி எதிர்ப்பு நாளாக பெருந்திரளான மக்களுடன் அமைதியான முறையில் கடைப்பிடிப்பது என முடிவானது.

இப்போராட்டத்துக்கு தலைமை தாங்கிய கருணாநிதி மத்திய அரசின் இந்தித் திணிப்பை எதிர்த்து, மொழிப் போராட்டம். எங்கள் பண்பாட்டைப் பாதுகாக்க இஃது எமது மக்களின் தன்மானம் மற்றும் தங்களது கட்சியின்

அரசில் கொள்கை, மேலும் இந்தி என்பது உணவு விடுதியிலிருந்து எடுத்துச் செல்லும் உணவு, ஆங்கிலம் என்பது ஒருவர் சொல்ல அதன்படி சமைக்கப்பட்ட உணவு.

தமிழ் என்பது குடும்பத் தேவையறிந்து விருப்பமறிந்து, ஊட்ட மளிக்கும் தாயிடமிருந்து பெறப்பட்ட உணவு என பின்பு முழக்கமிட்டார்.

அக்டோபர் 1963 இந்தி எதிர்ப்பு மாநாடு சென்னையில் கூட்டப் பட்டது. இந்தித் திணிப்பு எதிர்ப்புப் போராட்டம் மத்திய அரசின் புரிந்து இந்திய அரசியலமைப்பு தேசிய மொழிகள் சட்ட எதிர்ப்பு போராட்டம் நடத்துவதென மாநாட்டில் தீர்மானிக்கப்பட்டது.

நவம்பர் 16 ஆனது அண்ணாதுரையும் நவம்பர் 19 அன்று கருணாநிதியும், கைது செய்யப்பட்டு 25 நவம்பர் அன்று உயர்நீதிமன்ற ஆணையால் விடுவிக்கப்பட்டனர்.

திராவிட இயக்கத்தின் மிக முக்கியமான பங்களிப்புகளில், தொடர் செயல்பாடுகளில் ஒன்று மொழியுரிமைக்கான அதன் பேராட்டங்கள், தியாகங்கள், தமிழுக்காக உயிர் நீத்த, அடிவாங்கிய ரத்தம் சிந்திய போராளிகளில் உண்மையில் இந்தி - இந்து - இந்து தான். ஒற்றைக் கலாச்சாரத்தில் இந்தியாக சிக்காமல் இருக்கவும், இந்நாட்டில் இன்று ஆங்கிலம் நீடித்து நிற்கவும் உலகமயச் சூழலில் இந்தியா போட்டியிட்டு நிற்கவும் உதவியிருக்கிறீர்கள் என்பதே வரலாறு.

சென்னை மாகாணத்தில் 1937 தேர்தலில் ஆட்சிகளைப் பிடித்தது காங்கிரஸ் பள்ளிகளில் இந்தி கட்டாயமாக்கப்பட உள்ளதாக அறிவித்தார் ராஜாஜி, 1938ல் அத்திட்டத்தை 6,7,8ஆம் வகுப்பு மாணவர்களை வைத்து வெள்ளோட்டம் பார்க்கமுயன்ற போதே பெரியாரிடமிருந்து கடும் எதிர்ப்பு வந்தது.

மேலும் 125 உயர்நிலைப்பளிகளில் இந்தியை கட்டாயப்படமாக்கும் அரசாணையை வெளியிட்டார் ராஜாஜி.

டிசம்பர் 3 இந்தி எதிர்ப்பு நாள் என்று அறிவிக்கப்பட்டது. தொடர் போராட்டத்தில் இறங்கிளார்கள் மாணவர்கள் கொத்து கொத்தாக கைது செய்யப்பட்டார்கள்.

சித்ரவதைக்கு உள்ளாக்கப்பட்டார்கள் சென்னையைச் சேர்ந்த தலித் இளைஞர்கள் நடராசன் இந்தத் சித்ரவகையில் 1938 ஜனவரி 15 அன்று உயரிழந்தார்.

அடுத்து 11.3.138 அன்று தாளமுத்து சிறைக்கொடுமையில் உயிரிழந்தார். தொடர்ந்து மேலும் சில உயிர்த்தியாகங்கள்.

பெரியார் உட்பட ஆயிரக்கணக்கானோர் கைது, பீறிட்டுப் பரவிய எதிர்ப்பின் விளைவாக இந்தித்திணிப்பு கைவிடப்பட்டது.

ஆனால் சுதந்திரத்தின் போது அரசியலமைப்புச் சட்டம் உருவாக்கத் தின் போது மீண்டும் இந்தித்திணிப்பு வேறு ரூபத்தில் விஸ்வரூப எடுத்தது. நாட்டின் அலுவர் மொழியைத் தேர்ந்ததெடுப்பதற்காக ஒட்டெடுப்பில் ஒரே ஒரு ஓட்டு வித்தியாசத்தில் வென்ற இந்தியை மட்டும் நாடு தழுவிய ஒரே அலுவல் மொழியாக கொண்டு வரத் திட்டமிட்டார்கள் இந்தி வாலாக்கள் .

அது நடந்தால் இந்நாட்டின் இந்தி பேசாத மாநிலங்களைச் சேர்ந்த 60 சதவீத மக்கள் ஒரே நாளில் இரண்டாம் தரக்குடி மக்களாகி விடுவார்கள். அவர்கள் நலனுக்காக ஆங்கிலமும் அலுவல் மொழியாக நீட்டிக்கப்பட வேண்டும் என்று போராடினார்கள் இந்தி பேசாத மாநிலங்களைச் சேர்ந்தவர்கள்.

இதிலும் அரசியலமைப்பு சட்ட நிர்ணய சபையில் தமிழகர்களின் குரல் ஓங்கி ஒலித்தது.

இதன் விளைவாக ‘‘ஆட்சி மொழி இந்தி. ஆனால் 15 ஆண்டுகள் வரை ஆங்கிலமும் கூடுதலாக பயன்படுத்தலாம்‘‘. என்ற கெடுவோடு 1950ல் நடைமுறைக்கு வந்தது அரசியலமைப்புச் சட்டம்

இந்தக் கெடுவின்படி ஆங்கிலத்தை அறவே நீக்கிவிட்டு 1965 ஜனவரி 26 முதல் இந்தியாவின் ஆட்சிமொழியாக்கும் நடவடிக்கைகள் தொடங்கிய போது 1964ல் கிளர்ந்தெழுந்தது தமிழகம்.

‘‘அய்யா தமிழைக் காப்பாற்றுங்கள் இந்தியை நுழைய வீடாதீர்கள்’’ என்று கெஞ்சிய இளைஞரைப் பார்த்து இந்தத் தலைத்திலகத்தைக் கைது செய்யுங்கள்’ என்று போலிசாருக்கு உத்தரவு போட்டார் காங்கிரஸ் முதல்வர் பக்தவச்சலம். ஜனவரி 25 விடியற்காலை 4.30 மணியளவில் தனக்குத்தானே

தீவைத்துக் கொண்டு ‘ஏ தமிழே நீ உயர்வாழ நான் துடிதுடித்துச் சாகிறேன்‘ என்று முழக்கமிட்டபடி அருகில் போனார் கீழ்ப்பகுதி சின்னச்சாமி, அடுத்து கோடம்பாக்கம் சிவலிங்கம் தீக்குளித்தார்.

போராட்டத்தில் ஈடுபட்ட சிதம்பரம் அண்ணாமலைப் பல்கலைக்கழக மாணவர்கள் ராஜேந்திரனும், சிவலிங்கமும் போலீஸ் துப்பாக்கிச் சூட்டிற்கு இறையானார்கள்.

மேலும் 8 பேர் தீக்குளித்தும் விஷம் அருந்தியும் தற்கொலை செய்து கொள்ள தமிழகம் தகித்தது.

போலீஸ் துப்பாக்கிச் சூட்டில் கொல்லப்பட்டவர்கள் எண்ணிக்கை அரசுக்கணக்கின்படியே 70 பேர் பல்லாயிரக்கணக்கானோர் கைதானார்கள் விளைவாக மத்தியில் சாஸ்திரி அரசு இறங்கி வந்தது. ஆங்கிலமே நீடிப்பதை உறுதி செய்தது. திராவிடக் கட்சிகளை ஆட்சிக்கு கொண்டு வந்ததில் முக்கியப் பங்கு வகித்தது இந்திப் போராட்டம்.

1962ல் 50 சட்டமன்றங்களை தி.மு.க. பிடிக்க ‘திராவிட நாடு’ முழக்கம் மேலும் அதிகரித்தது. அடுத்த ஆண்டு பிரிவினை பேசும் கட்சிகளுக்குத் தடை போகும். அரசியல் சட்டத்திருத்தத்தை கொண்டு வந்தது நேரு அரசு.

கட்சி முடக்கப்படுவதை தடுக்க அண்ணா திராவிட நாடு கோரிக்கையை கைவிட்டார். ஆனால் அதற்கான காரணங்கள் அப்படியே இருக்கின்றன என்றார்.

தமிழகத்தின் நலன்களுக்காக இப்போது மாநில சுயாட்சி முழக்கத்தை அவர் கையில் எடுத்தார். 1965ல் இந்தி ஆட்சி மொழியாக இருந்த போராட்டத்தை தடுக்கவும், 1967 தேர்தலுக்கான ஆயத்தத்துக்கும் தயாரானது தி.மு.க.

1963 ஜூலை 7ல் சென்னைக் கடற்கரை கூட்டத்தில் கருணாநிதியே, 1976 தேர்தலுக்கான வியூகத்தின் ஒரு பகுதியை வகுத்துத் தந்தார். 200 தொகுதிகளில் போட்டி ஒரு தொகுதிக்கு ரூ. 5000 செலவுத் தொகை ஆக மொத்தம் ரூ.10 லட்சம். அவரே அந்தத் தொகையைத் திரட்டும் பணியையும் ஏற்றுக் கொண்டார்.

1963லிருந்து இந்தி எதிர்ப்புப் போர் கழகத்தைப் பம்பரமாக சூழல

வைத்தது. 1965 ஜனவரி 26 ஐ துக்க நாளாக கொண்டாட முடிவெடுத்தது. தி.மு.க மாணவர்களைத் தூண்டி அன்று தேசிய பாதுகாப்புச் சட்டத்தின்படி கைது செய்யப்பட்டு பாளையங்கோட்டை சிறையில் கருணாநிதி தனிமைச் சிறையில் கிடக்கும் இந்த இடம் தான் யாத்திரை செய்ய வேண்டிய புண்ணிய பூமி என்றார் அண்ணா.

தமிழ் மொழிக்காகவும் திராவிட இனத்திற்காகவும் ஆட்சி மாற்றத்தை தமிழகத்தில் உருவாக்கி மிகப்பெரிய சமூக மாற்றத்துக்கு வித்திட்ட பேரறிஞர் அண்ணா இதே செப்டம்பர் 15ம் தேதி 1909ம் ஆண்டு காஞ்சிபுரத்தில் பிறந்தார்.

இந்தியாவை ‘இந்தி’ யாக மாற்ற மிகப்பெரிய முயற்சிகள் நடந்து வரும் இன்றைய சூழலில் அதற்கு அன்றே தமிழகத்தில் நிரந்தரமான தடைபோட்டவர் பேரறிஞர் அண்ணா என்று மக்களால் அன்போடு அழைக்கப்படும் சி.என். அண்ணாத்துரை.

திராவிட இயக்கங்கள் இன்று 50 ஆண்டுகளாக தமிழகத்தை ஆண்டு வருகின்றன என்றால் அதற்கு விதை போட்டவர் அண்ணாத்துரை.

இந்திய அரசியலமைப்புச் சட்டத்தில் இந்திய நாட்டின் ஆட்சி மொழியாக இந்தி உயர்த்தி ஆங்கிலத்துக்கு விடை கொடுக்கு நேரு தலைமையிலான மத்திய அரசு கடந்த 1963ம் ஆண்டு முடிவு செய்தது.

இதற்கு அப்போது மாநிலங்களவை உறுப்பினராக இருந்த பேரறிஞர் அண்ணா கடும் எதிர்ப்பு தெரிவித்து உரையாற்றினார்.

அவர் ஆற்றிய உரை இன்றைய சூழலுக்கு மட்டுமல்ல எப்போதும் பொருந்தும் என்பதால் அவற்றின் முக்கிய அம்சங்கள் சிலவற்றை பார்ப்போம். ஜனநாயகம் என்பது பெரும்பான்மை எண்ணிக்கை அடிப்படையிலான ஆட்சி மட்டுமல்ல.

சிறுபான்மை மக்களின் உரிமைகள் உணர்ச்சிகள் ஆகியவையும் புனிதம் என்று கருதி, அவற்றைக் காப்பாற்றுவது தான் ஜனநாயகம்.

இந்தியர்கள் அனைவருக்கும் பொதுவாக ஒரு மொழி வேண்டும் என்று பலரும் வாதாடினார். அது ஏற்கப்பட்டால் இந்தியாவில் பேசப்படும் மொழிகளில் ஒன்றைத் தான் பொது மொழியாக ஏற்கவேண்டும். அதில்

யாருக்கும் எந்த சந்தேகமும் இல்லை.

இந்தியா ஒற்றை நாடு என்று ஏற்றுக் கொள்வோமானால், இந்து வாதத்தை ஏற்றுக் கொள்ளலாம். ஆனால் இந்தியா கூட்டாட்சி நாடு. இந்தியச் சமூகம் பன்மைத்துவம் கொண்டது.

ஆகையால் ஒரே ஒரு மொழியைப் பொது மொழியாக ஏற்பது ஏனையமொழி பேசுவோருக்கெல்லாம் அநீதி இழைப்பதாகி விடும். அது மட்டுமல்ல சமூகத்தின் பெரும் பகுதி மக்களால் அம்மொழியைப் படிக்க முடியாமல் குறைகள் ஏற்படும்.

இந்தியா ஒரே நாடல்ல இந்தியா பல்வேறு இனக் குழுக்களையும் மொழிக் குடும்பங்களையும் கொண்ட நாடு. இனால் தான் இந்தியாவை 'துணை கண்டம்' என்று அழைக்கிறோம்.

இதனால் தான் ஒரே மொழியை இந்தியாவின் ஆட்சிமொழியாக நம்மால் ஏற்க முடியவில்லை.

தேசிய கீதமான 'ஜனகணமனா'' பாடலும், தேசத்தாய் வாழ்த்தாக பாடப்படும். 'வந்தே மாதரம்' பாடலும் இந்தியில் இயற்றப்பட்டவை அல்ல.

இந்தியை ஆட்சி மொழியாகத் திணிப்பு இந்தி பேசும் மாநிலங்களுக்கு திட்டவட்டமாக நிரந்தரமான சாதகமாக அமையும் என்று கூறியிருக்கிறார் அண்ணாத்துரை.

இதே போல நாடாளுமன்றத்தில் இன்னொரு முறை பேசிய அண்ணாத்துரை, உயர்தனிச் செம்மொழியான தமிழ்மொழி என்னுடைய தாய்மொழி என்ற பெருமிதம் எனக்கு இருக்கிறது.

எங்கள் உயிருடன் வாழ்வுடன் கலந்த மொழி தமிழ்மொழி அந்த தமிழ்மொழி மற்றெதற்கும் தாழாத வகையில் ஆட்சிமொழி என்ற தகுதி தரப்படும் வரை நான் அமைதி பெறமாட்டேன். திருப்தி அடைய மாட்டேன்.

நான் தமிழுக்காக வாதாடுகிறேன். அதற்காக இந்திக்காக வாதாடுபவர்களின் தாய்மொழிப்பற்றை நான் மறுக்கவில்லை. அவர்கள் இந்திக்காக பாடுபடட்டும்.

நான் திராவிட இனத்தைச் சார்ந்தவன். நான் என்னை திராவிடன் என்று அழைத்துக்கொள்வதிலும் பெருமைப்படுகிறேன். இப்படிக் கூறுவதால் நான் வங்காளிக் கோமராட்டியருக்கோ குஜராத்திரியருக்கோ எதிர்ப்பானவன் அல்ல. ராபர்ட் பர்ன் சொன்னது போல மனிதன் எப்படி இருந்தாலும் மனிதன்தான்.

உலகத்தோடு உரையாட ஆங்கிலம் இருக்கிறது. அப்படியானால் இந்தியாவுக்குள் உரையாட தமிழர்கள் ஏன் இந்தியை கற்கவேண்டும். பெரிய நாய் செல்ல பெரிய கதவும் சிறிய நாய் செல்ல சிறிய கதவும் தேவையா? பெரிய கதவின் வழியே சிறிய நாயும் செல்லட்டும் என்றார் அண்ணா.

திராவிட இயக்கத்தின் வளர்ச்சிக்கு மிக முக்கியமான பங்களித்தலை திராவிட இயக்கத்தினர் தொடர்ந்து நடத்தி வந்த பத்திரிக்கைகள் தாம்.

வெகுஜனப் பத்திரிக்கைகளில் திராவிட இயக்க எழுத்துக்கள் வெகுவாக புறக்கணிக்கப்பட்ட நிலையில் தம்முடைய கருத்துக்களை கொண்டு செல்ல தாமே பத்திரிக்கைகளை அவர்கள் நடத்தினார்கள்.

சில முக்கிய திராவிட இயக்க பத்திரிக்கைகளைப் பார்ப்போம்!

சமதர்மம்: இப்பத்திரிக்கை 1934 ஜோலி பேட்டையிலிருந்து வி. பார்த்த சாரதி என்பவரை ஆசிரியராகக் கொண்டு வெளிவந்த பத்திரிக்கையாகும்.

கதிரவன்: மாதமிருமுறை இதழான கதிரவன் பத்திரிக்கை 1947ல் ஆசிரியர் புலவர் பி.செல்வராஜ் என்பவரால் நடத்தப்பட்டது.

கிளர்ச்சி : மாதமிருமுறை இதழாக கிளர்ச்சி எனும் இப்பத்திரிக்கை மதுரையிலிருந்து இரா.சு.தங்கப்பழம் என்பவரை ஆசிரியராகக் கொண்டு வெளிவந்தது.

குமரன்: 1923ல் காரைக்குடியிலிருந்து குமரன் என்ற இந்த வார இதழானது சொ. முருகப்பா பின்பவரை ஆசிரியராகக் கொண்டு வெளிவந்தது.

புதுவை மு.ரா.: பாரதிதாசன் நிறுவப்பட்ட இவ்விதழ் 1930ல் புதுவையிலிருந்து க. இராமகிருஷ்ணர் என்பவரை ஆசிரியராகக் கொண்டு வெளிவந்தது.

வெடிகுண்டு: மதுரையிலிருந்து 1931ல் வெடிகுண்டு என்ற பெயரில் வார இதழாக வெளிவந்தது. ஆசிரியர் ஏ.எ .ஆனந்தன்.

திராவிடன் : இந்த நாளிதழானது 1917-ல் நீதிக்கட்சியினரால் ஆரம்பிக்கப்பட்ட இதழாகும். இதற்கு முதலில் பின் பக்தவச்சலம் பிள்ளை என்பவர் ஆசிரியராக இருந்தார் பின்னர் தந்தை பெரியார் ஆசிரியரானார்.

ஐஸ்டிஸ் : ஐஸ்டிஸ் எனும் ஆங்கில நாளிதழ் 1917ல் நீதிக்கட்சியின் சார்பில் ஆரம்பிக்கப்பட்டது. நீதிக்கட்சி ஜஸ்டிஸ் பார்ட்டி என்று அமைப்பின் பெயர் விளங்கியது இதன் மூலமாகத் தான்.

குடியரசு: 1925ல் குடியரசு வாரஇதழ் சுயமரியாதை இயக்கத்தின் முதல் இதழாக வெளிவந்தது. இதன் ஆசிரியர்கள் பெரியார் மற்றும் மு. தங்கப் பெருமாள் பிள்ளை ஆகியோராவர்.

ரிவோல்ட்: இப்பத்திரிக்கை 1928ல் வெளி வந்தது இதன் ஆசிரியர்களாக பெரியார் மற்றும் எ.ராமநாதன் ஆகியோர் இருந்தனர்.

நகரதூதன்: வாரஇதழாக 2933ல் வெளி வந்தது நகர தூதன். இதன் ஆசிரியர்கள் மணிவை திருமலைச்சாமி ஆவார்.

புரட்சி: வார இதழாக ஈ.வெ. கிருஷ்ணசாமியை ஆசிரியராகக் கொண்டு 1933ல் வெளிவந்தது.

விடுதலை: 1935ல் சென்னையில் வெளிவந்த விடுதலை இதழின் முதல் ஆசிரியர் டி.ஏ.பி. நாதன் ஆவார். தற்போதைய ஆசிரியர் கி.வீரமணி ஆவார்.

த சண்டே அப்சர்வர்: 1938ல் வெளிவந்த இப்பத்திரிக்கையின் ஆசிரியர் பி.பாலசுப்பிரமணியம் ஆவார்.

திராவிட நாடு: 1942ல் வெளிவந்த இவ்விதழ் அண்ணாத்துரையை ஆசிரியராகக் கொண்டு காஞ்சிபுரத்தில் வெளிவந்தது.

முரசொலி: மு. கருணாநிதியை ஆசிரியராகக் கொண்டு 1942ல் ஆரம்பிக்கப்பட்டது.

ஐஸ்டிசைட்: 1944ல் என்.கரிவரத சாமியை ஆசிரியராகக் கொண்டு இந்த ஆங்கிலப் பத்திரிக்கை வெளிவந்தது.

போர்வாள்: இந்த வார இதழ் 1948ல் வெளிவந்தது. இதன் ஆசிரியர்களில் காஞ்சி மணிமொழியார், மா.இளஞ்செழியன் ஆகியோராவார்.

குயில்: பாரதிதாசனை ஆசிரியராக கொண்டு 1948ல் வெளிவந்த கவிதை இதழாகும்.

மன்றம்: மாதம் இருமுறையாக 1952ல் வெளிவந்தது. நாவல் இரா. நெடுஞ்செழியன் இதன் ஆசிரியராவார்.

தோழன்: ஏ.பி. ஜனார்த்தனத்தை ஆசிரியராகக் கொண்டு 1955ல் வெளி வந்த வார இதழாகும்.

தமிழ்அரசு : 1559ல் சென்னையிலிருந்து பாவலர் பாலசுந்தரத்தை ஆசிரியராகக் கொண்டு வெளிவந்த வார இதழாகும்.

ஹோம்லேண்ட்: 1961ல் காஞ்சிபுரத்தில் அண்ணாவை ஆசிரியராகக் கொண்டு வெளிவந்த ஆங்கில இதழாகும்.

உண்ணா: 1970ல் துவங்கப்பட்ட இதழ் முதலில் புலவர் கோ. இமயவரம்பான் ஆசிரியர். தற்போது கி.வீரமணி ஆவார்.

தி மாடர்ன் ரேசனலிட்: 1971ல் கி.வீரமணி ஆசிரியராகக் கொண்டு வெளிவந்த ஆங்கில மாத இதழாகும்.

தமிழகத்தில் கடந்த ஒரு நூற்றாண்டாக இந்திக்கு எதிராக நடந்து கொண்டிருக்கும் மொழிப் போரில் 30 ஆண்டுகாலம் தலைமை வகித்து வழி நடத்தியவர் பேரறிஞர் அண்ணா.

தமிழகத்தை பொறுத்தவரை சுதந்திரப் போராட்டத்திற்குப் பிறகு அதிக உயிர் தியாகங்கள் ஏற்பட்டது. தமிழ் மொழியின் அங்கீகாரத்திற்கும் இந்தி மொழி திணிப்பதற்கு எதிராக மாணவர்கள் அரசியில் கட்சியினர் பொதுமக்கள் என அனைத்து தரப்பினரும் ஒன்றிணைந்து நடத்திக் கொண்டிருக்கும் மொழிப் போர்தான்.

ஆங்கிலேயருக்கு எதிரான சுதந்திரப் போர் 1947ல் முடிவடைந்தது. ஆனால் தமிழ் மொழிக்கு எதிராக நடத்தப்படும் மொழிப் போரின் தீவிரம் 1937ல் தொடங்கி பல கல்விக் கொள்கை 2020 என்ற புதிய வடிவத்தில்

உருவாகி உள்ளது. இந்த மொழிப் போர் அரசாங்கத்திற்கு எதிரானது அல்ல. இந்தி பேசும் வடமாநில மக்களுக்கு எதிரானது அல்ல. தமிழர்கள் மீது இந்தியைத் திணிக்க வேண்டும் என்ற நோக்கில் பலகால கட்டங்களில் மத்திய அரசு அமல்படுத்திய சட்டத்திற்கும் திட்டங்களுக்கும் எதிராக தமிழார்கள் தொடுத்த எதிர்வினையே இது.

இந்தியாவில் 1500க்கும் மேற்பட்ட மொழிகள் பழக்கத்தில் உள்ளதாகக் கூறப்படுகிறது. அதில் இந்திய அரசியலமைப்பில் 8வது அட்டவணைப் படி 22 மொழிகள் அங்கீகரிக்கப்பட்டுள்ளன.

இத்தனை மொழிகள் உள்ள போதும் இந்திக்கு மட்டும் முக்கியத்துவம் கொடுத்து இந்தி பேசாத மற்ற மக்களிடம் அதைத் திணிக்கும் போக்கு ஆங்கிலேயர் ஆட்சிக்காலத்தில் இருந்து தற்போது வரை நடந்து வருவது குறிப்பிடத்தக்கது.

எதிரிகள் தாக்கித் தாக்கி வலுவை இழக்கட்டும். நீங்கள் தாங்கித் தாங்கி வலுவை பெற்றுக் கொள்ளுங்கள் என்று கூறினார் அண்ணா.

இந்தியாவில் ஆங்கிலேயர்கள் ஆட்சியை எதிர்க்க காஷ்மீர் முதல் குமரிவரை பலமொழிகள், கலாச்சாரங்கள், வெவ்வேறு உணர்வுகள் என் இந்திய மக்கள் வேறுபட்டிருந்த நிலையில் அனைவரையும் ஒன்றிணைக்க காந்தி உள்பட காங்கிரஸ் ஆட்சியனர் எடுத்த ஆயுதம் தான் நாடு முழுவதும் இந்தி மொழி கற்பிப்பு. இது தான் இந்தி திணிப்பு வரலாற்றின் தொடக்கம்.

1893ம் ஆண்டு பிரச்சாரணி என்ற அமைப்பும் 1910ம் ஆண்டு இந்தி சாகித்திய சம்மேளன் என்ற அமைப்பு அமைப்பும் இந்தி கற்பிப்பதற்காக ஆரம்பிக்கப்பட்டன. பின்னாளில் இந்த அமைப்பை காங்கிரஸ் கட்சியினர் நாடுமுழுவதும் இந்திய பிரச்சனை பயன்படுத்தத் தொடங்கினர்.

நாடு முழுவதும் இந்தி பிரசாரத்தைத் தொடங்கிய காந்திக்கு வட இந்திய அளவில் நல்ல வரவேற்பு கிடைத்தது. ஆனால் 1915ல் தமிழ் நாட்டில் இந்தி பிரச்சாரத்திற்கு வந்த காந்திக்கு இதன் அதிருப்தியை அந்த மேடையிலேயே பதிவு செய்தார் காந்தி.

இந்நிலையில் 1924ம் ஆண்டு சென்னையில் நடைபெற்ற கல்வி மாநாட்டில் பங்கு பெற்ற சத்தியமூர்த்தி அய்யர் பேசுகையில் இந்தி மொழியை அனைத்து ஆரம்பப்பள்ளிகளிலும் 2வது கட்டாய பாடமாக்க

வேண்டும் என்ற அவரின் கருத்து இந்தி திணிப்புக்கு முதல் தொடக்கப் புள்ளியாக அமைந்தது.

அதே ஆண்டு சென்னையில் நடைபெற்ற காங்கிரஸ் கட்சி மாநாட்டில் இந்திய அரசுப்பணி தேர்வாணையத்தின் தலைவராக இருந்த சர்.டி.விஜயராகவாச்சாரி பேசுகையில் பள்ளி மற்றும் கல்லூரிகளில் இந்தி கட்டாயமாக்கப்படவேண்டும். இந்தியாயில் தோல்வி அடைபவர்கள் படித்தவராக கருதமுடியாது என்று பேசினார்.

தொடர்ச்சியாகத் தமிழ்நாட்டில் ராஜாஜி மற்றும் சத்தியமூர்த்தி இந்த பிரச்சாரத்தில் ஈடுபட்டனர். இதன் விளைவாக பெரியாரின் குடியரசு இதழில் பழையனகழிந்து புதியன புகுவதாக இருந்தால் நமக்கு கவலை இல்லை ஆனால் புதியனவைகள் வந்து பலாத்காரமாகப் புகுந்து கொண்டு பழையனைவை வலுக்கட்டாயமாக கழுத்தைப் பிடித்து தள்ளுவதை சகித்துக் கொண்டு அதற்கு வக்காளத்து பேசுவர். பாஷைத் துரோகம், சமூகத் துரோகம் என்று எழுதப்பட்டது.

1937ம் ஆண்டு சென்னை மாகாண முதல்வராகப் பதவியேற்ற ராஜாஜி 1938-39ம் ஆண்டிற்கான நிதிநிலை அறிக்கையில் சென்னை மாகாணத்தில் உள்ள 125 உயர் நிலை பள்ளிகளில் இந்தியை கட்டாய மொழியாக அறிவித்தார். இந்த அறிவிப்பை 1938ம் ஆண்டு உத்தரவாகவும் பிறப்பித்தார் ராஜாஜி.

இந்த உத்தரவுக்கு எதிராக மறியல், கருப்புக்கொடி காட்டுதல், உண்ணாவிரதம் எனப் பல போராட்டங்கள் நடைபெற்றன.

ஜூன் 1938ல் சென்னையில் நடைபெற்ற சி.என். அண்ணாதுரை பேசினார். அவர் பேசி மூன்று மாதங்கள் கழித்து வழக்குப் பதிவு செய்து அவரை நான்கு மாதம் சிறையில் அடைத்தது. ராஜாஜியின் அரசு, மேலும் பல தலைவர்கள் கைது செய்யப்பட்டு சிறையில் அமைக்கப்பட்டனர்.

இந்நிலையில் 1938 ஜூலை இந்தி எதிர்ப்பு இயக்கம் சார்பில் திருச்சியிலிருந்து சென்னைக்கு நடைபயணமாக வந்தனர். அதன் தொடர்ச்சியாக பல பெண்களும் இந்தி எதிர்ப்பு இயக்கத்தில் சேர்ந்தனர் போராட்டம் வலுப்பெற்றது.

இதனையடுத்து போராட்டத்தை ஒடுக்கும் நோக்கில் பெரியார் அண்ணா உட்பட பல தலைவர்கள் மீண்டும் கைது செய்யப்பட்டனர். பெரியாருக்கு 18 மாதமும் அண்ணாவிற்கு 9 மாதமும் சிறைத்தண்டனை விதித்து சென்னை சிறையில் அடைக்கப்பட்டனர்.

அப்போது இரண்டாம் உலகப் போர் ஆரம்பித்த நிலையில் இங்கிலாந்துடன் இணைந்து பிரிட்டிஷ் இந்தியாவையும் போரில் கலந்து கொள்ளச் சொன்னார்கள் இதை எதிர்த்து அனைத்து மாகாண முதல்வர்களும் பதவி விலகினார்கள்.

இந்த நிகழ்விற்குப்பின், சிறையிலிருந்த அனைத்து போராட்டக் காரர்களும் விடுவிக்கப்பட்டனர். இந்தி கட்டாயம் என்ற ராஜாஜி அரசின் உத்தரவும் வாபஸ் பெறப்பட்டது.

ஆட்சியைக் கலைத்து விட்டார்கள்

1976 ஜனவரி 31 மாலை 5 மணி சென்னை டான்போஸ்கோ பள்ளி ஆண்டு விழாவையொட்டி பள்ளியின் புரிய கட்டிடத்திற்கு அடிக்கல் நாட்டி விட்டு, மாணவர்களுக்கு பரிசுகள் வழங்கி விட்டுப் பேசுகிறார் கருணாநிதி.

'இன்று முதலமைச்சராக வந்திருக் கிறேன். அநேகமாக முதலமைச்சர் என்ற நிலையில் நான் கலந்து கொள்ளும், கடைசி நிகழ்ச்சியாக இது இருக்கும்!

விழா முடிந்ததும் வீட்டுக்குச் செல்கிறார். அங்கு நடந்ததை அவரே நெஞ்சுக்கு நீதி 'இரண்டாம் பாகத்தில் எழுதுகிறார்.

"வீட்டு வாசலில் இறங்கி உள்ளே செல்வதற்குப் படியேறுவதற்கு முன்பே

எனது மருமகன்கள் அமிர்தம், செல்வம் இருவரும் கையில் ஒரு துண்டுத்தாளை வைத்துக்கொண்டு “ஆட்சியைக் கலைத்து விட்டார்கள்" என்றனர்.

செய்தி நிறுவன இயந்திரத்தில் அடிக்கப்பட்ட செய்தி தான் அது. அப்பாடா சஸ்பென்ஸ் முடிந்தது என்று கூறிக் கொண்டே, தெருப்பக்கம் திருப்பிப் பார்த்து, நான் பயன்படுத்திக் கொண்டிருந்த அரசாங்க காரை உடனே தலைமை செயலகத்துக்கு எடுத்துச் சென்று விடுமாறு சொல்லி விட்டு மாடிக்குச் சென்றேன்.

என்னிடம் பணியாற்றிய தனி அலுவலர்கள் கண்ணீர் வடித்துக் கதறியழுதனர். “சே என்ன இது பைத்தியக்காரத்தனம்? தைரியமாக இருந்தார்கள். என்று கூறிவிட்டு அந்த நல்ல செய்தியை நண்பர்களுக்குச் சொல்ல டெலிபோனை எடுத்தேன்! என்ன ஆச்சரியம். அதற்குள் என் டெலிபோன் இணைப்பு துண்டிக்கப்பட்டுவிட்டது”.

அரசியல் குடும்பங்களில் இருப்பவர்கள் இயக்கத்தைக் காக்க வேண்டி தலைமறைவாகப் போவதும், சிறை செல்வதும் சாதாரண விஷயங்கள்தான். ஆனால் ஆட்சியையும் முதலமைச்சர் பதவியையும் இழக்கத் துணிவதற்கும், அதை சிரிப்புடன் ஏற்பதற்கும் அவருக்கிருக்கும் மனஉறுதி தான இந்த வயதிலும் திமுகவை சுட்டிக் கட்ட வைக்கிறது.

நாடுமுழுவதும் நெருக்கடி நிலை அமலுக்கு வந்த போதிலும் அதைத் தமிழ்நாட்டிற்குள் விட மாட்டேன் என்று கருணாநிதி உறுதியாக எதிர்த்து நின்றது இந்திய அரசியலில் அவருடைய மிக முக்கியமான பங்களிப்பாக பார்க்கப்பட்டது.

நெருக்கடி நிலை பிறப்பிக்கப்பட்ட ஜூன் 25, 1975 அடுத்த 24 மணி நேரத்துக்குள் திமுக செயற்குழு கூட்டப்பட்டது. விடியற்காலை 4 மணிக்கு கருணாநிதிக்கு எதிராக கண்டனத் தீர்மானம் நிறைவேற்றப்பட்டது.

இந்தியாவிலேயே முதன் முதலாக கட்டிட ரீதியான கண்டனத் தீர்மானம் நிறைவேற்றிய பெருமை திமுகவுக்கு உண்டு என்று எழுதிக் கருணாநிதி. தொடர்ந்து திமுக நடத்திய கூட்டத்தில் லட்சக்கணக்கானோர் பங்கேற்றனர்.

‘எந்த நிலையிலும் எத்தகைய நெருக்கடி ஏற்பட்டாலும் இந்தியாவின் மக்களாட்சி முறைக்குகேடு ஏற்படாமல் பாதுகாப்பதற்குத் தயங்க மாட்டோம் என்று அந்த உணர்ச்சிப் பிழம்பான கூட்டம் சூளுரை எடுத்துக் கொண்டது. அடுத்த ஆறுமாதங்கள் இந்தியாவின் ஜனநாயகத் தீவாக தமிழகம் செயல்பட்டது. விளைவாக திமுக ஆட்சி கலைக்கப்பட்டது. மு.க. ஸ்டாலின் சொல்லி மாறன் உட்பட 20000 திமுகவினர் கைது செய்யப்பட்டனர். வகைகளை எதிர்கொண்டனர். இதன் விளைவை இதற்காக 1977 தேர்தலில் அறுவடை செய்தார். ரேபரேலி தொகுதியில் அவர் தோற்றார்.

ஆரிய சனாதன சக்திகளால் ஒடுக்கப்பட்ட இட ஒதுக்கீடு கொள்கை

உலகில் முதன் முதலில் ஆரிய சனாதனிகள் தான், பிராமணர்கள் மட்டுமே பூசாரிகளாகவும், ஆசிரியர்களாகவும், மத குருமார்களாகவும் இருக்க தகுதி உடையவர்கள் என்று கூறிவாதிட்டு இட ஒதுக்கீட்டை செய்து கொண்டவர்கள்.

இராமானந்தர் என்ற இந்துமத குரு, பிராமணர்கள் மட்டுமே குருவாக இருக்க தகுதி உடையவர்கள். ஏனைய சாதியினருக்கு பிராமணர்களைக் காட்டிலும் உயர்ந்த தகுதி, திறமை இருந்தாலும் சாதி அடிப்படையில் பார்க்கையில் அவர்களுக்கு குருவாக இருப்பதற்கு எவ்வித தகுதியும் இல்லை. என்று இந்த மத சாஸ்திரம் கூறுவதாகக் கூறுகிறார்.

பிறவியின் அடிப்படையில் அதாவது சாதியின் அடிப்படையில் பிராமணர்களுக்கு இந்துமத பொறுப்புகள் வழங்கப்பட்டுள்ளது.

சங்கராச்சாரியார் பீடத்திற்கு வேறொரு சாதியை சார்ந்தவர் தகுதியானவராக கனவில் கூட கருதமுடியாது. அதற்கு இந்துமத சாத்திரம் இடம் கொடுக்கவில்லை. இதுபோன்ற பதவிகளுக்கு பொருளாதார, அடிப்படையில் நியமனங்கள் நடைபெறுவதில்லை.

ஆரிய சனாதனிகள், ஒடுக்கப்பட்ட மக்கள் அதிகார கட்டமைப்பிலும் கல்வியிலும் வேலையிலும் உரிய பங்கைப் போராடிப் பெறப்போகும் போதெல்லாம் திறமை தகுதி என்ற மாயமால வாதத்தை முன்வைத்து வருகின்றனர். இதைச்சற்று ஆழ்ந்து ஆய்வு செய்தால் அந்தவாதத்தில்

உள்ள பொய்மையும் போலித்தனமும் வெள்ளிடை மலையாக விளங்கும். ஆரிய சனாதனிகள் எந்தக் கட்டத்திலும் வாய்ப்பு வரும் பொழுதெல்லாம் பொருளாதார அடிப்படையை புகுத்தி பிற்படுத்தப்பட்டோரின் ஒரு பிரிவினரை இட ஒதுக்கீட்டிலிருந்து விலக்கி வைப்பதில் செயல்பட்டு வருகின்றனர்.

காங்கிரஸ் தலைவர்களான ஜவஹர்லால் நேரு திருமதி இந்திராகாந்தி, இராஜிவ் காந்தி, நரசிம்மராவ் ஆகியோர் அனைவரும் இட ஒதுக்கீட்டிற்கு எதிராகவே செயல்பட்டு வந்துள்ளனர் என்பது வரலாறு.

நமது இந்திய அரசியல் சட்டம் 1950 ஜனவரி 26ம் நாள் நடைமுறைக்கு வந்தது. அரசியல் சட்டப்பிரிவு 16 (4) வேலைகளிலும் பதவிகளிலும் பிற்படுத்தப்பட்ட எந்த குடிமகனுக்கு இட ஒதுக்கீடு உண்டு என்று தெரிவிக்கிறது. ஒரு பிற்படுத்தப்பட்ட குடிமகன் என்பது தாழ்த்தப்பட்ட மற்றும் மலைசாதி மக்களையும் இதர பிற்படுத்தப்பட்ட மக்களையும் குறிக்கும் என்று அண்ணல் அம்பேத்கார் அரசியல் சட்டப்ரிவு 338 (3)ல் விளக்குகிறார்.

1950 வரையில் அகில இந்திய ரீதியில் அனைத்து மாநிலங்களிலும் பிற்படுத்தப்பட்டோர் சாதிகளின் அட்டவணை இல்லை. அனால் தென்னிந்திய மாநிலங்கள் 1950க்கு முன்னரே பிற்படுத்தப்பட்ட சாதிகளின் அட்டவணையை தயாரித்திருந்தனர்.

இந்த குறையை நீக்க அதாவது அகில இந்திய ரீதியில் பிற்படுத்தப்பட்டோர் சாதி அட்டவணையை தயாரிக்கும்படி தந்தை பெரியார் வேண்டுகோள் விடுவித்தார். இவரது கோரிக்கையை பண்டித ஜவஹர்லால் நேரு ஏற்றுக் கொண்டார்.

இதனடிப்படையில் அரசியல் சட்டம் பிரிவு 15யை திருத்தி கல்வியில் இடஒதுக்கீடு அளிக்கும் வகையில் மசோதா ஒன்றை 29.5.1959 நாடாளுமன்றத்தில் நிறைவேற்றினார். 2.6.1951ல் கல்வியில் இட ஒதுக்கீடு என்பது அரசியில் சட்டத்தில் இடம் பெற்றுவிட்டது.

அண்ணல் அம்பேத்கார் பிற்படுத்தப்பட்டோரின் சமூக பொருளாதார கலாசார நிலைகளை ஆராய்ந்தறிய ஒரு விசாரணைக் குழுவை அமைப்பதற்கான வழிவகையைக் கண்டார்.

அதன்படி 1953ல் மைய அரசு தாழ்த்தப்பட்டோருக்கான முதல் விசாரணை குழுவை காகா கலேல்கர் தலைமையில் அமைத்தது.

இந்த விசாரணைக்குழு 1955ல் அன்றைய தலைமை அமைச்சர் பண்டித ஜவஹர்லால் நேருவிடம் அறிக்கையை சமர்ப்பித்தது.

காகா கலேல்கர் சமர்ப்பித்த அறிக்கையில் பிற்படுத்தப்பட்டோரின் அட்டவணையையும் கல்வியிலும் வேலையிலும் அவர்களுக்கான இட ஒதுக்கீட்டின் அவசியத்தையும் வலியுறுத்தியிருந்தார்.

பிற்படுத்தப்பட்டோரின் இட ஒதுக்கீடு என்பது சமூக ரீதியிலும் அடிப்படையிலேயே அமைய வேண்டும் என்பது இக்குழுவின் முதன்மையான பரிந்துரையாகும். இக்குழு இட ஒதுக்கீட்டிற்கான அடிப்படையாக பொருளாதாரத்தை அறவே குறிப்பிடவில்லை என்பது மிக முக்கியமாகும்.

ஜவஹர்லால் நேரு 1.6.1951ல் பிற்படுத்தப்பட்டோரின் நிலைமைகளை அடையாளம் கண்டு கொள்வதற்கு பொருளாதாரத்தில் பின்தங்கிய நிலையை அடிப்படையாக கொள்ள வேண்டும் என்ற வாதத்தை காகா கலேல்கா குறிப்பிடவில்லை என்பதாலேயே இக்குழுவின் அறிக்கையை 1955ல் நிராகரித்துவிட்டார். நேருவின் இச்செயல் அரசியல் சட்டத்திற்கு எதிரானது.

1955லிருந்தே நேரு சமூகரீதியிலும் கல்வி ரீதியிலும் பிற்படுத்தப்பட்டோருக்கு இட ஒதுக்கீடு வழங்கவேண்டும் என்பதில் விருப்பமில்லை.

1961 மே மாதத்தில் மத்திய அமைச்சரவை கூட்டத்தில் பிற்படுத்தப்பட்டோருக்கு மைய அரசு பணிகளில் இட ஒதுக்கீடு அளிக்கக்கூடாது என்ற தீர்மானத்தை நிறைவேற்றினார்.

சாதி அடிப்படையில் இட ஒதுக்கீடு அளிக்கக்கூடாது என்றார். அதனாலேயே 1978 வரையில் எந்த ஒரு வடமாநிலத்திலும் பிறப்படுத்தப்பட்டோருக்கு இட ஒதுக்கீடு வழங்கப்படவில்லை.

அதன்பின்னர் பீகாரில் அன்றைய முதல்வர் கல்லூரி தாகூர் பிற்படுத்தப்பட்டோருக்கு 20 விழுக்காடு 10.11.1978ல் இட ஒதுக்கீடு வழங்கி

ஆணையிட்டார் நேருவினுடைய எதிர்ப்பு 1978 நவம்பரில் பீகாரில் முறியடிக்கப்பட்டது.

இரண்டாவது பிற்படுத்தப்பட்டோர் விசாரணைக்குழு 1.1.1979ல் மண்டல் தலைமையில் அமைக்கப்பட்டது. அதனுடைய பரிந்துரைகள் 31.12.1980ல் சமர்ப்பிக்கப்பட்டது.

மண்டல் குழுவின் பரிந்துரைகள் படி மைய அரசுபணிகளிலும் கல்வியிலும் இட ஒதுக்கீடு என்பது சமூகநீதியிலும், கல்விரீதியாகவும் பிற்படுத்தப்பட்டோருக்கு வழங்கப்படவேண்டும். என்று தெளிவாக வரையறுக்கப்பட்டுள்ளது.

ஆரிய சனாதன பிரிவைச் சாராத வி.பி.சிங் அவர்கள் 13.8.1990ல் மைய அரசு பணிகளிலும் பொது நிறுவனங்களிலும் கல்வியிலும் சமூகத்திலும் பிறப்படுத்தப்பட்டோருக்கு 27 விழுக்காடு இட ஒதுக்கீட்டை வழங்கி ஆணையிட்டார்.

அதே நேரத்தில் பிற்படுத்தப்பட்டோருக்கு மைய அரசு கல்வி நிறுவனங்களில் இட ஒதுக்கீடு பிற்படுத்தப்பட்டோருக்கு அமல்படுத்தப்பட வில்லை.

மருத்துவ கல்லூரியில் அகில இந்தியத் தொகுப்புக்கு மாநிலங்களால் வழங்கப்படும் இடங்களில் இதர பிற்படுத்தப்பட்டோருக்கு 27 விழுக்காடு இட ஒதுக்கீட்டினை தொடர் போராட்டங்கள் மூலமாகப் பெற்ற சமூக நீதிக்கான வெற்றிய்க் கொண்டாகும் வகையில் வரலாற்றுச் சிறப்பு மிகு பங்களிப்பை வகையில் வரலாற்றுச் சிறப்பு மிகு பங்களிப்பை வழங்கிய தமிழ்நாடு முதலமைச்சரும் திராவிட முன்னேற்றக் கழகத்தின் தலைவருமான மு.க. ஸ்டாலின் அவர்களுக்கு காணொலி வாயிலாக பாராட்டு விழா நடைபெற்றது.

26.1.2022 அன்று பகல் 11 மணியளவில் தொடங்கி நடைபெற்ற பாராட்டு விழா மற்றும் சமூக நீதி இயக்கத்துக்கான ஒருங்கிணைந்த தேசிய திட்டம் நிகழ்வினை AONCF, SRA, PAGAAM, BAMCEF, WTP and LEAD INDIA அமைப்பினர் நடத்தினார்.

விழாவில் தமிழ்நாடு முதலமைச்சர் மு.க. ஸ்டாலின் அவர்களின் வரலாற்றுக் சிறப்புமிக்க சமூக நீதிச் சாதனையைப் பாராட்டி திராவிடர்

கழகத்தலைவர் தமிழர் தலைவர் ஆசிரியர் கி.வீரமணி அவர்கள் சிறப்புரையாற்றினார். அந்த உரையில்.

வெற்றிவிழா நாயகன், சமூக நீதிக்கான சரித்திர நாயகர் தமிழ்நாடு முதலமைச்சர் மு.க. ஸ்டாலின் அவர்களுக்கு நெஞ்சார்ந்த பாராட்டினைத் தெரிவித்துக் கொள்கிறோம்.

நாட்டின் அனைத்துப் பகுதிகளிலிருந்து இந்தப் பாராட்டு விழாவில் பங்கேற்றுள்ள சமூக நீதிப் போராளிகள், தலைவர்கள் அனைவருக்கும் வணக்கம்.

மருத்துவக்கல்லூரியில் மத்திய தொகுப்பில் பிற்படுத்தப்பட்டோருக்கு 27 விழுக்காடு இட ஒதுக்கீட்டைப் பெற்றுத் தந்த மகத்தான சாதனையினை தமிழ்நாடு முதலமைச்சர் புரிந்துள்ளார்கள்.

இந்த வெற்றி தமிழ்நாட்டுக்கு மட்டும் கிடைத்த வெற்றி அல்ல. சமூக நீதித்தளத்தில் ஒட்டுமொத்தமாக நாட்டிலுள்ள பிற்படுத்தப்பட்ட மக்களுக்கு - மருத்துவக்கல்வி பயில விரும்பும் பிற்படுத்தப்பட்ட மக்களுக்கு உரிய வாய்ப்பினை வழங்கக்கூடிய வெற்றிமயமாகும் இது.

சென்னை உயர் நீதிமன்றத்திலும், உச்ச நீதிமன்றத்திலும் இது குறித்த வழக்கினை திறம்பட நடத்திய வெற்றிவாகை சூடிய முதுநிலை வழக்குரைஞரும் நாடாளுமன்ற மாநிலங்களவை உறுப்பினருமான பி.வில்சன் அவர்களுக்கு அனைவரது பாராட்டுதல்களும் உரித்தாகும்.

நாடு முழுவது;ம சமூக நீதியின் பயன் கிடைப்பதற்கு தமிழ்நாடு கடந்த காலங்களில் வழிகாட்டியிருக்கிறது.

1951ம் ஆண்டில் கம்யூனி;!ட் ஜி.ஒ. செல்லாது என சென்னை உயர் நீதிமன்றமும் உச்ச நீதிமன்றமும் தீர்ப்பளித்த வேளையில் திராவிடர் இயக்கத் தலைவர்கள் தந்தை பெரியார், அறிஞர் அண்ணா, ஆகியோர்களும் இறங்கி போராடியதால் அரசமைப்பு சட்டம் முதன் முறையாகத் திருத்தப்பட்டு பிரிவு 15 (4) புதிதாக சேர்க்கப்ப்டடது.

கல்வியில் ஒடுக்கப்பட்ட மக்களுக்கான இட ஒதுக்கீடு தொடர்ந்திட வழி ஏற்படுத்தப்பட்டது. பிற்படுத்தப்பட்ட தாழ்த்தப்பட்ட பழங்குடியின மக்களுக்கான ஒட்டு மொத்த இட ஒதுக்கீடு (கல்வியிலும் வேலை

வாய்ப்பிலும்) 69 விழுக்காடு என்பதை உறுதிப்படுத்த முதன்முறையாக தனிச்சட்டத்தை இயற்றியும் 76ம் அரசமைப்புச் சட்டத்திருத்தத்தின் மூலம் அரசமைப்புச் சட்டத்தின் ஒள்பதாவது அட்டவணையில் இடம்பெறச் செய்து பாதுகாக்கப்பட்டது. இந்த வகையில் முன்னோடி மாநிலமாக தமிழ்நாடு திகழ்ந்து வருகிறது.

93வது அரசமைப்பு சட்டத்திருத்தத்தின் மூலம் (பிரிவு 15 (5) ஒன்றிய அரசின் கல்வி நிலையங்களில் ஒடுக்கப்பட்ட மக்களுக்கு இட ஒதுக்கீடு கிடைத்திட வழி ஏற்பட்டது.

அந்தத் திருத்தல் கொண்டு வரப்பட்ட போது திராவிட முன்னேற்றக் கழகமானது மத்தியில் ஐக்கிய முன்னணி அரசில் அங்கம் வகித்தது.

தமிழ்நாட்டின் முதலமைச்சராக தலைவர் கலைஞர் மு. கருணாநிதி இருந்து ஆவண செய்தார். சமூக நீதியின் பலன் நாடு முழுவதும் கிடைத்திட வழி ஏற்பட்டது.

தந்தைபெரியார் கொள்கை வழியில் அறிஞர் அண்ணா, கலைஞர் மு. கருணாநிதி வழியில் ஆட்சி செய்து வரும் தமிழ்நாடு முதலமைச்சர் மு.க. ஸ்டாலின் அதே கொள்கை தடத்தில் ம்ருத்துவக் கல்வியில் ஒன்றியத் தொகுப்பில் நாடு முழுவதும உள்ள பிற்படுத்தப்பட்ட மக்களுக்கு வாய்ப்பளித்திட 27 விழுக்காடு இட ஒதுக்கீட்டினைப் பெற்றுத் தந்துள்ளார்.

இந்தச் சாதனை, சமூக நீதி மாநிலமான பெரியார் மண்ணில், அறிஞர் அண்ணா கலைஞர் ஆகியோர் வழியில் நடைபெறும், திராவிடக் கொள்கை பாரம்பரியத்தில் நடைபெற்று வரும் திராவிட மாடல் ஆட்சியின் சாதனை ஆகும்.

அப்படிப்பட்ட சமூக நீதிச் சாதனையை தமிழ்நாடு முதலமைச்சர் சமூக நீதியின் சரித்திர நாயகர் மு.க. ஸ்டாலின் படைத்துள்ளார்.

இது சமூக நீதித் தளத்தின் ஒரு தொடக்கம் தான். இந்த நிலை தொடர்ந்து எடுத்துச் செல்லப்பட வேண்டும். நாடு தழுவிய அளவில் சமூக நீதி இயக்கமாக கட்டமைக்கப்பட வேண்டும்.

ஒன்றி அரசுப்பணிகளில் 1990ல் வி.பி. சிங் அவர்களால் பிறப்படுத்தப்பட்ட வகுப்பினருக்கு கொண்டு வரப்பட்ட 27 விழுக்காடு இட

ஒதுக்கீடு இன்னும் முழுமையாக நடைமுறைக்கு வரவில்லை. தகவல்பெறும் உரிமை சட்டத்தில் கேட்கப்பட்டதற்கு 14-15 விழுக்காடு அளவில் தான் பிற்படுத்தப்பட்டோரின் பிரதிநிதித்துவம் உள்ளது என பதில் அளித்துள்ளனர்.

ஆதிக்கசக்திகளில் அடக்குமுறை தகர்க்கப்பட வேண்டும். நலம் கேட்பது அரசமைப்புச் சட்டத்திற்கு அப்பற்றபட்டதல்ல புறம்பானதும் அல்ல.

அரசமைப்புச் சட்டம் வழங்கியுள்ள உரிமைகளைப் போராடிப் பெற்றிட வேண்டிய நிலையாக உள்ளது. உரிமைகளை வென்றெடுக்கும் களம் இது. துரோணச் சாரியர்களால் முடிந்துவிட்டது. ஏகதலைவர்கள் காலம் இது.

உச்ச நீதிமன்றம் தனது தீர்ப்பின் மூலம் இட ஒதுக்கீட்டின் மூலம் தகுதி திறமை போய்விட்டது எனும் கூற்றுத் தவறு என சுட்டிக்காட்டி உள்ளது.

வரவேற்கத்தக்க பாராட்டப்பட வேண்டிய தீர்ப்பு ஆகும். நாடு முழுவதும் சமூக நீதி உணர்வுகள், உரிமைகள் மலர இயக்கத்தினர் உருவாக்குவோம். எது நம்மைப் பிரிக்கிறது. அதை ஆழமாக புதைப்போம். எது இணைக்கிறதோ அதை அகலப்படுத்துவோம்.

நாடு தழுவிய இயக்கத்தினை சமூக நீதிக்கான சரித்திர நாயகர் மு.க. ஸ்டாலின் முன்னெடுக்க வேண்டும் என வேண்டிக் கேட்டுக் கொள்கிறேன்.

கலைஞரும் தளபதி அன்பில் தர்மலிங்கமும்

அரசியலில் மூன்றாம் தலைமுறை என்பது அபூர்வம். அதில் அன்பில் தர்மலிங்கம் குடும்பமும் ஒன்றுதான் மூன்றுதலைமுறை அரசியலுக்கு வித்திட்டவர் அன்பிலார்.

திமுகவைப் பொறுத்தவரை திருச்சி தான் திருப்புமுனை தீரர்களே கோட் டையாம் திருச்சி மலைக்கோட்டையில் எதைத் துவங்கினாலும் ஜெயம் என விதைத்தவர்களில் ஒருவர்தான் திருச்சி மாவட்ட திமுக முன்னாள் செயலாளரும் முன்னாள் அமைச்சருமான அன்பில் தர்மலிங்கம்.

திருச்சியின் அடையாளங்களாக வாழ்ந்து மறைந்த திருச்சி மாவட்டச் செயலாளர் திராவிட இயக்கங்களின்

வளர்ச்சிக்கு வித்திட்ட அன்பில் தர்மலிங்கம் திருச்சி கள்ளர் நாடுகளில் ஒன்றான விசாங்க நாட்டில் உள்ள அன்பில் கிராமத்தைச் சேர்ந்தவர் ஆவார்.

திருச்சியை அடுத்தலால்குடி அன்பில் அருகே உள்ள ஜங்கமநாதபுரம் கிராமத்தில் வாழ்ந்த பெரியசாமி ஆச்சிக்கன்னி அம்மையார் ஆகியோருக்கு மகனாக 1919ம் ஆண்டு பிறந்தார்.

லால்குடி அரசினர் ஆண்கள் உயர்நிலைப்பள்ளியில் படித்தவர். படிக்கும் காலங்களில் இருந்தே மக்கள் பிரச்சினைகளை முன்னெடுக்க துவங்கினார்.

இவரது குடும்பம் பெரியஅளவில் விவசாயம் செய்த குடும்பம் என்பதால் இப்பகுதி விவசாயிகளின் உரிமைகளுக்காக குரல் கொடுப்பதில் முன்னணியில் நின்றார்.

அதனடிப்படையில் விவசாயிகள் சங்கம் என்ற அமைப்பைத் தொடங்கி நடத்தினார். இவரது மனைவி தங்கப்பொன்னு.

அன்பில் தர்மலிங்கத்தின் அரசியல் வாழ்வு லால் குடியை சுற்றி இருந்தாலும் இவரது அரசியல் வாழ்க்கை முழுவதும் திருச்சி நகரத்தில் தான் இருந்தது. அந்த காலத்தில் இவருடைய அரசியல் அணுகுமுறையை எல்லோரும் பாராட்டினார்.

ஜூலை 17, 1947ல் திருச்சி மாநாட்டில் திராவிடநாடு தினம் அனுசரிக்கப்பட்டது. தனி திராவிட நாடு கோரிக்கை தீர்மானம் நிறைவேற்றப்பட்டது. இந்தக் கோரிக்கையை மகாத்மா காந்தி எதிர்த்தார்.

இந்தியா சுதந்திரம் பெற்ற தினத்தை துக்க நாளாக அறிவித்தார் பெரியார். தமிழர்களின் ஆதிக்கம் அதிகமாக இருக்கும் என்ற அச்சத்தின் காரணமாகவே திராவிடநாடு கோரிக்கைக்கு மற்றமொழி பேசுபவர்களிடம் ஆதரவு கூடவில்லை.

இந்த கோரிக்கைக்கு தமிழ்நாட்டைத் தாண்டி ஆதரவு கிடைக்காததாலும் மொழிவாரி மாநிலங்கள் 1956ல் பிரிக்கப்பட்டதாலும் திராவிடநாடு கோரிக்கைக்கு ஆதரவு குறைந்து போனது.

1963ம் ஆண்டு திராவிட நாடு கோரிக்கை சட்ட விரோதமாக நேரு அரசாங்கத் அறிவித்ததை தொடர்ந்து திராவிட முன்னேற்றக்கழகம் கைவிட்டது.

பல நெருக்கடிகளில் திமுகவில் அசைக்க முடியாத சக்தியாக உருவெடுத்தார் அன்பில் அதேபோல் கருணாநிதியின் நம்பிக்கைக்கு உரியவர்களில் ஒருவராக விளங்கினார்.

1963ம் ஆண்டு தி.மு.க இந்தி எதிர்ப்பு போராட்டத்தைத் தீவிரமாக நடத்தியது. இதன் ஒரு பகுதியாக திருச்சி கல்லக்குடியில் ரயில் போராட்டத்தில் ஈடுபட்டபோது அன்பில் தர்மலிங்கமும் போராட்டத்தில் ஈடுபட்டு சிறை சென்றார்.

இந்தப் போராட்டத்தில் தான் கருணாநிதி ரயில் தண்டவாளத்தில் தலைவைத்துப் படுத்தார். அடுத்து 1953ம் ஆண்டு திமுகவின் மாவட்டம் மாநட்டை லால்குடியில் மிகப்பிரமாண்டமாக நடத்தி கருணாநிதியின் பாராட்டைப் பெற்றார்.

டால்மியாபுரம் என்ற பெயரை கல்லக்குடி என்று மாற்றுவதற்காக 1953ல் நடந்த போராட்டத்துக்கு பலன் 16 ஆண்டுகளுக்கு பிறகு கிடைத்தது.

1969ல் டால்மியாபுர ரயில் நிலையத்தின் பெயரை கல்லக்குடி பழங்காநத்தம் என்று மாற்றுவதற்கான ஒப்புதலை மத்திய அரசு வழங்கியது.

கல்லக்குடி போராட்டம் வெற்றி பெற்றதையொட்டி தமிழ் நாடெங்கும் விழாக்கள் நடைபெற்றன.

கல்லக்குடியில் பெரியவிழா ஒன்றுக்கு அன்பில் தர்மலிங்கம் ஏற்பாடு செய்தார். இதில் கலந்து கொண்ட அப்போதைய முதல் அமைச்சர் கருணாநிதி 1953ல் போராட்டம் நடைபெற்ற பழைய இடங்களைப் பார்வையிட்டு பழைய நிகழ்ச்சிகளை நினைவு கூர்ந்தார்.

தொடர்ந்து திமுக நடத்திய பல்வேறு போராட்டங்களில் பங்கெடுத்து சிறை சென்ற அன்பில் தர்மலிங்கம், அண்ணாதுரை மற்றும் கருணாநிதி அமைச்சராக இருந்துள்ளார்.

வேளாண்துறை அமைச்சராக பதவி வகித்த காலத்தில் விவசாயிகளுக்காக பல்வேறு வளர்ச்சித் திட்டங்களை செய்தார்.

இரண்டாவது மாவட்ட மாநாட்டிலும் 1956ம் ஆண்டு திருச்சியில் நடத்தினார். திருச்சி மாவட்ட செயலளராக 1951ம் ஆண்டு முதல் 1971ம் ஆண்டு வரை தொடர்ந்து 21 ஆண்டுகள் பதவு வகித்தார்.

இவர் வேளாண்துறை அமைச்சராக இருந்ததால் அன்பில் தர்மலிங்கம் நினைவாக திருச்சியில் உள்ள வேளாண்மை கல்லூரிக்கு அவர் பெயர் சூட்டப்பட்டுள்ளது.

திருச்சி திமுகவின் முக்கிய தூணாக அன்பில் தர்மலிங்கம் விளங்கினால் இவர் விவசாய அமைச்சாராக இருந்தபோது சில காரணங்களால் அமைச்சர் பதவியை ராஜினாமா செய்தார். இது தமிழக அரசயலில் அப்போது மிகுந்த பரபரப்பை ஏற்படுத்தியது.

பொதுவாக அரசியல்வாதிகள் தங்களுடைய ஆட்சியரிடம் மட்டும்தான் அதிகம் பழகுவார்கள். மற்ற கட்சியினர் மற்றும் பொது மக்களிடம் அதிகம் பழகமாட்டார்கள்.

ஆனால் அன்பில் தர்மலிங்கம் இந்தப் பழக்கத்தை மாற்றி திமுகவினர் மட்டுமல்லாது அனைத்துக் கட்சியினருடனும் கட்சி பேதமின்றி பழகினார்.

அவர்களின் வீட்டில் நடக்கும் நிகழ்ச்சிகளுக்குச் சென்று கலந்து கொண்டார். அப்போது அவர் ஊரில் இல்லையென்றாலும் திருச்சிக்கு வரும்போது நேரில் சென்று நலம் விசாரித்து வருவதை பழக்கமாக கொண்டிருந்தார்.

இதுபோன்ற பழக்கத்தால் அன்பில் தர்மலிங்கத்தை அனைத்துக்கட்சி தலைவர் என்று எல்லோரும் பாராட்டப்பட்டதும் உண்டு.

அதேபோல தைரியமாக பிரச்சினைகளை எதிர்நோக்குபவர் என்று அவரைக் கூறுவதுண்டு என்கின்றனர்.

அன்பில் தர்மலிங்கத்தின் இந்த அணுகுமுறையைத்தான் இன்று பல அரசியில்வழிகள் கடைப்பிடித்து வருகின்றனர்.

அன்பில் தர்மலிங்கம் திருச்சி மாவட்ட செயலளராக இருந்தபோது அண்ணா தீடீர் விஜயமாக திருச்சி வந்தார்.

வழக்கமாக கட்சி தலைவர்கள், முக்கிய பொறுப்பாளர்கள் ஒரு

மாவட்டத்துக்குள் வந்தால் மாவட்ட செயலாளர்களுக்கு தகவல் கொடுப்பது வழக்கம். இன்று வரை அதுதான் தொடர்கிறது.

ஆனால் அண்ணாவின் வருகை திருச்சி மாவட்டச் செயலாளரான அன்பில் தர்மலிங்கத்துக்கு தகவல் தரவில்லை.

கோபமடைந்த அன்பில் நேராக அண்ணாவை சந்தித்து ஒரு மாவட்டத்துக்கு கலெக்டர் எவ்வளவு முக்கியமானதோ அதேபோல் தான் மாவட்ட செயலாளர்.

ஒவ்வொரு கட்சியின் மாவட்ட செயலாளரும் கலெக்டருக்கு சமமானவர் என சண்டை போட்டார். அதிலிருந்து தான் அனைத்து கட்சிகளிலும் மாவட்ட செயலாளர் கலெக்டருக்கு இணையாக மரியாதை கொடுக்கவேண்டும் என்கிற கட்டுப்பாடு தமிழக அரசியல் கட்சிகளுக்கு வந்தது.

தீரர்களின் தோட்டமாக விளங்கிக் கொண்டிருக்கக் கூடிய இந்தத் திருச்சி மாவட்டத்தின் சார்பில் அறிவாலயத்தில் தலைவர் கலைஞர் அவர்களுக்கு கலைஞர் அவர்களை நமக்கு உருவாக்கித் தந்திருக்கிற பேரறிஞர் பெருந்தகை அறிஞர் அண்ணா அவர்களுக்குச் சிலை இரண்டு தலைவர்களுக்கும் தளகர்த்தராக விளங்கிய அன்பில் அவர்களுக்குச் சிலை ஆகிய மூன்று சிலைகளைத் திறந்து வைத்திருக்கின்றோம்.

வெறும் சிலைதிறப்பு விழாக்களோடு நிறுத்திக் கொள்ளாமல், தலைவர் கலைஞர் அவர்களை 96வது பிறந்த நாளையில் இணைத்து அதோடு வாக்காளர்களுக்கு நன்றி தெரிவிக்கக்கூடிய நிகழ்ச்சியையும் இணைத்து ஒரு மாபெரும் பொதுக்கூட்டமாக நம்முடைய நேரு அவர்கள் முன்னின்று நடத்திக் கொண்டிருக்கிறார்கள்.

திமுக கழகத்தின் தீரர்கள் கோட்டம் திருச்சி. அதனால்தான் அண்ணா அவர்கள் அடிக்கடிச் சொல்வார்கள். திருச்சி என்பது திராவிட முன்னேற்றக் கழகத்தின் போது மாடி வீடு என்று கலைஞர் அவர்கள் சொல்லுவார்கள் திருச்சி என்பது திராவிட முன்னேற்ற கழகத்தின் கோட்டை என்று எல்லோரும் சொல்லுபவர்கள் இது தீரர்கள் கோட்டை என்று தீரர்கள் கோட்டை மட்டுமல்ல அத்தோடு இன்னொரு வார்த்தையையும் சேர்த்துச் சொல்கின்றேன். திராவிட முன்னேற்றக் கழகத்தின் தீரர்கள் கோட்டம்

இந்தத் திருச்சி என்பதை நான் பெருமையோடு குறிப்பிட விரும்புகின்றேன் என்றார் மு.க. ஸ்டாலின்.

நடந்து முடிந்த நாடாளுமன்றத் தேர்தலின்போது இதே தென்னூரில் பிரச்சாரத்திற்கு நான் வந்திருக்கிறேன். கொளுத்துகின்ற வெயில் அந்த வெயிலைக் கூடப் பொருட்படுத்தாமல் இங்கு மக்கள் திரண்டிருந்த காட்சி.

அந்தக் கூட்டத்தில் நான் பேசுகின்ற போது குறிப்பிட்டுச் சொன்னேன். அதில் குறிப்பாக வேட்பாளராக நிற்கக்கூடிய மதிப்பிற்குரிய திருநாவுக்கரசர் அவர்களிடத்தில் தெளிவாகச் சொன்னேன்.

எப்பொழுது நீங்கள் இந்தத் திருச்சி நாடாளுமன்றத்தின் வேட்பாளராக அறிவிக்கப்பட்டு விட்டீர்களே அப்பொழுதே நீங்கள் மிகப் பெரிய வெற்றியைப் பெற்று விட்டீர்கள் என்று நான் அப்பொழுதே எடுத்துச் சொன்னேன்.

மூன்று லட்சத்திற்கு மேல் அதிகவாக்குகளைப் பெறு இன்றைக்கு வெற்றி பெற்றிருக்கிறீர்கள் என்று சொன்னால் அது நிருபிக்கப்பட்டிருக்கின்றது இல்லையா?

இதே திருச்சியை, தி.மு.கவின் மலைக் கோட்டையாக மாற்றிக் காட்டிய பெருமை அன்பிலார் அவர்களுக்கு உண்டு அன்பிலார் அவர்கள் தலைஞர் அவர்களுடைய நம்பிக்கைக்குரிய ஒருவராகவே வாழ்ந்து காட்டினார். கலைஞர் அவர்களின் அன்பைப் பெற்றிருந்தார். அறிஞர் அண்ணாவின் பாசத்தைப் பெற்றிருந்தார்.

கலைஞருக்கும் அன்பிலாருக்கும் இடையே ஆழ்ந்த நட்பு. தலைவர் கலைஞர் அவர்கள் அதிகமான அளவுக்கு அன்பிலார் அவர்களிடத்தில் பாசம் கொண்டிருந்த காரணத்தினால் தலைவர் கலைஞர் அவர்களுக்கும், அன்பிலார் அவர்களுக்கும் உரிமையோடு சிறுசிறு சண்டைகள் அடிக்கடி ஏற்படுவதுண்டு.

கலைஞர் அவர்களுக்கும் அன்பிலார் அவர்களுக்கும் இடையிலான நட்பைப் பார்த்து பேராசிரியர். அவர்கள் அடிக்கடி குறிப்பிட்டிருக்கலாம்.

கணவன் மனைவி நட்பைப் போன்றது. கலைஞர் அன்பிலார் ஆகியோர் நட்பு என்று அதில் யாரும் தலையிட முடியாது. கணவனுக்கும்

மனைவிக்கும் சண்டை வந்தால் யாராவது தலையிட முடியுமா? தலையிடவும் கூடாது. அதை அவர்களாகவே சரிசெய்து கொள்வார்கள்.

அந்தப் பொருள்பட நாம் பேராடுவோம் என்று அவர்கள் பல நேரங்களில் குறிப்பிட்டுக் காட்டியிருக்கின்றார்கள்.

மிக இளம் வயதில் அன்பிலார் அவர்கள் அண்ணாவின் அன்பைப் பெற்றிருந்தார் என்ற ஒரு செய்தியைச் சொல்ல வேண்டும்.

ஒரு செய்தியைச் சொல்ல வேண்டும் என்று சொன்னால் தந்தை பெரியார் அவர்களும் அறிஞர் அண்ணா அவர்களும் பிரிந்தார்கள். அப்படிப் பிரிந்த நேரத்தில் அன்பிலார் அவர்கள் யார் பக்கம் போவார்? யாரிடத்தில் சென்று அடைக்கலமாவார் என்ற ஒரு கேள்விக்குறி இருந்தது.

ஆனால் அன்பிலார் அவர்கள் தைரியமாக துணிச்சலாக தந்தை பெரியாரிடத்தில் சென்று நான் உங்களிடத்தில் இருக்க மாட்டேன். அண்ணாவிடத்தில் தான் இருப்பேன் என்று வெளிப்படையாகக் கூறிவிட்டு அண்ணாவிடத்தில் வந்து சேர்ந்தவர் தான் நம்முடைய அன்பிலார் அவர்கள்.

1962ம் ஆண்டு சட்டமன்ற பொதுத் தேர்தல் நடைபெறுகின்றது. அப்பொழுது லால்குடியில் வேட்பாளராக நம்முடைய அன்பிலார் அவர்கள் நிறுத்தப்பட்டார்கள். அவரை எதிர்த்து காங்கிரஸ் கட்சி போட்டியிடுகின்றது.

அப்பொழுது தந்தை பெரியார் அவர்கள் நம்மை எதிர்த்து தேர்தல் பிரச்சார ஈடுபட்டிருக்கின்றார். நம்முடைய அன்பில் அவர்கள் நிற்கின்ற லால்குடி தொகுதிக்கு பெரியார் வருகின்றார்.

காங்கிரஸ் கட்சியின் வேட்பாளரை ஆதரித்துப் பேசுவதற்காக அமைக்கப்பட்டிருக்கக் கூடிய மேடையில் வந்து உட்கார்ந்து இருக்கின்றார்.

அப்படி உட்கார்ந்திருக்கின்ற போது திடீரென்று அன்பிலார் அவர்கள் மேடையேறி வருகின்றார்.

அது காங்கிரஸ் காட்சிக்காக நடக்கின்ற பிரச்சார மேடை தந்தை பெரியாரைப் பார்க்க வேகமாக வருகின்றனார். ஒரு சால்வையைக் கொண்டு வந்து பெரியாருக்கு போர்த்திவிட்டு அவருடைய வாழ்த்தைப்

பெற்றுவிட்டுப் போய்விடுகிறார். பெரியார் அதிர்ச்சியடைந்தது மட்டுமல்ல, அவர் அந்தப் பிரச்சாரக் கூட்டத்தில் கலந்து கொண்டு பேசுகின்ற போது சொல்லுகின்றார்.

இப்பொழுது என்னிடம் வந்து வாழ்த்து பெற்றவர் யாரென்று கேட்டார் என்னுடைய செல்லப்பிள்ளை அன்பில் என்கிறார். சொல்லிவிட்டு அத்தோடு இன்னொன்றையும் சொல்லுகின்றார் கூப்பிட்ட குரலுக்கு ஓடி வரக்கூடியவன். அவன்தான் சிறந்த செயல்வீரன் காங்கிரஸ் வேட்பாளர் செல்வச்சீமான் காமராஜருக்கு மிக மிக வேண்டியவர் யார் உங்களுக்கு உழைப்பாளர்களோ யார் உங்களுக்கு பாடுபடுவார்களோ அவர்களைச் சிந்தித்து நீங்கள் தேர்ந்தெடுங்கள் என்று சொல்லிவிட்டுச் சென்றுவிட்டார் தந்தை பெரியார். அந்த அளவிற்கு அன்பிலார் மீது தந்தை பெரியார் பாசத்தை வைத்திருந்தார்கள்.

அதேபோல் தான் அண்ணா அவர்கள் அவரை அம்பில், அம்பில் என்று தான் செல்லமாக அழைப்பார். அந்த அளவிற்கு அண்ணா விடத்திலும் அன்பைப் பெற்று இருந்தார்கள்.

1957ல் முதன் முதலில் சட்டமன்றத் தேர்தல் களத்திற்கு திராவிட முன்னேற்றக்கழகம் வருகின்றது. களத்தில் போட்டியிடலாமா வேண்டாமா என்று முடிவு செய்ய திருச்சியில் மகப்பெரிய மாநில மாநாடு நடைபெற்றது. அந்த மாநாட்டில் தான் முடிவெடுத்து அறிவித்தோம். அந்த மாநாட்டினை முன்னின்று நடத்தியவர், அன்பிலார் அவர்கள்.

அப்பொழுது தான் அண்ணா கடிதம் எழுதினார். அந்தக் கடிதத்துக்கு என்ன தலைப்பு என்று தெரியுமா? அன்பில் அழைக்கிறார். அந்தக் கடிதம் இன்றுவரை பேசப்படுகிறது. வரலாற்றுச் சிறப்பிற்குரிய இடத்தில் அந்தக் கடிதம் இடம் பெற்றிருக்கிறது.

அது மட்டுமல்ல 18 ஆண்டுகாலம் தந்தை பெரியாரும் அண்ணா அவர்களும் பிரிந்திருந்த நேரம். 1967ல் பொதுத் தேர்தல் நடைபெறு கின்றது. மிகப்பெரிய வெற்றியை பெறுகின்றோம். ஆட்சிப் பொறுப்பை ஏற்கின்றோம். அண்ணா அவர்கள் முதல் அமைச்சராகப் பொறுப்பேற் கின்றனர்.

முதலமைச்சாராகப் பொறுப்பேற்ற அண்ணா அவர்களின் உள்ளத்தில் ஓர் ஆசை ஏற்பட்டது.

பக்கத்திலிருந்த அன்பிலாரிடத்திலும் தலைவர் கலைஞர் இடத்திலும் சொல்லுகின்றார். என்னவென்று தெரியுமா? தி.மு.க ஆட்சிக்கு வந்து விட்டது. நான் முதலமைச்சாராகப் பொறுப்பேற்றுள்ளேன்.

எப்படியாவது தந்தை பெரியார் அவர்களை பார்க்க வேண்டும். 18 வருடமாக நாம் அவரோடு எந்தத் தொடர்பும் வைத்திருக்கவில்லை. எப்படியாவது சென்று ஒரு வாழ்த்தைப் பெற வேண்டும் என்று ஒரு வார்த்தை சொல்லுகின்றார்.

சொன்ன அடுத்த வினாடி அன்பிலார் அவர்கள் திருச்சியில் தான் தந்தை பெரியார் அவர்கள் இருக்கின்றார். நான் உடனே ஏற்பாடு செய்கின்றேன் என்று சொல்லி, சென்னையிலிருந்து காரில் புறப்பட்டு தந்தை பெரியார் அவர்களைப் பார்க்க அண்ணா அவர்களையும் தலைவர் கலைஞர் அவர்களையும் அழைத்துக் கொண்டு வந்து தந்தை பெரியார் அவர்களை பார்க்க வைத்து ஒரு பெரிய திருப்பத்தை, திராவிட இயக்கத்திற்கு மட்டுமல்ல, தி.மு. கழகத்திற்கு மட்டுமல்ல இந்த தமிழ் உலகத்திற்கு ஒரு மிகப்பெரிய திருப்புமுனை வரலாற்றை உருவாக்கித் தந்த மிகப்பெரிய பொறுப்பை ஏற்றுக்கொண்டு அதைச் செய்து முடித்தவர் அன்பிலார் அவர்கள்.

எப்பொழுதும் தேர்தல் பிரச்சாரங்களில் தலைவர் கலைஞர் அவர்களோடு உடன் செல்லக் கூடியவர்களில் மிகவும் முக்கியமாக அன்பிலார் அவர்கள் இருப்பார்.

தேர்தல் பிரச்சாரம் மட்டுமல்ல திருச்சி, தஞ்சை, கடலூர், வகுப்பிலும், திருவாரூர், நாகப்பட்டினம் போன்ற எந்த மாவட்டத்திற்கு சுற்றுப்பயணம் செய்தாலும் கலைஞர் அவர்கள் காரில் தான் பயணம் செய்வது வழக்கம். அப்பொழுது உடன் வரக்கூடியவர்களில் அன்பிலார் அவர்கள் நிச்சயம் இருப்பார்.

ஒருமுறை 1967ல் தேர்தல் நடந்த நேரத்தில் தலைவர் கலைஞரைக் கொலை செய்திட வேண்டும் என்று திட்டமிட்டு, சைதாப்பேட்டை தொகுதியில் சில ரவுடிகள், கொலைகாரருக்கும் பல ஒன்று சேர்ந்து அவரைக் கொலை செய்வதற்கான முயற்சியில் ஈடுபட ஏழை எளிய குடும்பத்தை சார்ந்தவர்கள் அவரைக் காப்பாற்றி, விடிந்ததற்குப் பின் தான்

அவரைக் கொண்டு வந்து விட்டார்கள். அப்பொழுது அண்ணா அவர்கள் அன்பிலை அழைத்துக் கண்டித்திருக்கிறார். எப்பொழுதும் நீதானே செல்வாய். நீ ஏன் போகவில்லை என்று சத்தம் போட்டிருக்கிறார். அந்த அளவுக்கு ஒரு காவிய நட்போடு தலைவர் கலைஞர் அவர்களும், அன்பிலார் அவர்களும் இருந்திருக்கிறார்கள் என்பதை எண்ணிப் பார்க்கின்ற போது உள்ளபடியே நாமெல்லாம் பெருமைப்படுகிறோம்.

அப்படிப்பட்ட அன்பிலார் அவர்கள் சிலை கலைஞர் அவர்கள் சிலை, அண்ணா சிலை அனைத்தையும் ஒரே நாளில் அதுவும் திருச்சியில் இன்றைக்கு திறந்து வைத்திருக்கின்றோம் என்று சொன்னால் நான் அதைத்தான் எண்ணிப் பார்த்துக் கொண்டிருக்கிறேன்.

1971ம் ஆண்டு அண்ணா அவர்கள் மறைவுக்குப்பிறகு திருச்சியில் நடைபெற்ற மாநில மாநாட்டில் தான் தலைவர் கலைஞர் அவர்கள் ஐம்பெரும் முழக்கங்களை நமக்கு உருவாக்கித் தந்தார்கள். அண்ணா வழியில் அயராது உழைப்போம். ஆதிக்கமற்ற சமுதாயம் அமைத்தே தீருவோம். இந்தித் திணிப்பை என்றும் எதிர்ப்போம். வன்முறை தவிர்த்து வறுமையை வெல்வோம். மாநில சுயாட்சி மத்தியில் கூட்டாட்சி என்ற ஐம்பெரும் முழக்கங்கள்.

தலைவர் கலைஞர் அவர்கள் இல்லாமல் கொண்டாடக் கூடிய முதல் பிறந்த நாள், இந்த 96ம் பிறந்த நாள். தேர்தல் பிரச்சாரத்தில் பேசுகின்ற போது நான் குறிப்பிட்டுச் சொன்னேன். அவர் மறையவில்லை. நம்முடைய மனதோடு இருக்கிறார். அவர் மரணமடையவில்லை. நம்முடைய ஊனோடு கலந்திருக்கிறார். நம்முடைய உணர்வில் இருக்கின்றார்.

இன்றைக்கும் நம்மை அவர்தான் இயக்கிக் கொண்டு இருக்கிறார். அவர் தந்திருக்கக்கூடிய அந்த ஊக்கத்தின் உற்சாகத்தின் பயிற்சியாக காரணமாகத்தான் இன்றைக்கு இந்த மாபெரும் வெற்றியை நாம் பெற்றிருக்கின்றோம் மறந்து விடக்கூடாது.

மு. கருணாநிதி முதன்முதலில் போட்டியிட்டது. கரூர் மாவட்டத்தில் உள்ள குளித்தலை தொகுதியில் அச்சு ஊடகம் மட்டுமே இருந்த காலகட்டம் அதுவும் பெரிய அளவில் நாடு வளர்ந்திராத 1957ம் ஆண்டு நடந்த பொதுத் தேர்தலில் தான் தி.மு.க முதன் முதலில் தேர்தல் களம்

கண்டது. 1957ம் ஆண்டில் நடைபெற்ற தேர்தலில் கலைஞர் கருணாநிதி நாகப்பட்டினம் தொகுதியில் போட்டியிட விரும்பினார். ஏனெனில் அவர் பிறந்த திருக்குவளை அந்தத் தொகுதியில் தான் இருந்தது.

ஆனால், அண்ணா, கலைஞர் குளித்தலை தொகுதியில் போட்டியிடும்படி கேட்டுக் கொண்டார் அதனை ஏற்று கலைஞர் முதன் முதலில் குளித்தலை தொகுதியில் போட்டியிட்டார்.

அப்போது கலைஞரை எதிர்த்து காங்கிரஸ் கட்சி சார்பில் காட்டுப்புத்தூர் தர்மலிங்கம் என்பவரும் கம்யூனிஸ்ட் கட்சி சார்பில் வக்கீல் சண்முகமும் போட்டியிட்டனர்.

அக்காலத்தில் குளித்தலைத் தொகுதி ஒன்றுபட்ட திருச்சி மாவட்டத்தில் இருந்தது. திருச்சி, புதுக்கோட்டை, கரூர், பெரம்பலூர், அரியலூர் உள்ளிட்ட மாவட்டங்கள் ஒன்றுபட்ட திருச்சி மாவட்டம் இருந்தன.

குளித்தலை தொகுதி திருச்சி மாவட்டத்தில் உள்ள அந்த நல்லூரில் தொடங்கி நங்கவரம், நச்சலூர், மருதூர் பொட்ட வாய்த்தலை, குளித்தலை, லாலாபேட்டை, கரூர் நகர் பகுதியிலுள்ள திருநிலையூர் என்ற இடம் வரை விரிவடைந்திருந்தது.

அந்த தொகுதியில் ஒரு புறம் காவிரிக்கரை அடைந்திருந்தாலும் அதன் மறுபுறம் வானம் பார்த்து பலி பிரச்சாரத்தின் போது மதிய நேரத்தில் எங்காவது உணவருந்தலாம் என்றாலும் இப்போது இருப்பது போல உணவு விடுதிகள் அந்த காலத்தில் கிடையாது.

தேர்தல் பிரச்சாரத்தின்போது அவர்களில் விளம்பரம் செய்யும் முறையை தொடங்கி வைத்தார் கருணாநிதி தான். இதற்காக தான் பிறந்த ஊரான திருவாரூரிலிருந்து ராஜன் என்ற ஓவியரை தொகுதிக்கு வரவழைத்திருந்தார் கலைஞர்.

இதே போல லாலா பேட்டையில் இருந்த ராமலிங்கம் என்ற ஓவியாசிரியர். இவர்கள் இருவரின் கை வண்ணத்தில் தான் தி.மு.க பின் சின்னமான உதயசூரியன் சுவர்களில் மிளிர்ந்தன.

"சுவர் விளம்பரங்களில் பொதுமக்களைக் கவரும் வகையில்.

நாட்டு வாட்டம் போக்கிட சர்க்கார் நோட்டு அடித்தால் போதாது.

காகிதப் பூநீ மணக்காது, காங்கிரஸ் ஆட்சி இனிக்காது, டாட்டா பிர்லா கூட்டாளி

பாட்டாளிக்கு பகையாளி.

போன்ற கலைஞரின் வசனங்கள் பெரியதாக்கத்தை ஏற்படுத்தி யிருந்தன. மற்றொரு புதிய முறையையும் கருணாநிதி புகுத்தினார்.

அதுதான் டோர்சிலிப் எனப்படும் வீடு வீடாக சென்று வாக்கு சேகரிக்கும் முறை. அதாவது ஒரு வீட்டில் வாக்கு சேகரிக்கும் போது அந்த வீட்டின் கதவில் எங்கள் ஒட்டு அந்த விட்டுப் பிள்ளை கருணாநிதிக்கே என்ற வாசகமும் உதய சூரியன் படமும் பொறிக்கப்பட்ட துண்டு பிரசுரங்களை ஒட்டி விடுவார்கள்.

இதற்காகவே கலைஞர் பிரச்சாரத்துக்கு செல்லும்போது, கூடவே பசைவாலி மற்றும் துண்டு பிரசாரங்களுடன் தொண்டர்கள் சுற்றிச் சுற்றி வருவார்கள். அதேபோல் எங்கள் வீட்டுப் பிள்ளை எங்கள் வாக்கு கருணாநிதிக்கு என்று பொறிக்கப்பட்ட மாத காலண்டர்களையும் வீடுதோறும் வழங்கியவர் கருணாநிதி.

கலைஞரின் பிரச்சாத்திற்காக அண்ணா எம்.ஜி.ஆர். என்.எஸ். கிருஷ்ணன் இருந்தேன் அதுபோல் வந்திருந்தனர். அண்ணா எம்.ஜி.ஆர். ஆகியோர் தங்களது பேச்சுத் திறமைகளை வாக்கு சேகரித்தார். என்.எ கிருஷ்ணன் வில்லும் பாட்டு நடத்தி வாக்கு சேகரித்தார்.

அப்போது கலைஞரிடம் ஒரு ஃபீயட் கார் இருந்தது. அந்த காரில் முன்புறம் மூன்று பேரும் பின்புறம் மூன்று பேர் என் ஆறுபேர் பயணித்துத்தான் தொகுதி முழுவதும் பிரச்சாரத்தை மேற்கொண்டார் கலைஞர்.

பிரச்சாரத்தின் போது ஆங்காங்கே தொண்டர்களின் வீடுகளில் தங்கிக் கொள்வார். கலைஞர் லாலாபேட்டையில் முத்து நாயகி என்ற திமுக தொண்டர் வீட்டில் தங்கிக் கொள்வார்.

அதே போல கரூர் பகுதிக்கு பிரச்சாரத்திற்கு வரும்போது அங்குள்ள வேலுப்பிள்ளை என்பவர் வீட்டில் தங்கிக் கொள்வார்.

பிரச்சாரம் முடிந்து இரவு 12 மணிக்கு அல்லது அதிகாலை இரண்டு மணிக்கு வருவார். அந்த நேரத்தில் இரவு உணவு விடுதிகள் எங்கேயும் திறந்திருக்காது.

கலைஞர் கரூர் மார்க்கெட் ரோட்டில் என்.வி. சாமியப்பன் என்ற லாரி உரிமையாளர்கள் லாரி செட் இருந்தது. அந்த செட்டில் தான் தி.முக. காரியாலயம் இயங்கி வந்தது.

கலைஞர் சாமியப்பனிடம் இரண்டு ரூபாய் கொடுப்பார் அதில் பிட்டு பொட்டலங்கள் இட்லி வாங்கி வருவார். அதனை எல்லோரும் சாப்பிடுவார்கள்.

அந்த காலகட்டத்தில் தொலைபேசி அவ்வளவாக எளிதாக கிடைக்காத காலகட்டம் தற்போது கரூர் காவல் நிலையம் எதிரே இப்போது உள்ள அஞ்சல் அலுவலகத்தில்தான் அப்போது இருந்தது.

அப்போது கரூரில் உள்ள நபர்கள் யாருக்காவது டிரங்க்கால் போட வேண்டுமென்றால் இந்த வாசலில் வந்து காத்திருப்பார்கள்.

கலைஞர் பிரச்சாரத்திற்கு வந்துள்ளது, தெரிந்ததும் அதே இணைப்பக்கத்தில் வேலை பார்த்த சிவராமன் என்பவர் வரிசையாக காத்திருப்பவர்களுக்கு இடையே கலைஞருக்கு சொன்னால் டிரங்கால் போட்டுகொடுப்பார்.

கலைஞர் டிரங்க்கால் போட்டு சென்னையில் இருக்கும் மாறனிடம் பேசுவார். பிரச்சாரத்துக்குப் பணம் பிரசுரங்களை அனுப்புவது குறித்து பேசுவார்.

இரவில் இரண்டு மணிக்கு படுத்தாலும் அதிகாலை 4.30 மணிக்கெல்லாம் கலைஞர் எழுந்து கொள்வது வழக்கம் குளித்து முடித்துவிட்டு தங்கும் மற்ற தொண்டர்களையும் எழுப்பி விடுவார்.

அதே போல அதிகாலையிலேயே கிளம்பி விடுவார் கலைஞர் அப்போது திமுக கட்சிக்காரர்களை பார்க்க மாட்டார் எதிர்க்கட்சியினை அவர்கள் வீட்டிலேயே சந்தித்து திமுகவிற்கு வாக்கு கேட்டார்.

கலைஞரின் கார் ஓட்டுனரான பர்வின் டோர் ஸ்லிப்பை அந்த எதிர்க்கட்சியின் வீட்டு கதவில் ஒட்டி விடுவார்.

பிறகு கதவில் ஒட்டியிருந்த டோர் ஸ்லிப் பார்த்து காங்கிரஸ் உள்ளிட்டவர்கள் கருணாநிதி வந்தாரா உங்களிடம் ஓட்டு கேட்டாரா? தி.மு.க.வை ஆதரிக்கப் போறீர்களா? என்றெல்லாம் கேட்க ஆரம்பித்து விடுவார்கள்.

தேர்தல் பிரச்சாரத்தின் போது வெள்ளிய காணியாளாம்பட்டி உள்ளிட்ட பகுதிகளில் நீர் ஆதாரமான குடகணாறு நீர்த் தேக்கத்தை அமைக்க பாடுபடுவேன் என்றும் நங்கவரம் விவசாயிகள் பிரச்சனை, குளித்தலை முசிறி இடையே காவிரியாற்றில் குறுக்கே வந்த போக்குவரத்துக்கான வசதி உள்பட பல்வேறு விசயங்கள் தேர்தல் பிரச்சாரத்தில் முக்கிய இடம் பிடித்தன.

கருணாநிதி வெற்றி பெற்ற பிறகு குளித்தலை தொகுதியில் தேர்தல் நேரத்தில் வாக்குறுதி கொடுத்தபடி குளித்தலை முசிறி இடையே காவிரி ஆற்றில் போக்குவரத்து பாலத்தையும், கரூர் பகுதியில் பாசனத்துக்காக குடகணாறு திட்டத்தையும் உருவாக்க நடவடிக்கை எடுக்கப்பட்டது.

அன்பகமும் அண்ணா அறிவாலயமும்

1949ம் ஆண்டு அறிஞர் அண்ணாவால் திராவிட முன்னேற்றக்கழகம் உருவாக்கப்பட்ட போது கட்சிப் பணிகளுக்கான ஓர் அலுவலகம் தேவைப்பட்டது.

ஆனால் 1957ம் ஆண்டு ராயபுரத்தில் ஒரு சிறிய கட்டடம் கட்டப்பட்டது. அதுதான் அப்போதைய தி.மு.க அலுவலகம். தி.மு.கவில் அந்தக் கட்டடத்துக்குப் பேரறிஞர் அண்ணாவால் அறிவாலயம் எனப் பெயர் சூட்டப்பட்டது.

பின்னாளில் கட்சியின் பிரம்மாண்டத்துக்கு தக்கவாறு கட்டடம் தேவைப்பட 1964ம் தேனாம்பேட்டையில் அன்பகம் கட்டப்பட்டது.

இந்த அன்பகம் தான் இன்றைய திமுகவின் இளைஞர் அணி தலைமை அலுவலகம் அதன் பின்பு திமுக அசுர வளர்ச்சியடைய கட்சிப் பணிகளுக்காக அன்பகத்தில் இடப்பற்றாக்குறை ஏற்படாது.

அதனால் மிகப்பெரிய அளவில் கட்சி அலுவலகம் கட்டியாக வேண்டிய தீர்வுக்கு கலைஞர் வந்தார். இந்தக் காரணங்களுக்காக தேனாம்பேட்டையின் மையத்தில் அண்ணா சாலையை ஒட்டி 86 கிரவுண்ட் நிலம் 1977ல் வாங்கப்பட்டது.

பின்னர் 1980ம் ஆண்டு அதற்கான கட்டடப் பணி ஆரம்பிக்கப் பட்டது. நிதிப்பற்றாக்குறையில் ஆமை வேகத்தில் நகர்ந்தது. அந்தக் கால கட்டத்தில் திமுக சட்டமன்ற உறுப்பினர்கள் அலுவலகம் ஓமந்தூரர் அரசினர் தோட்டத்தில் இருந்தது.

திடீரென ஒருநாள் ஓமந்தூரர் தோட்டத்தில் இருந்தே திமுக சட்டமன்ற உறுப்பினர்கள் அலுவலகத்தை அதிரடியாக காலி செய்யச் சொல்லி பொருட்களையெல்லாம் வெளியேற்றியது அப்போதை அரசு எம்.ஜி.ஆர்.

இதனால் கலைஞருக்கு அண்ணா அறிவலாயத்தை உடனடியாகக் கட்டப்பட வேண்டிய நிர்ப்பந்தம் ஏற்பட்டது.

இதனையடுத்து நிதிப்பற்றாக்குறையினால் ஒவ்வோர் ஊரிலும் நிதி திரட்டும் பணி தீவிரமாக தொடங்கியது. இந்தக் காலகட்டத்தில் அறிவாலாயத்தை கட்டுவதற்காக கலைஞர் எந்த விழாவானாலும் கலந்து கொண்டார். அதற்காகத் தரப்படும் தொகை கட்சியின் நிதியில் சேர்க்கப்பட்டதோடு கட்டடம் கட்ட பயன்பட்டது.

இதற்காக கலைஞர் ஒரே நாளில் பத்து மேடை விழாக்களில் கலந்து கொண்ட நிகழ்வுகளும் உண்டு. இப்படி வழங்கப்பட்டு அண்ணா அறிவாலயத்தின் சுவர்களாக உயர்ந்து கொண்டே வந்தது.

இதனையடுத்து அந்த கிறக்கத்தில் தொண்டர்களுக்கு உணர்ச்சி மிகு கடிதம் ஒன்றை எழுதி மேலும் அவர்களை ஊக்கப்படுத்தினர்.

1985ம் ஆண்டில் மட்டும் சுமார் ஒரு கோடி ரூபாய் வசூலானது. இதற்குக் காரணம் கலைஞரின் விடாமுயற்சியும் கழகத் தொண்டர்களின் கடின உழைப்புமே ஆகும்.

இதனிடையே ஒட்டு மொத்த இடத்தில் 10 சதவிகித இடத்தை மாநகராட்சியோருக்கும் பத்திரம் செய்து கொடுத்தால் தான் மேற்படி கட்டடம் கட்டுவதற்கு அனுமதி தரமுடியும் என்று சென்னை பெருநகர வளர்ச்சிக்குழுவும் அறிவித்தது.

அதைக் கொடுத்த பிறகு தான் அறிவாலயத்தை கட்ட எம்.ஜி.ஆர் அரசு அனுமதி அளித்தது. இவ்வளவு பிரச்சினைகளையும் கடந்து தான் 16.9.1987 அன்று திறப்பு வழங்கப்பட்டது. அண்ணா அறிவாலயம் திறப்பு விழாவின்போது பேரறிஞர் அண்ணாவின் மனைவி ராணி அம்மையார் சிறப்பு விருந்தினராகக் கலந்து கொண்டார்.

இவ்விழாவில் பேசிய கலைஞர் அண்ணன் நமக்கு பலமான அடித்தளம் அமைத்து தந்திருக்கிற காரணத்தினால் தான் எதிர்ப்புகளை முறியடித்து கழகம் உயர்ந்து நிற்கிறது.

கழக உடன் பிறப்புகளின் உழைப்பும் தியாகமும் தான் இங்கு அண்ணா அறிவாலயமாக அழகுறமிளிர்கிறது என்றவர் தொடர்ந்து இதைக்கண்டு நெகிழ்ந்து போய் நிற்கிறேன்.

என்றாலும் அண்ணன் இல்லை. அந்த அண்ணனுக்காக அந்த அண்ணன் பெயரால் ஓர் அறிவாலயம் காணுகிற இந்த நிகழ்ச்சியில் நம்முடைய அண்னதியார் அவர்கள் வருகை வந்து எங்களுடைய முயற்சியை வாழ்த்தியிருக்கிறார்கள். அவர்களுக்கு நன்றி கூறிக் கொள்ள கடமைப்பட்டிருக்கிறேன் என்றார் நா தழுதழுக்க.

அண்ணா அறிவாலயம் என்பது வெறும் கட்சி அலுவலகம் மட்டுமல்ல. அதுபோன்ற கூட்டத்தை வேகமாக எந்த கட்சி அலுவலகத் திலும் இல்லாத அளவுக்கு மிகவும் சிறப்பு அம்சத்தோடு கட்டியிருந்தார் கலைஞர்.

இந்த அறிவாலயத்துக்குள் பேராசிரியர் ஆய்வு நூலகம், கலைஞர் கருவூலம், வெற்றிச் செல்வி இலவச கண் மருத்துவமனை, கலைஞர் அரங்கம் பூங்கா உள்ளிட்டவை அமைந்திருக்கின்றன.

இங்குள்ள நூலகத்தில் சுமார் 50000 புத்தகங்களுடன் அனைத்துவகை ஆய்வு நூல்களும் இருக்கின்றன. கலைஞர் கருவூலகத்தில் இதுவரை

கலைஞர் அன்பளிப்பாக வாங்கிய சிறிய பேனா முதல் பெரிய அளவினை உலோகச் சிலைகள் வரை என அனைத்தும் பாதிக்கப்பட்டு வருகின்றனர்.

நீதிக்கட்சி ஆரம்பம் முதல் இன்றைய தமிழக அரசியல் வரை அனைத்து நிகழ்வுகளும் புகைப்படச் செய்திகளை கருவூலகத்தின் மற்றொரு பெட்டகத்தில் காட்சிச்சாலை வைக்கப்பட்டுள்ளது. இந்தப் பெட்டகம் அப்போதைய குடியரசுத் தலைவர் கே.ஆர். நாராயணனால் திறந்து வைக்கப்பட்டது.

அண்ணா அறிவாலயத்தினுள் சிறிய திரை அரங்கும் உள்ளது. இங்கு திராவிட இயக்கம் கடந்து வந்த பாதை, அண்ணா, பெரியார் இயக்க வரலாறு ஆகியவை குறும்படங்களாகத் திரைப்பிடப் பெற்று வருகின்றன.

திமுக தொண்டர்களுக்கு அறிவாலயமாகவும் கலைஞருக்கு உயிராலயமுமாக உள்ளது. அப்படிப்பட்ட அந்த வீட்டில் காலை 5 மணிக்கு கலைஞரை பார்க்கலாம். ஒரு மணிநேரம் நடைப்பயிற்சிக்குப் பிறகு கோபாலபுரம் வீட்டுக்கு செல்வார். பிறகு சரியாக 10.45 மணியளவில் மீண்டும் அறிவாலயத்துக்கு வந்து விடுவார். பின்பு கலைஞர் தொலைக் காட்சியில் மதியம் 1 மணி செய்தியைப் பார்த்துவிட்டு மதிய உணவுக்காக வீட்டுக்குச் செல்லும் கலைஞர் மீண்டும் மாலை 6.30 மணிக்கு அறிவாலாயம் வந்து விடுவார்.

கலைஞர் தொலைக்காட்சியில் இரவு செய்தியை பார்த்துவிட்டு 8.30 மணியளவில் வீட்டுக்கு கிளம்பி விடுவார் இவை தான் கலைஞர் அறிவாலயத்தில் அன்றாடம் செய்யும் பணிகள்.

அவர் சென்னையில் இருக்கும் நாட்கள் காய்ச்சல் இருந்தாலும் கூட அறிவாலயம் வராமல் இருந்தே கிடையாது.

அதேபோல் கலைஞர் வெளியூர் பயணங்களை முடித்துவிட்டு இரவு நேரத்தில் சென்னை வந்தால் கூட அறிவாலயத்துக்கு வண்டியை விடு ஒரு எட்டு பார்த்துட்டு போவோம் என்று தன் டிரைவரிடம் சொல்வராம்.

அனைத்து சாதியினரும் அர்ச்சகர் ஆகலாம்

பண்பட்ட பழக்க வழக்கங்கள் மனிதனைக் கொடுமையிலிருந்து மீட்டெடுக்கும் கருவிகளாகும். இதுவே நாகரீகத்தின் அடையாளங்களாகும்.

நாகரீகமுள்ள சமூகத்தில் சுதந்திரம், சமத்துவம், சகோதரத்துவம் ஆகியவையே தாரக மந்திரங்களாகும். இவை இல்லாத ஒரு சமூகத்தை பண்பாடு உள்ளதாகவோ, நாகரீகம் உள்ளதாகவோ கூற இயலாது.

இந்து சமயம் வேத சாஸ்திரங்களின் அடிப்படையில் பிராமணங்களின் விளக்கத்தின்படி பிறவியின் அடிப்படையில் அமைந்த சாதியைக் கொணடு ஒருவன் உயர்ந்தவன், மற்றவன் தாழ்ந்தவன் என்று மக்களைப் பிரித்தது மிகக் கொடுமையாகும்.

பிராமணன், சத்திரியர், வைசியர், சூத்திரர் என்று சமூக அமைப்பை நான்கு பிரிவுகளாக பிரித்து மக்களிடையே ஏற்றத் தாழ்வுகளை செயற்கையாக ஏற்படுத்திச் சமத்துவத்தை மறுக்கும் தத்துவமேதான் வர்ணாசிரம தர்மம் என்பதாகும்.

இப்படி ஆயிரக்கணக்கான ஆண்டுகளாகச் சாதியின் அடிப்படையில் மக்களைப் பிரித்து ஆண்டு வந்த Divide and Rule அந்நியதத்துவமான வர்ணாசிரம் தர்மத்தை உட்கொண்டுள்ள ஆரிய சனாதன மதத்தை திராவிட சாதிகளிடையே இந்துமதம் என்ற மூலாம் பூசி பாமர மக்களின் கடவுள் நம்பிக்கையை அறியாமையை பயன்படுத்தி வெகு ஆழமாக பரப்பி விட்டனர்.

வர்ணாசிரம தர்மக் கொள்கை தான் பஞ்சமர்களை கோயிலுக்குள் நுழையக்கூடாது என்று கூறுகிறது. சைவமும், வைணமும் பறையர்கள் உட்பட அனைவரையும் கோயிலுக்குள் அனுமதிக்கிறது என்று வரலாற்று உண்மைகள் பேசுகின்றன.

வர்ணாசிரம தர்மம் காப்பாற்ற வேண்டிய பன்னடுங்காலமாக இருந்து வந்த மரபு பாழ்படுத்தக்கூடாது என்ற வாதத்தை பிராமணர்கள் ஒருபுறமும், மறுபுறம் நாங்கள் ஆரியர்கள் அல்ல ஆதி சைவர்கள் எங்களுக்கு கோயில்களில் பரம்பரையாக அர்ச்சகராகப் பணியாளர்களுக்கு உரிமை உண்டு. ஆகமங்களின் படி சிவன் கோயில்களாக சிவாச்சாரியர்களாக நாங்கள் பணிபுரிந்து வருகின்றோம் என்று வெள்ளாளர் சமுதாயத்திற்கு ஆதரவாக ஒரு பிரிவினரும் வாதாடுகின்றனர்.

எந்தச் சாதியினரும் அர்ச்சகராகலாம் என்று 23.6.2006ல் கலைஞர் கொண்டு வந்த சட்டமானது திராவிடச் சாதியினர் அனைத்து பிரிவினருக்கும் பொருந்தக் கூடியதாகும்.

இப்படிப்பட்ட பின்னணியில், கலைஞரின் இந்த அரசாணை வர்ணாசிரம் தத்துவத்துக்கு சாவு மணியடிக்கும் நடவடிக்கையாகும்.

ஏதோ இந்த நடவடிக்கை சாதாரணமானது என்பது போன்று காழ்ப்புணர்ச்சியுடன் கடந்து செல்ல முடியாது. இது தமிழர் சமுதாய மாற்றத்திற்கு மிக முக்கிய அடிப்படை நடவடிக்கையாகும்.

அனைத்து சாதியினரும் அர்ச்சகராகலாம் என்ற விவாதத்தின் பின்னணியை சற்று பார்ப்போம்.

அனைத்து சாதியினரும் இந்துக் கோயில்களில் அர்ச்சகராகலாம் என்பது திராவிட இயக்கத்தின் கொள்கைச் செயல்பாடுகளில் ஒன்றாகும்.

அனைத்து சாதியினரும் கோயில் கருவறைக்கு செல்ல அனுமதிக்க வேண்டுமென்று கூறி வந்த பெரியார் 1970ம் ஆண்டு குடியரசு தினத்தை இதற்காக கிளர்ச்சி ஒன்றை நடத்தப் போவதாக அறிவித்தார்.

தமிழகத்தின் முக்கியமான கோயில்களில் இந்தப் போராட்டம் நடக்குமென்றும் திருநீறு பூசித்தான் கோயில்களில் நுழையலாம் என்றால் தொண்டர்கள் பூசிக் கொள்ளலாம் என்றும் பெரியார் கூறினார்.

இந்த அறிவிப்பை அடுத்து அன்றைய முதல்வர் மு. கருணாநிதி அனைத்து சாதியினரும் அர்ச்சகராவதற்கான சட்டம் விரைவில் இயற்றப்படும் என்றும் பெரியார் தன் போராட்டத்தை ஒத்திவைக்க வேண்டுமென்றும் கேட்டுக் கொண்டார். அதன்படி போராட்டம் ஒத்தி வைக்கப்பட்டது.

எல்லோரையும் அர்ச்சகராக்க அனுமதிக்கும் இந்தச் சட்டம் ஏற்கனவே இருந்த இந்து சமய அறநிலைய ஆட்சித்துறை சட்டத்தின்படி 55, 56 ஆகியவற்றில் செய்யப்பட்ட திருத்தச் சட்டம் தான்.

இதற்கான மசோதா 2.12.1970ல் தமிழக சட்டமன்றத்தின் இரு அவைகளிலும் நிறைவேற்றப்பட்டது. இதன் முக்கிய கூறு, இந்துக்கோயில்களின் எல்லாப் பகுதிகளின் நியமனத்திலும்

பாரம்பரிய (வாரிசு அடிப்படையில் நியமன கொள்கையை நீக்குவது (பிரிவு 55ல் செய்யப்பட்ட திருத்தம்)

இந்தச் சட்டத்தை எதிர்த்து சேஷம்மாள் என்பவர், வழக்குத் தொடர்ந்தார் உச்ச நீதிமன்றத்தில் எ .எம்.சிக்ரி, ஏ.என். குரோவா, ஏ.என். ரே. டி.ஜி. பாலேகர், எம்.எச். பெக் ஆகியோர் இந்த வழக்கை விசாரித்து 1972 மார்ச் 15ம் தேதி தீர்ப்பு வழங்கினார்.

ஒரு கோவிலில் அர்ச்சகரை நியமனம் செய்யும்போது, ஆகமங்களை மீறி அறங்காவலர் நியமனங்களை மேற்கொள்ள மாட்டார் என்று அரசு

கூறியதை சுட்டிக்காட்டிய நீதிபதிகள், குறிப்பிட்ட இனம், உட்பிரிவு, குழுவிலிருந்தே அர்ச்சகரை நியமிக்க வேண்டும் எனச் சுட்டிக் காட்டியது.

ஆனாலும் மனுதாரரின் அச்சத்திற்கு இப்போது அவசியமில்லை என்று கூறி சேஷமாளின் மனுவைத் தள்ளுபடி செய்தது.

சட்டத்தை எதிர்த்தவரின் மனு தள்ளுபடி செய்யப்பட்டதாகத் தோன்றினாலும் ஆகமத்திற்கு உட்பட்டே நியமனங்களைச் செய்ய வேண்டும் என்பதை இந்த உத்தரவு வலியுறுத்தியது.

இந்த நீதிமன்ற உத்தரவை பெரியார் கடுமையாக விமர்சித்தார். 1973 டிசம்பர் 8, 9ல் பெரியார் திடலில் நடந்த தமிழர் சமுதாய இழிவு மாநாட்டில் பேசிய பெரியார், நண்பர் கருணாநிதி கொண்டுவந்த சட்டத்தை நீதிமன்றம் செல்லாது என்று ஆக்கியதால் ஆத்திரம் அதிகமாகிவிட்டதாகக் குறிப்பிட்டார்.

உச்ச நீதிமன்றத்தீர்ப்பில் அரசியலில் சாசனப் பிரிவு 25ஐப் பற்றிக் குறிப்பிட்டிருப்பதால் அனைத்து சாதியினரும் அர்ச்சகராக்குவது ஏதுவாக அந்தப் பிரிவை நீக்க வேண்டும் என்று கருணாநிதி மத்திய அரசை வலியுறுத்த ஆரம்பித்தார். பிரதமருக்கு கடிதங்களை எழுதினார். ஆனால் பிரிவு திருத்தப்படவில்லை.

எம்.ஜி.ஆர் ஆட்சிக்கு வந்த பிறகு நீதியரசர் மகாராஜன் தலைவராக கோயில் வழக்கங்களில் செய்யப்பட வேண்டிய சீர்திருத்தங்கள் குறித்து ஆராய்ந்து அறிக்கை அளிக்க ஒரு குழுவை அமைத்தார்.

அந்தக் குழுவில் அனைத்து சாதியினரும் உரிய பயிற்சிக்குப் பிறகு அர்ச்சராக நியமிக்கப்படலாம் என்று கூறியது. ஆனால் அதற்கு முன்பாக அரசியல் சாசனம் சட்டப்பிரிவு 25.2ல் திருத்தம் கொண்டு வரவேண்டும் என்று கூறியது.

இதற்குப் பிறகு பல ஆண்டுகள் இந்த விவகாரங்களும் தொடர்பாக நடவடிக்கைகள் ஏதும் எடுக்கப்படவில்லை. இந்த நிலையில் 2002ல் ஆதித்யன் மீது கேரள அரசு என்ற வழக்கில் தீர்ப்பி வழங்கிய கேரளா உயர்நீதிமன்றம் ஆலோசிக்க மதப்பழக்கங்கள் போன்றவை எல்லோரும் சமம். என்ற இந்திய அரசியல் சாசனத்தின் அடிப்படையில் கொள்கைக்கு

எதிராக இருந்தால் அவை சட்ட ரீதியாக செல்லாது என்று கூறி அனைத்து சாதியினரும் அர்ச்சராக்க முடியும் என்று தீர்ப்பளித்தது.

இதற்குப் பிறகு 2006ம் ஆண்டில் மீண்டும் ஆட்சிக்கு வந்த திமுக அனைத்து சாதியினரும் அர்ச்சகராவதற்கான அரசாணையை தெரிவிப்பது இதற்கான சட்டமும் இயற்றப்படடது.

2006ம் ஆண்டில் தமிழ்நாட்டில் அனைத்து சாதியினரும் அர்ச்சகராக் கப்படலாம் என்ற சட்டம் இயற்றப்பட்டு இதற்கென திறக்கப்பட்டு பயிற்சிப் பள்ளிகளில் பயின்ற மாணவர்கள், பன்னிரண்டு ஆண்டுகளுக்கும் மேலாக கோவில்கள் தங்கள் நியமனத்திற்காகக் காத்திருக்கின்றனர்.

தமிழ்நாட்டில் உள்ள இந்துக் கோயில்களில் அனைத்து சாதியினரையும் அர்ச்சகராக்க அனுமதிக்கும் வகையில் 2006ம் ஆண்டில் திமுக அரசு வெளியிட்ட அரசாணை அடிப்படையில் நிதிபதி ஏ.கே.ராஜன் தலைமையிலான கமிட்டி ஒன்று அமைக்கப்பட்டு அர்ச்சக மாணவர்களின் தகுதி பாடத்திட்டம் பயிற்சிகாலம், கோயில்களில் நடைபெறும் பூஜை முறைகள் ஆகியவற்றை ஆராய்ந்து பரிந்துரைகளை அளித்தது.

இந்த பரிந்துரைகளின் அடிப்படையில் சென்னை பார்த்த சாரதி கோயில், திருவரங்கம் ஆகிய இடங்களில் வைணவ அர்ச்சகர்களுக்கான பயிற்சிப் பள்ளிகளும் உருவாக்கப்பட்டன.

இந்த பயிற்சிப் பள்ளிகளில் மாணவர் சேர்க்கைக்கான அரசு விளம்பரம் வெளியிட்டு நேர்காணல் செய்த போது ஒவ்வொரு நாளும் நேர்காணலுக்கு 300 பேருக்கு மேல் வந்தனர்.

இவர்களில் இருந்து ஒவ்வொரு மையத்தில் 40 பேர் வீதம் அறுவை பயிற்சிகளுக்கு சேர்த்து 240 பேர் பயிற்சிக்காக தேர்வு செய்யப்பட்டனர்.

இவர்கள் 33 பேர் பயிற்சிக்காலத்தில் விலகிவிட 207 பேர் முழுமையாக பயிற்சியை முடித்தனர். இந்த 240 பேரில் எல்லா சாதியினரும் இடம் பெற்றிருந்தினர்.

இவர்களுக்கான பயிற்சிகள் 2007ம் ஆண்டு ஆக டு மாதம் துவங்கியது அடுத்த 13 மாதங்களில் தமிழ் மந்திரங்கள், பூஜை முறைகள், கோவில்களின் பழக்க வழக்கங்கள் ஆகியவை தொடர்ந்து கற்பிக்கப்பட்டனர்.

பயிற்சி பெற்ற மாணவர்கள் 2008ம் ஆண்டு தீட்சையை முடித்து விட்ட நிலையில் இவர்களுக்கான சான்றிதழ்களும் வழங்கப்பட்டன. ஆனால் வழக்கின் முடிவின் அடிப்படையில் தான் பணி நியமனங்கள் இருக்குமென தெரிவிக்கப்பட்டது.

இந்த நிலையில் 2010ம் ஆண்டு செப்டம்பர் 17ம் தேதி பயிற்சி பெற்ற மாணவர்கள் பெரியார் சிலைக்கு மாலை அணிவித்தனர். இதற்கு இந்து அமைப்புகள் கடுமையாக எதிர்ப்பு தெரிவித்தன. இந்தச் சமயத்தில் பயிற்சி பெற்ற மாணவர்கள் தாக்கப்பட்ட சம்பவங்களும் நடந்தன.

2011-ல் புதிதாக பதவியேற்ற அதிமுக அரசு இந்த விவகாரத்தில் பெரிதாக ஆர்வம் காட்டவில்லை. இதற்குப் பிறகு கடந்த 2015ம் ஆண்டு டிசம்பர் மாத மத்தியில் உச்சநீதிமன்றம் இந்த வழக்கில் தீர்ப்பளித்தது.

"தமிழக கோயில்களில் ஆகம விதிகளின்படி அர்ச்சர்களை நியமித்தும் மரபு உள்ள இடங்களில், அதே முறைப்படி நியமிக்கப்பட வேண்டுமென்றும் ஆகம விதிகளின் கீழ் அர்ச்சகர் நியமனங்கள் நடக்கும்போது பாதிக்கப்படுவர்கள் நீதிமன்றங்களை அணுகி தனித்தனியாக நிவாரணம் கோர வேண்டுமென்றும் உச்ச நீதிமன்றத் தீர்வு தெரிவித்தது.

ஆனால், இந்தத் தீர்ப்பின் மூலம் எல்லா சாதியைச் சேர்ந்தவர்களும் என்பதை நீதிமன்றம் தெளிவுபடுத்தவில்லை என்று அர்ச்சகர்கள் பயிற்சி பெற்றவர்கள் கருதினர். தமிழ்நாடு அரசும் இது தொடர்பாக தன்னுடைய நிலைபாடு எதையும் தெரிவிக்கவில்லை.

இந்த நிலையில் கடந்த 2018ம் ஆண்டில் மதுரையில் அழகர் கோயில் கட்டுப்பாட்டில் உள்ள ஒரு சிறிய அய்யப்பன் கோவிலில் மாரிமுத்து என்ற பயிற்சி பெற்ற மாணவியர் அர்ச்சகராக நியமிக்கப்பட்டார். ஆனால் இது தொடர்பாக அறிவிப்பு எதையும் இந்து அறநிலையத்துறை வெளியிடவில்லை.

இதற்குப் பிறகு 2020ம் ஆண்டில் மதுரை நாகமலை புதுக் கோட்டையில் உள்ள பிள்ளையார் கோவில் ஒன்றில் தியாகராஜன் என்ற பயிற்சி பெற்ற மாணவர் நியமிக்கப்பட்டிருக்கிறார்.

பயிற்சி பெற்ற 207 பேரில் 2 பேர் சிறிய கோயில்களில் பணிவாய்ப்பைப் பெற்றிருக்கிறார்கள். ஐந்து பேர் இறந்து போய்விட்டனர். மீதமுள்ள 200 பேரில் 4 பேருக்கு வேறு அரசு வேலைகள் கிடைத்திருக் கின்றன. மீதமுள்ள 196 பேர் தொடர்ந்து இதற்காக போராடி வருகிறார்கள்.

அனைத்து சாதியினரும் அர்ச்சகர்கள் ஆகும் சட்டத்தை கடந்த 2.10.70ல் அப்போதைய முதலமைச்சர் கருணாநிதி சட்டப் பேரவையில் நிறைவேற்றினார்.

எனினும் பல்வேறு வழக்குகள் சட்டப் போராட்டங்கள் காரணமாக இந்தச் சட்டத்தை அப்போது தி.மு.கவில் நிறைவேற்ற முடியவில்லை.

பெரியாரின் ஆசையாக இந்தத் திட்டத்தை கருணாநிதி குறிப்பிட்டார். பெரியார் உயிருடன் இருக்கும்போது இந்த சட்டத்தை நிறைவேற்ற முடியவில்லை என்றும் பெரியாரின் நெஞ்சில் தைத்த முள் என்றும் இதனை கருணாநிதி எப்போதும் குறிப்பிடுவார்.

தற்போது 51 ஆண்டுகள் கழித்து பெரியாரின் கனவையும் கலைஞரின் சட்டத்தையும் நிறைவேற்றியுள்ளார். தமிழக முதலமைச்சர் மு.க. ஸ்டாலின்.

அனைத்து சாதியினரும் அர்ச்சகர் ஆகலாம் திட்டத்தின் கீழ் 58 போன்ற அர்ச்சகராக நியமனம் செய்து முதலமைச்சர் மு.க. ஸ்டாலின் பணி ஆணை வழங்கினார்.

அனைத்து சாதியினரும் அர்ச்சகராகும் திட்டம் 2021 ஆகஸ்ட் 14-ல் சென்னையில் தொடங்கி வைக்கப்பட்டது. இதில் சிறப்பு விருந்தினர்களாக குன்றக்குடி பொன்னம்பல அடிகளார், சாந்தலிங்கம் மருதாசல அடிகள், குமரகுருபரசுாமிகள், சீரவை ஆதினார், ஆன்மிகச் சொற்பொழிவாளர் சுகிசிவம், மற்றும் அமைச்சர்கள் மா.சுப்பிரமணியன், கே.என்.நேரு, சேகர்பாபு ஆகியோர் பங்கேற்றனர்.

விழாவில் பங்கேற்ற முதல்வர் மு.க. ஸ்டாலின் அர்ச்சகர் பயிற்சி முடித்த 29 ஓதுவார்கள் உட்பட 58 பேருக்கு பணி நியமன ஆணைகளை வழங்கினார். இவர்கள் சென்னை மயிலாப்பூர் கபாலீஸ்வரர் கோயில், திருச்சி சமயபுரம் மாரியம்மன் உள்ளிட்ட 58 கோயில் பணியாளர்களாக நியமனம் செய்யப்பட்டுள்ளனர்.

உடன் பிறப்புகளிடமிருந்து விடைபெற்றார்

2018 ஜூலை 30ம் நாள் தி.மு.க தொண்டர்களால் மறக்கமுடியாத நாள்.

மாலை ஆறுமணி, சென்னை காவேரி மருத்துவமனையில் அனுமதிக்கப்பட்டு இருந்த திமுக தலைவர் மு.கருணாநிதி உடல்நலம் குறித்து மோசமான தகவல்கள் பரவத் தொடங்கின.

அடுத்த ஒரு மணி நேரத்திற்குள் ளேயே மிக வேகமாக திமுக தொண்டர்கள் மருத்துவமனையில் குவிந்தனர். மாலை 7.30 மணியளவில் மருத்துவமனையின் வாயில் பகுதி முழுவதும் திமுக தொண்டர் களின் தலை மட்டுமே தென்பட்டது.

கருணாநிதியின் உடல்நலம் மோச

மடைந்தது என்ற செய்திகள் தொலைக் காட்சியில் ஒளிபரப்ப ஆரம்பிக்க மருத்துவமனை முன்பு கோஷங்கள் எழத் துவங்கின. எழுந்துவா.. எங்கள் தலைவா எழுந்துவா.. எழுந்துவா, எழுந்து வா அண்ணாவின் தம்பியே எழுந்துவா" என்ற கோஷங்களை மாறி மாறி திமுக தொண்டர்கள் தொடர்ந்து எழுப்ப ஆரம்பித்தனர்.

அதே நேரத்தில் மழையும் மெல்ல ஆரம்பித்தது. அந்த மழையில் நின்றபடி பல தொண்டர்கள் அழுதபடி கோஷங்களை எழுப்பிக் கொண்டே இருந்தனர். இந்த நிலையில் இரவு 9.45 மணியளவில் காவேரி மருத்துவமனையின் அறிக்கை வெளியானது.

இந்த அறிக்கையில் கருணாநிதியின் உடல்நலம் பின்னடைவைச் சந்தித்து உள்ளது என்றாலும் தற்போது மருத்துவரின் உதவியால் அவரது உடல்நலம் மேம்பட்டு வருவதாகக் கூறப்பட்டிருந்தது.

திமுக தொண்டர்கள் மரணத்தின் பிடியிலிருந்து மீண்டு விட்டதாகவே நம்பினர்

ஆனால் அவர்கள் நம்பிக்கை இழக்கும் வண்ணமாக காவிரி மருத்துவமனையில் அதற்கடுத்து அடுத்து ஒவ்வொரு இரவும் இது போல தொடர்ந்து கோஷங்களை எழுப்பி வந்தனர்.

கலைஞரது உடல் நிலையில் தொடர்ந்து ஏற்ற இறக்கங்கள் இருந்த நிலையில் ஆகஸ்ட் 5ம் தேதியிலிருந்து கருணாநிதியின் உடல்நிலை தொடர் பின்னடைவை சந்திக்க ஆரம்பித்தது.

அன்றைக்கு அவரது மனைவி தயாளு அம்மாள் மருத்துவமனைக்கு அழைத்து வரப்பட்டார். அவர் கருணாநிதியியைப் பார்த்து விட்டு வீட்டுக்குச் சென்றார்.

ஆகஸ்ட் 6ம் தேதியன்றும் கருணாநிதியின் உடல் நலத்தில் எந்தவித முன்னேற்றமும் இல்லை.

ஆகஸ்ட் 7ம் தேதியின் காலையில் இருந்தே காவேரி மருத்துவமனை முன்பாக தொண்டர்கள் குவிய ஆரம்பித்தன.

பிற்பகலில் முதலமைச்சர் எடப்பாடி கே. பழனிச்சாமியை மு.க,ஸ்டாலின், மு.க. அழகிரி ஆகியோர் சந்தித்துப் பேசினார்.

மாலை ஐந்து மணியளவில் மருத்துவமனை வெளியிட்ட அறிக்கையில் மு.கருணாநிதியின் உடல்நிலை கவலைக்கிடமாக இருப்பதாகக் கூறப்பட்டது. இந்த அறிக்கை வெளியானதும் மருத்துவமனை முன்பாக கூடியிருந்த தொண்டர்கள் கதறி அழ ஆரம்பித்தனர்.

இந்த அறிக்கை வெளியான சிறிது நேரத்திலேயே மு.கருணாநிதியின் மகள் செல்வி, மு.க.ஸ்டாலின் மனைவி துர்கா ஆகியோர் மருத்துவ மனையை விட்டு வெளியேறி கோபாலபுரம் வீட்டிற்குச் சென்றனர்.

மருத்துவமனை வளாகத்தைச் சுற்றி பெரும் எண்ணிக்கையில் காவல் துறையினர் குவிக்கப்பட்டனர். அதிரடிப்படையும் வரவழைக்கப்பட்டது. மாநிலம் முழுவதும் காவல் துறையின் உஷார்படுத்தப்பட்டனர்.

மு.கருணாநிதி மரணமடைந்து விட்டார் என்ற அறிவிப்பை மாலை 6.40 மணியளவில் காவேரி மருத்துவமனையில் வெளியிடப்பட்டது. மருத்துவ மனையில் கூடியிருந்த தி.மு.க தொண்டர்களின் கதறல் பேரலையாக எதிரொலித்தது.

ஆனால் மறைந்த தலைவர்களின் உடலை எங்கே நல்லடக்கம் செய்வது என்பது குறித்து எந்த அறிவிப்பு வெளியாகவில்லை. இதனால் தொண்டர்கள் மத்தியில் தொடர்ந்து சலசலப்பு நீடித்தபடியே இருந்தது.

இந்த நிலையில் தமிழக அரசின் தலைமைச் செயலாளர் கிரிஜா வைத்தியநாதன் ஒரு அறிக்கையை வெளியிட்டார். அதில் கருணாநிதியின் உடலை அடக்கம் செய்ய சென்னை சர்தார் படேல் சாலையில் காமராஜர் நினைவிடத்திற்கு அருகே இரண்டு ஏக்கர் நிலத்தை ஒதுக்கீடு செய்ய அரசு தயாராக இருப்பதாக கூறப்பட்டிருக்கிறது.

தி.மு.க வின் சார்பில் அண்ணா நினைவிடத்துக்கு அருகில் இடம் ஒதுக்கப்பட கோரப்பட்டிருந்தாலும் சட்டச் சிக்கல்களின் காரணமாக அங்கே இடம் ஒதுக்க முடியவில்லையென்றும் தெரிவிக்கப்பட்டிருந்தது.

இந்தச் செய்தி பரவியதும் இரவு எட்டு மணியளவில் காவேரி மருத்துவமனைக்கு முன்பாக கூடியிருந்த தொண்டர்கள் அரசுக்கு எதிராக கோஷங்களை எழுப்ப ஆரம்பித்தனர்.

அதற்கடுத்து காவேரி மருத்துவமனை முன்பாக வைக்கப்பட்டிருந்த இரும்புத்தகடுகளைத் தூக்கியெறிந்தும் அடித்து நொறுக்கியதும் தங்கள்

எதிர்ப்பைக் காண்பித்தார். இதையடுத்து காவல்துறை தடியடியில் இறங்கியது. இதற்கு சில நிமிடங்கள் கழித்து ஆம்புலன்ஸ் மூலம். கருணாநிதியின் உடல் மருத்துவமனையிலிருந்து கோபாலபுரம் இல்லத்திற்கு கொண்டு செல்லப்பட்டது.

சாலையின் இருபுறமும் தொண்டர்கள் கூட்டம் அலைமோதியதால் ஒன்றைக்கிலோ மீட்டர் தூரத்தை கடக்க ஒரு மணி நேரத்திற்கு மேலானது.

இரவு 11 மணியளவில் கோபாலபுரம் இல்லத்தில் மு.கருணாநிதியின் உடல் அஞ்சலி செலுத்துவதற்காக வைக்கப்பட்டது. அதே நேரத்தில் பொது மக்கள் அஞ்சலி செலுத்துவதற்காக ராஜாஜி ஹாலை தயார் செய்யும் பணிகள் துவங்கின. தி.மு.க வின் முன்னாள் அமைச்சர் இந்தப் பணியில் ஈடுபட ஆரம்பித்தனர்.

அதிகாலை 1 மணி வரை கோபாலபுரம் இல்லத்திலிருந்து அவரது உடல், பிறகு சி.ஐ.டி காலனி இல்லத்திற்கு கொண்டு செல்லப்பட்டது. அங்கிருந்து அதிகாலை மூன்று மணியளவில் ராஜாஜி ஹாலுக்குப் புறப்பட்டது. காலை 4 மணியளவிலிருந்து தொண்டர்கள் தங்கள் தலைவருக்கு இறுதி அஞ்சலி செலுத்த அனுமதியளிக்கப்பட்டனர்.

இதற்கிடையே மு.கருணாநிதியின் உடலை மெரீனா கடற்கரையில் நல்லடக்கம் செய்ய அனுமதிக்க வேண்டுமென தி.மு.கவின் சார்பில் வழக்கு தொடரப்பட்டது. அதற்கு அனுமதியளித்து நீதிமன்றம் உத்தரவிட செய்தி வெளியானதும் ராஜாஜி ஹாலின் முன்பாக கூடியிருந்த தொண்டர்கள் கதறலுடன் கோஷங்களை எழுப்பினர்.

மு.க. ஸ்டாலின், துரைமுருகன் உள்ளிட்ட தலைவர்கள் இந்தச் செய்தியைக் கேட்டுக் கதறியழுதனர். இதற்குப் பிறகு மறைந்த முதலமைச்சர் சி.என். அண்ணாதுறையின் நினைவிடத்திற்குப் பின்னால் ஒரு இடம் குறிக்கப்பட்டு கருணாநிதியின் உடலை நல்லடக்கம் செல்வதற்காக ஏற்பாடுகள் துவங்கப்பட்டன.

ஆகஸ்ட் 8ம் தேதி சாலை ராஜாஜி ஹாலிலிருந்து மு.கருணாநிதியின் பிரேத உடலை ஏற்றிய வாகனம் வாலாஜா சாலை வழியாக அண்ணா நினைவிடத்திற்கு வந்தடைந்தது.

அங்கு அவரது குடும்பத்தினர் முக்கியத் தலைவர்கள் கூடியிருக்க

அரசு மரியாதையுடன் அவரது உடலை நல்லடக்கம் செய்வதற்கான ஏற்பாடுகள் துவங்கின. அவரது உடலைப் போர்த்தியிருந்த தேசிய கொடி மடிக்கப்பட்டு மு.க.ஸ்டாலினிடம் வழங்கப்பட்டது. கண்ணாடிப் பேழையில் வைக்கப்பட்டிருந்த அவரது உடல் "ஓய்வெடுக்காமல் உழைத்தவன் இதோ ஓய்வு கொண்டிருக்கிறான்" என்ற வாசகம் பொறிக்கப்பட்ட சந்தனப் பேழைக்கு மாற்றப்பட்டது.

ராணுவ வீரர்கள் 21 குண்டுகளை முழக்கவே பிறகு அந்த சந்தனப் பேழை இரவு 7 மணியளவில் நல்லடக்கம் செய்யப்பட்டது.

பல தலைவர்கள் இருந்தாலும் கருணாநிதி ஜெயலலிதா வரிசையில் ஸ்டாலின் ஆற்றல் மிக்க தலைவராக வளர்ந்து விட்டார் என்பதை மறுக்க முடியாது.

தி.மு.க தலைவர் கருணாநிதி ஓய்வை நோக்கி சென்ற நிலையில் 2016ம் ஆண்டு ஜெயலலிதாவுக்கு நிகரான தலைவராக தமிழகத்தில் எதிரணியில் நின்றார் ஸ்டாலின். சிறிய மாற்றம் நிகழ்ந்திருந்தாலும் தி.மு.க ஆட்சிக்கு வந்திருக்கும்.

ஆனால் தே.மு.தி.க.வை அணுகிய விதத்தில் நடந்த சில குளறுபடி காரணமாக வாய்ப்பு தவறிப் போனது.

2016ம் ஆண்டு 89 இடங்களில் தனித்து திமுக வெற்றி பெற்ற 2011ம் ஆண்டு 23 இடங்களில் மட்டுமே பெற்று அடைந்த தோல்வியை விட பெரிய வெற்றி தான்.

ஆனாலும் தோல்வியை வைத்துவரும் விமர்சன அம்புகளாலும் ஸ்டாலினை நோக்கியே பாய்ந்தது. ஆனால் 2016ம் ஆண்டுக்குப்பின் தி.மு.க தலைவர் கருணாநிதி வயோதிகம் காரணமாக ஓய்வு நிலைக்கு தள்ளப்பட்டதும் பெரிய சாட்சியான தி.மு.கவின் செயல் தலைவராக ஸ்டாலின் பொறுப்பேற்றார்.

தமிழகத்தில் திராவிட இயக்கங்கள் கருணாநிதி, ஜெயலலிதா என்கிற தலைவர்களின் மறைவுக்குப் பின் இல்லா நிலை உருவாகும் என்று பலரும் கணக்குப் போட தி.மு.க எனும் கட்சியை ஒரு முகப்படுத்தும் அச்சாணியாக ஸ்டாலின் செயல் தலைவரானார்.

அப்பா கருணாநிதி அளவுக்கு இல்லை. கோபக்காரர் அனைவரையும்

ஒருமுகப்படுத்த முடியாது. சிறந்த பேச்சாளர் இல்லை என்றெல்லாம் அவரை விமர்சித்தவர்கள் குறித்து அவர் கவலைப்பட்டதில்லை. திமுகவில் கருணாநிதிக்குப் பின் நம்பிக்கை மிக்க தலைவரானார் ஸ்டாலின் கருணாநிதி இல்லாத திமுக, கடந்த கடினமான அரசியல் பாதையில் மூத்த தலைவர்களையும், இளையோரையும் ஒருங்கிணைத்து திமுகவை வழி நடத்துவது கடினமான பணி.

ஆனால் 52 ஆண்டு கால கட்சி அனுபவம் ஸ்டாலினுக்கு அது எளிதானது கருணாநிதியின் மறைவுக்குப்பின் அதே உறுதியாக திமுகவின் அடுத்த கட்ட தலைமையாக தானாக அடுத்த நகர்வு அவரைத் தேடி வந்தது பெரிய அளவில் எதிர்ப்பு இருக்கும் என நினைத்த நேரத்தில் எளிதாக தலைவர் பதவியை ஏற்றார்.

திமுக தலைவர் கருணாநிதியின் மறைவின் போது அவரை அடக்கம் செய்ய மெரினா கடற்கரையில் இடம்பெற அவர் நடத்திய சட்டப் போராட்டமும், அதற்கு முன்னர் தனது நிலையை விட்டு இறங்கி தந்தைக்காக ஆளும் தரப்படம் சமாதானம் பேசிய போதும் ஸ்டாலினின் மதிப்பு உயர்த்தியது தாழ்த்தவில்லை.

சட்டப் பேராட்டத்தில் வென்று கொடுத்த வில்சன் எம்பியாக்கப் பட்டதன் மூலம் அந்த நிகழ்வை ஸ்டாலின் எப்படிப் பார்த்தார் என்பது அனைவருக்கும் தெரியும்.

திமுக தலைவராக அனைத்து ஜனநாயக முற்போக்கு சக்திகளை ஒருங்கிணைத்து 2019ம் ஆண்டு மக்களவைத் தேர்தலை சந்தித்தார் ஸ்டாலின்.

கூட்டணிக் கட்சிகளுக்கு சரியான அங்கீகாரம் கொடுக்கப்பட்டது. மத்திய அரசுக்கு எதிரான அலைகளை சரியாக பயன்படுத்தியதால் தி.மு.க கூட்டணி தமிழகத்தில் 38 இடங்களை கைப்பற்றியது. சட்டப் பேரவையில் கூடுதலாக 9 இடங்களை வென்றது முதல் வெற்றியை ஸ்டாலின் தலைமையிலான தி.மு.க சுவைத்தது. ஸ்டாலின் இந்திய அளவில் திரும்பி பார்க்கப்பட்டார்.

மண்ணுக்குள் அடங்கிய மகத்தான சட்டப் போராட்டம்

எண்பதாண்டு கால பொதுவாழ்க்கை தி.மு.க எனும் கட்சி வென்றாலும் தோற்றாலும் கட்சிக்கு வந்தாலும் சரி எதிர்க்கட்சியாக இருந்தாலும் சரி கருணாநிதி போட்டியிட்ட அனைத்து சட்டமன்ற தேர்தலும் வெற்றி. அடுத்தடுத்து அலுப்பில்லாமல் அறுபது ஆண்டு களுக்கு கருணாநிதியை இந்த தமிழகம் சட்டமன்ற உறுப்பினராக்கியிருக்கிறது. ஐந்து முறை முதலமைச்சர் நாற்காலியில் அமரச் செய்து அழகு பார்த்திருக்கிறது. 95 ஆண்டு காலம் இந்த தமிழ்ச் சமூகத்தோடு கருணாநிதியின் வாழ்க்கை பின்னிப் பிணைந்திருக்கிறது.

ஆயினும் என்ன தன்னுடைய இன்னுயிர் நீங்கியபோது மண்ணில் அடங்கி ஓய்வு பெற கருணாநிதி எனும் அரசியல் போராளி ஆறடி மண்ணைப் பெற அதிரடியான சட்டப் போராட்டத்தினை அன்று நள்ளிரவில் நடத்திட வேண்டியிருந்ததை இந்த பூவுலகில் முழுவதும் விழித்த விழி மூடாது நெஞ்சில் படபடப்பு ஓயாது பார்த்துக் கொண்டிருந்தது.

உலகின் நீண்ட அழகிய கடற்கரையில் ஒன்றா மெரீனா கடற்கரையில் தமிழ் மண்ணுக்காக போராடுவதற்கென்றே பிறந்த போராளிக்கு அவர் நடத்திய கடைசி சட்டப் போராட்டம் தந்தது வெற்றி எனும் தீர்ப்பை.

கருணாநிதி தன்னுடைய போராளுமை நிரூபிக்க கடைசிவரை போராடியதை தமிழ் மண்ணில் எவரும் மறந்து விட முடியாது. திராவிட நாடு எனும் தனிப்பெருங்கனவோடு அரசியல் காலம் புகுந்த பெரியார் அண்ணாவழியில் வந்த கருணாநிதி மத்தியில் கூட்டாட்சி மாநிலத்தில் சுயாட்சி என்ற முழக்கத்தோடு யதார்த்தம் உணர்ந்த சித்தாந்த வழிகளை சமரசத்தோடு ஏற்றுக்கொண்டார்.

அண்ணாவழியில் மாநிலங்களுக்கு முக்கியத்துவம் அளிப்பதாக இந்திய அரசமைப்புச் சட்டம் மாற்றியமைக்கப்பட வேண்டும் என்று கருணாநிதி நாட்டிலேயே முதன் முறையாக மாநில சுயாட்சியை வலியுறுத்தி சட்டமன்றத்தில் தீர்மானம் நிறைவேற்றினார்.

மாநிலங்களுக்கு என்று கொடி கேட்டவர் தமிழ்நாட்டுக்கு என்று ஒரு தனிக்கொடியையும் முன்மொழிந்தார்.

கூட்டாட்சிக்கான பாதையோடு கூட்டணிகளைக் கையாண்டவர் இந்தியாவின் கூட்டணி யுகத்துக்கு வித்திட்ட வரிசைகளில் ஒருவரானார் கருணாநிதி.

அவர் முன்னெடுத்த சமூகநீதி ஆட்சிக் கொள்கை அதுவரை அரசுப்பணியைப் பார்த்திராத ஒரு பெரும் கூட்டத்தை அரசு அலுவலகங் களுக்குள் நிறைந்தது.

போர்க்குண மிக்க சட்டப் போராளியான கருணாநிதிக்கு ஜனநாயகத் தின் மீது அழுத்தமும் அபாரமுமான பிடிமானம் இருந்தது உண்மை மாற்றுக் கருத்துக்களுக்கு என்றென்றும் மனதார வரவேற்பும் அங்கீ காரத்தையும் சட்டமன்றங்களில் ஏற்படுத்தித் தந்தவர் கருணாநிதி.

விளிம்பு நிலை சமூகத்தினருக்கு கட்சிப் பதவிக்கான இட ஒதுக்கீட்டை கொண்டு எந்த ஒரு சமூகமும் பெரிதாக தலைதூக்கி விடாதபடி அதே சமயம் எங்களது சமூகங்களுக்கு பிரதிநிதித்துவம் கிடைக்கும்படியாகச் செய்ததில் கருணாநிதி ஆற்றல் மிக்கவராக செயல்பட்டார்.

கருணாநிதி வாழ்ந்த வாழ்க்கை என்பது முற்றிலும் எல்லை கடந்த இலக்கணம் மீறிய காவியத்தன்மை மிளிர்ந்த அபூர்வ கலவை மிக்க வாழ்க்கையாகும்.

சண்ட மாருதம் செய்து ஓய்ந்த அந்த நூற்றாண்டுப் போராளியின் புகழ்பாட ஒவ்வொருவருக்குள்ளும் ஏதேனும் ஒரு கதை ஒளிந்து கொண்டுதான் இருக்கும் என்பதை எவரும் மறுக்க இயலாது.

கலைஞர் தன் வாழ்நாள் முழுவதும் சட்டப்போராட்டங்களை ஏந்தியபடி இணைந்தே பணியாற்றியுள்ளார் அவர் தனது அண்ணன் அண்ணாவின் அருகிலேயே ஓய்வெடுக்கும் உரிமையை கோரியிருந்தார். ஆனால் அதிமுக அரசு மறுத்தது.

இதனால் இறந்தும் சட்டப் போராட்டம் நடத்தி தனது அண்ணனின் அருகிலேயே ஓய்வெடுக்கும் உரிமையை போராடி வென்றார்.

இன்னும் கூற வேண்டுமானால் கல்லறை புகுந்த பின்பும் கருணாநிதியின் பேராட்டம் தொடரத்தான் செய்கிறது. மதுரையில் கலைஞர் சிலை வைக்க அதிமுக அரசு மறுத்த போதும் சட்டப் போராட்டம் நடத்தி தனக்கான சிலை வைத்திடும் உரிமையை போராடி பெற்றுள்ளார்.

இறந்த பின்னரும் கூட கலைஞரின் சட்டப் போராட்டம் முற்றுப் பெறவில்லை.!

- - - - -